निर्दय

उमेश कदम सर,

'निर्दय' विषयी हा मजकूर आपण कव्हरच्या मागील पानासाठी वापरणार आहोत. तसेच तुम्ही कळवले होते. त्याला तो योग्य असाच आहे.

तुम्ही सांगितलेल्या सर्व करेक्शन मी पूर्ण करुन त्याची ही फाईल आपल्याला पाठवत आहे. कृपया तपासून कळवावे.

- आरती निरंतर

'दिलीपराज प्रकाशन प्रा. लि.'च्या नवीन पुस्तकांची यादी व माहिती हवी असल्यास आपला पत्ता, दूरध्वनी क्रमांक किंवा Email आमच्या diliprajprakashan@yahoo.in या Email address वर पाठवावा किंवा आमच्याशी दूरध्वनी क्रमांक फॅक्ससहित : ०२०-२४४८३९९५/२४४९५३१४ / २४४७१७२३ यावर संपर्क साधावा.

आमच्या वेबसाईटला एकदा अवश्य भेट द्या.

Website: www.diliprajprakashan.com

निर्दय

उमेश कदम

दिलीपराज प्रकाशन प्रा. लि.
२५१ क, शनिवार पेठ, पुणे - ४११ ०३०.

निर्दय / Nirday

प्रकाशक
राजीव दत्तात्रय बर्वे,
मॅनेजिंग डायरेक्टर,
दिलीपराज प्रकाशन प्रा. लि.,
२५१ क, शनिवार पेठ,
पुणे - ४११ ०३०

प्रकाशन दिनांक : १५ ऑगस्ट २०११

प्रकाशन क्रमांक : १९९८

ISBN : 978-81-7294-898-6

टाईपसेटिंग
पितृछाया मुद्रणालय,
९०९, रविवार पेठ,
पुणे - ४११ ००२

मुखपृष्ठ
अनिल उपळेकर

मला घडविण्यात सिंहाचा वाटा असलेले
दोन ऋषितुल्य गुरुवर्य
प्राचार्य के. बी. केळकर
(शहाजी लॉ कॉलेज, कोल्हापूर)

व

प्रा. (डॉ.) रा. भा. देवस्थळी
(शिक्षणशास्त्र विभाग, शिवाजी विद्यापीठ, कोल्हापूर)
यांच्या पवित्र स्मृतीस, कृतज्ञतापूर्वक.

अनुक्रमणिका

१. टोकियो, सप्टेंबर १९९९

योशीहिरो ताकायामास उपनगरी रेल्वेच्या कुदानशिता स्टेशनपासून यासुकुनी स्मारकाच्या मुख्य देव्हाऱ्यापर्यंत पोचायला दहा मिनिटं लागायची. तो जेव्हा तिथं पोचायचा, त्या वेळी स्मारकाजवळील होसै विद्यापीठाच्या घड्याळात पडलेले नऊचे टोले हमखास त्याच्या कानावर पडत. टोकियोच्या शाही राजवाड्याजवळील कितानोमारू उद्यानाच्या उत्तरेकडील एका उंचवट्यावरील त्या स्मारकापर्यंत चालताना हल्ली त्याला थोडी धाप लागायची. पण त्याला त्याची पर्वा नव्हती. गेली पस्तीस वर्षं चालत आलेला त्याचा हा प्रघात तो थांबवणं केवळ अशक्य होतं. योशीचं घर टोकियोचं उपनगर फुनाबोरी भागात होतं. त्याच्याकडं १९९५ मॉडेलची फिकट सोनेरी छटा असलेली भली-मोठी इसुझु ट्रुपर गाडी होती. पण तो ती फक्त 'खास कामगिरी' असेल, तेव्हाच वापरायचा. एरवी त्याला टोकियोची उपनगरी रेल्वे खूपच सोयीची होती. योशीची उंची साडे-पाच फूटच असली, तरी वजन मात्र ऐंशी किलोच्या आसपास होतं. त्याला टक्कल नसलं, तरी डोक्याचे केस सदैव तासलेले असत. त्यामुळे त्याला संपूर्ण टक्कल आहे, असा एखाद्याला संभ्रम व्हावा. दाढी-मिशाही सदैव गुळगुळीत असत. मोठ्या डोळ्यांच्या योशीच्या राकट व्यक्तिमत्त्वाची पाहणाऱ्यावर लगेच छाप पडे. यासुकुनी स्मारक, तिथली छोटी उपाहारगृहं आणि स्मृतिचिन्हांची दुकानं इथले कर्मचारी त्याला रोज पाहत. काहीजण त्याला पाहताच कंबरेत लवून अभिवादन करत, हलकं स्मितहास्य करत. त्यावर

योशी गंभीरपणे, चेहऱ्यावरील स्थितप्रज्ञ भाव न बदलता आपली मान किंचित तुकवून त्यांच्या अभिवादनाचा स्वीकार करे. पण त्यापलीकडे जाऊन त्यानं कधी कोणाशी संभाषण केलं नाही, की कोणाची ओळख करून घेतली नाही. यासुकुनी स्मारकाला वर्षानुवर्षे नित्यनियमाने भेट देऊन प्रार्थना करणारा हा एकनिष्ठ भक्त कोण आहे, याचं त्यांना गूढ होतं. पाच मिनिटं डोळे बंद करून, हात जोडून प्रार्थना झाल्यावर योशी 'चिनरैशा' या मन:शांती देणाऱ्या देव्हाऱ्यासमोरील चेरीच्या झाडाखालच्या बाकावर दहा मिनिटं बसायचा. त्या वेळी त्याच्या आसपास जाण्यास कोणी धजावत नसे.

'यासुकुनी जिंजा' हे टोकियोच्या मध्यवर्ती भागातील एक भव्य आणि नयनमनोहर स्मारक. अठराशे एकोणसाठ साली जपानचे तत्कालीन सम्राट मैजी यांच्या कारकिर्दीत त्याची स्थापना करण्यात आली. जपानी साम्राज्य अबाधित राहावे, त्याचबरोबर ते समृद्ध आणि वृद्धिंगत व्हावे यासाठी ज्या सैनिकांनी प्राणाहुती दिली, त्यांच्या पवित्र स्मृती तेवत ठेवण्यासाठी त्यांनी हे स्मारक उभारले होते. 'यासुकुनी' म्हणजे राष्ट्रशांती जतन करणे. आज जवळजवळ पंचवीस लाख स्त्री - पुरुष हुतात्म्यांची या स्मारकात प्रतीकात्मक सूची जतन केली आहे. यासुकुनी देव्हारारूपी स्मारक त्या सर्वांच्या पवित्र आत्म्याचे निवासस्थान आहे, अशी बहुसंख्य जपानी जनतेची भावना आहे. त्या आत्म्यांमध्ये ईश्वराचा अंश असल्याने त्यांचे स्मरण करून त्यांना आदरांजली वाहणे आपले कर्तव्य आहे, अशी कित्येक जपानी नागरिकांची दृढ भावना आहे. प्राचीन जपानी वास्तुशिल्पकला वापरून बांधलेले देव्हारे, पवित्र जलकुंड व झरे, उंच कमानी असलेली प्रवेशद्वारे, मोहक बगिचे व साऱ्या परिसरात पसरलेली चेरीची झाडे यामुळे त्या स्मारकावर सदैव प्रसन्नतेची व पवित्रतेची छटा पसरलेली असे. योशीसारखे नित्यनियमाने तेथे जाणारे भक्त आजकाल कमीच. पण एके काळी जपानचे सम्राट, राजघराण्यातील इतर व्यक्ती तसेच पंतप्रधान व इतर उच्चपदस्थ तिथं जाऊन प्रार्थना करण्यामध्ये स्वत:ला धन्य मानत. टोकियो पाहायला गेलेल्या प्रवाशांचीही तिथं रीघ लागायची.

त्या दिवशी मात्र 'चिनरैशा' समोरील बाकावर बसलेल्या योशीची यासुकुनीच्या विचारात तंद्री लागली होती. जवळजवळ साडेनऊ वाजत आले होते. इतक्यात त्याचा मोबाइल फोन वाजला. त्यानं काळ्या जॅकेटच्या आतील खिशातून फोन काढून त्यावर आलेलं नाव वाचलं आणि तो जवळजवळ दचकलाच. लगबगीनं त्यानं फोन घेतला आणि अत्यंत अदबीनं विचारलं,

"निशिमुरा-सान, काय हुकूम?"

"योशी, एक गंभीर बातमी आहे. फोनवर सांगत नाही. आज 'इन्काय'ची

बैठक बोलवावी लागेल. तू तयारी कर.''

योशी 'ठीक आहे, सर' असं म्हणायच्या आतच फोन बंद झाला. योशी उठून रेल्वे स्टेशनकडे जाता जाता विचारात पडला, की कोणत्या गंभीर घडामोडीची चर्चा करण्यासाठी निशिमुरा-सान यांनी तातडीने 'इन्काय'ची बैठक बोलवायचा आदेश दिला असावा? स्टेशनवर पोचल्यानंतर त्यानं घड्याळात पाहिलं. बैठकीची तयारी करायला खूप वेळ होता. आज त्याला स्मारकापासून स्टेशनच्या मार्गावर काल दिसलेले निदर्शक दिसले नाहीत. त्याला कालचा प्रसंग आठवला.

स्मारकापासून कुदानशिता स्टेशनच्या मार्गावर ठिकठिकाणी काही तरुण व तरुणी हातामध्ये फलक घेऊन मूक निदर्शनं करत होते. त्यांच्या फलकांवर 'यासुकुनीची करूनी भक्ती, नका वाया घालवू आपुली शक्ती', 'यासुकुनी स्मारक, आहे देशहितास बाधक', 'यासुकुनी करा बहिष्कृत- आम्ही होऊ तुमचे उपकृत', 'यासुकुनीचे आंधळे भक्त-विसरतात निरपराधांनी सांडलेले रक्त' अशा आशयाच्या घोषणा लिहिल्या होत्या. अशा प्रकारची निदर्शनं जपानमध्ये नवीन नव्हती. गेली कित्येक वर्षं यासुकुनीस्मारक वादाच्या भोवऱ्यात सापडलं आहे. एकोणीसशे अठ्याहत्तर - मध्ये तत्कालीन सम्राट हिरोहितो यांनी या स्मारकाला आपण यापुढे केव्हाही भेट देणार नाही, असे जाहीर केलं. त्याचं कारण असं, की काही जपानी युद्धगुन्हेगारांचा त्या स्मारकातील पवित्र सूचीत समावेश करण्यात आला आहे, असं सिद्ध झालं. एकोणीसशे तीसच्या दशकात जपानची चीन व कोरियाबरोबर झालेली युद्धं व नंतर जपानचा दुसऱ्या महायुद्धातील सहभाग; या दरम्यान कित्येक जपानी सैनिकांनी व अधिकाऱ्यांनी अत्यंत क्रूर वर्तन केल्याचे पुरावे यथावकाश जगासमोर आले. युद्धादरम्यान पालन करायच्या आंतरराष्ट्रीय कायद्यांच्या व नीतिमत्तेच्या प्रथा झुगारून युद्धकैद्यांची हत्या, नागरी मालमत्तेचा विध्वंस व त्याची लुटालूट, महिलांवरील अन्वन्वित अत्याचार आणि इतर अनेक घृणास्पद वर्तणुकीच्या कथा जेव्हा जगजाहीर झाल्या, तेव्हा साऱ्या जगानं जपानी सैनिकांच्या लांच्छनास्पद वर्तणुकीचा एकमुखाने निषेध केला. त्याचबरोबर दुसऱ्या महायुद्धात विजयी झालेल्या मित्रराष्ट्रांनी जपानच्या सरकारचा धिक्कार केला व जपानी युद्धगुन्हेगारांवर खटले चालवून त्यांना शिक्षा करण्यासाठी खास न्यायाधिकरण स्थापलं. त्या न्यायाधिकरणानं दोषी ठरवलेल्या आणि अन्य युद्धगुन्हेगारांची नावं यासुकुनी स्मारकाच्या सूचीमध्ये समाविष्ट करण्यात आली, तेव्हाच ते स्मारक वादग्रस्त ठरणार हे उघड झालं. परंतु जपानच्या जनतेला सरकारनं अंधारात ठेवलं होतं. युद्धांदरम्यान केलेले अतिरेक त्यांच्यापर्यंत पोचू दिलेच नव्हते. सरकारच्या मते सैनिकांकडून थोड्याफार चुका झाल्या असतील, तर त्या क्षम्य मानायला हव्यात. शेवटी आपल्या साम्राज्याच्या संवर्धनासाठी प्राणार्पण

केलेल्यांचा आदर राखणं, त्यांच्या पवित्र आत्म्यांच्या शांतीसाठी मनोभावे प्रार्थना करणं हे जपानी जनतेचं कर्तव्य आहे, अशी सरकारची ठाम भूमिका होती. जपानी हल्ल्यात होरपळलेल्या इतर राष्ट्रांना ही भूमिका मान्य होणे शक्यच नव्हते. आज जेव्हा जपानचे पंतप्रधान किंवा मंत्री यासुकुनी स्मारकात प्रार्थनेला जातात, तेव्हा चीन, कोरिया, फिलीपिन्ससारखी राष्ट्रं त्याचा जाहीर धिक्कार करतात. इतरांबरोबर युद्धगुन्हेगारांच्या आत्म्यांना भक्तिभावानं आदरांजली वाहून त्यांच्या अक्षम्य चुकांवर पांघरूण घालायच्या उघडउघड प्रयासाचा तीव्र निषेध करतात. या पार्श्वभूमीवर पाश्चात्त्य राष्ट्रांशी जवळीक साधायच्या व शेजारील राष्ट्रांशी मैत्रीपूर्ण संबंध प्रस्थापित करायच्या हेतूने काही जपानी पंतप्रधानांनी व नेत्यांनी आपण कधीही यासुकुनी स्मारकास भेट देणार नाही, असं जाहीर करून टाकलं.

या वादाचा योशीवर यत्किंचितही परिणाम व्हायची शक्यता नव्हती. त्याच्या मते युद्धांदरम्यान सर्वांकडूनच कमी-अधिक प्रमाणात काही अतिरेक व्हायची शक्यता असते. देशाचं संरक्षण आणि आपल्या साम्राज्याचं संवर्धन करणाऱ्या सैनिकांच्या त्यागापुढे ते क्षम्य मानायला हवेत, असे त्याला वाटे. ज्यांनी आपले प्राण गमावून हौतात्म्य पत्करलं, त्यांचा भक्तिभावाने आदर करणं, त्यांच्या आत्म्याच्या शांतीसाठी प्रार्थना करणं हे प्रत्येक जपानी नागरिकाचं कर्तव्य आहे, अशी त्याची ठाम भूमिका होती.

काल त्या निदर्शकांना पाहिल्यावर योशीच्या तळपायाची आग मस्तकाला भिडली होती. त्या तरुण-तरुणींना चोपून काढण्यासाठी त्याचे हात शिवशिवू लागले होते. मोठ्या प्रयासानं त्यानं आपला क्षोभ आवरला. त्या सर्वांकडे एक रागीट व तुच्छतापूर्ण कटाक्ष टाकून हात चोळीत तो स्टेशनकडे गेला होता. योशीला यासुकुनी स्मारकाचा कोणी अवमान केल्याचे खपत नसे. शिवाय एका अर्थी त्याचा जीव वाचवायला ते स्मारकच अप्रत्यक्ष रीत्या कारणीभूत ठरलं होतं. त्यामुळेदेखील योशीचं व त्या स्मारकाचं अनोखं नातं होतं. काल प्रकर्षानं त्याला आठ वर्षांपूवीच्या घटनांची आठवण झाली होती.

टोकियो, १४ मार्च १९९१

"आरोपी योशीहिरो ताकायामा, १५ जून १९९० या दिवशी टोकियोचं उपनगर योकोहामा येथील इदेगाया मार्गावरील कोयहिन-क्युको या उपाहारगृहात रात्री साडे-दहा वाजता तात्सुया फुकाया, वय वर्षे ५४ या गृहस्थाचा तू पिस्तुलाच्या चार गोळ्या झाडून खून केला आहेस असा तुझ्यावर आरोप आहे. हा आरोप तुला कबूल आहे?'' योकोहामाच्या 'चिहो-साईबान-शो' म्हणजे जिल्हा न्यायालयाचे

न्यायाधीश आकिनोरी इबुकी यांनी आरोपीच्या पिंजऱ्यात उभ्या असलेल्या बेचाळीस-वर्षीय योशीला विचारलं. त्याचं उत्तर तयार होतंच. गंभीर चेहऱ्यानं खाली मान घालून तो म्हणाला,

''हा आरोप मला मान्य नाही!''

''ठीक आहे. सरकारी वकील होसोरा, तुम्ही आरोपीवरील आरोप सिद्ध करण्यासाठी साक्षी-पुरावे सादर करू शकता.''

योशी खाली बसला. आजचा हा बिकट प्रसंग कसा उद्‌भवला याचा विचार करता करता त्याचं लक्ष त्याच्या डाव्या हाताच्या करंगळीकडं गेलं. तिचा टोकाकडील शेवटच्या सांध्यापासून वरचा भाग कापला होता. जवळजवळ अठरा वर्षांपूर्वीचा तो प्रसंग योशीच्या डोळ्यांसमोर उभा राह्यला. जपानी माफिया 'याकुझा'चा प्रमुख इचिरो मात्सुनो याला सेंगोकुचा येथील त्याच्या अड्ड्यावर जाऊन योशीनं एका पांढऱ्या रुमालात बांधलेला स्वत: कापलेला करंगळीचा तुकडा आदरपूर्वक सादर केला होता. योशीच्या डाव्या हाताला पट्टी बांधली होती. तिच्यावरील लालभडक डागांकडं पाहत इचिरो म्हणाला,

''आता तू याकुझाचा खरा सदस्य शोभतोस. यापुढे पूर्वीसारख्या चुका करू नकोस.''

योशीची तोंडातून 'ब्र' काढायची हिंमत नव्हती. इचिरोचा जपानच्या गुन्हेगारीची जगतात जबरदस्त दबदबा होता. सतराव्या शतकातील 'काबुकी-मोतो' या वाळीत टाकलेल्या सामुराई योद्ध्यांचा वारसा सांगणाऱ्या याकुझाच्या सर्व कृष्णकृत्यांवर ताबा असलेल्या इचिरोची ख्याती सर्वज्ञात होती. 'याकुझा'मध्ये सुरुवातीस 'तेकिया' नंतर 'बाकुतो' व सध्या 'गुरेताई' असे योशीचे संक्रमण झालेले. 'तेकिया' असताना रस्त्यावर मादक पदार्थांची विक्री करणं आणि आता 'गुरेताई'झाल्यावर सुपारी घेऊन खून करणं यांचे त्याला अधिकार प्राप्त झाले होते. याकुझामध्ये 'गुरेताई' होणं म्हणजे गुंडगिरीतील पदव्युत्तर परीक्षा उत्तीर्ण झाल्यासारखंच होतं. गुरेताई झाल्यानंतर इचिरोनं योशीवर एक कामगिरी सोपवली होती. ती पार पाडताना योशीकडून काही किरकोळ चुका झाल्या होत्या. त्याचं प्रायश्चित्त म्हणून त्याला आपल्या करंगळीच्या तुकड्याला मुकावं लागलं होतं.

ज्या तात्सुया फुकायाच्या खुनाचा आरोप योशीवर लावण्यात आला होता, त्यानं एका तस्करीप्रकरणात योशीचा घात केला होता. त्यामुळं योशीचा साथीदार व जिवलग मित्र मासाहितो अडचणीत आला होता. तात्सुयानं पोलिसांना दिलेल्या माहितीच्या आधारे मासाहितोवर पाळत ठेवून मादक पदार्थांची वाहतूक करताना त्याला पकडलं होतं. सध्या तो तुरुंगाची हवा खात होता. तात्सुयादेखील काळ्या

धंद्यातच गुंतलेला. पण व्यावसायिक स्पर्धेपोटी त्यानं योशी व मासाहितो यांना अडचणीत आणायचं ठरवलं होतं. या साऱ्या प्रकरणामुळं योशी संतप्त झाला होता. इचिरो यथावकाश तात्सुयाचा काटा काढणार होताच, पण तोपर्यंत योशीला दम धरवत नव्हता. तात्सुयाचा योकोहोमापरिसरात वावर असायचा. पंधरा जूनला संध्याकाळी तो व त्याची मैत्रीण आकिको इदेगाया मार्गावरील 'कोयाहिन-क्युको' उपाहारगृहात जेवायला गेले असल्याची बातमी योशीच्या कानावर आल्याआल्या तो तातडीनं तिकडं रवाना झाला. रागाच्या भरात काहीही विचार न करता त्यानं तात्सुयावर चार गोळ्या झाडल्या. योशीच्या दुर्दैवानं त्याच वेळी पोलिसांची गस्त घालणारी गाडी इदेगाया मार्गावरून चालली होती. उपाहारगृहात उडालेली खळबळ पाहून पोलीस तिकडे गेले. योशीनं तिथून पोबारा करण्यापूर्वीच त्याला पिस्तुलासह पोलिसांनी पकडलं. उपाहारगृहातील अंतर्गत कॅमेऱ्याची चित्रफित ताब्यात घेतली. यथावकाश आकिको व इतर साक्षीदारांचे जबाब नोंदवले. योशीविरुद्ध भरभक्कम पुरावा जमा केला. या प्रकरणातून योशी सहीसलामत सुटणार नाही, अशी नि:संदिग्ध जाणीव याकुझाचा कायदासल्लागार ॲड. यामाडानं योशीला दिली होती.

योशीवरील खटल्यातील साक्षीपुराव्यांचा तो सहावा दिवस होता. योशीला टोकियोच्या सुगामो तुरुंगात कडक सुरक्षेत ठेवले होते. रात्री दहाची वेळ होती. योशीच्या कोठडीचं कुलूप उघडून प्रमुख तुरुंगाधिकारी अराय आत आले व म्हणाले,

"योशी, तुला एका महत्त्वाच्या कामासाठी बाहेर जावं लागेल. काम झाल्यावर तुला परत इथं यावं लागेल. तेवढ्या कालावधीसाठी तुझ्या पायांतील बेड्या काढल्या जातील. तुझ्यावर लक्ष ठेवण्यासाठी चार बंदूकधारी कर्मचारी तुझ्यासोबत असतील. तू चलाखी दाखवून पळून जायचा प्रयत्न केलास, तर तुझ्यावर गोळ्या झाडायचे आदेश मी त्या चारही कर्मचाऱ्यांना दिले आहेत. तुला आता कपडे बदलावे लागतील."

हे ऐकताच योशी चक्रावून गेला. आपल्याला तुरुंगाबाहेर नेण्यामागे कोणता हेतू असावा, याचा त्याला अंदाज करता येईना. कदाचित आपली सुटका करण्याची इचिरोची काही योजना आहे की काय, अशी शंका त्याच्या मनात डोकावली. असं काही झाल्याशिवाय दुसरा मार्ग नाही, हे त्याला ठाऊक होतं. त्याच्या वकिलांनी त्याला स्पष्ट जाणीव करून दिली होती, की प्रश्न फक्त फाशी वाचवून जन्मठेप होते का पाहायचं, एवढाच आहे. सहीसलामत सुटायचं स्वप्न तू उराशी बाळगू नकोस, असं त्याला निक्षून सांगितले होते.

योशीनं कपडे बदलले. त्याला चार कर्मचारी एका काळ्या व्हॅनमध्ये घेऊन

गेले. व्हॅन सरकारी वाटत नव्हती. आत गेल्यावर योशीचे डोळे बांधण्यात आले. व्हॅन धावू लागली. जवळजवळ पाऊण तासाने ती थांबली. योशीच्या हाताला धरून त्याला एका घरात नेण्यात आलं आणि एका खुर्चीवर बसवण्यात आलं. सुरक्षा कर्मचाऱ्यांना, 'तुम्ही आता बाहेर जा' असा कोणीतरी आदेश दिला. खोलीचं दार बंद केल्याचा आवाज योशीनं ऐकला. एका गृहस्थानं योशीच्या डोळ्यांवरची पट्टी सोडली. खोलीमध्ये मंद प्रकाश होता. योशीच्या समोर एक भलंमोठं लाकडी चकचकीत टेबल होतं. त्याच्या पलीकडं उंची सूट परिधान केलेल्या भारदस्त व्यक्तिमत्त्वाच्या सात-आठ मध्यमवयीन व्यक्ती बसल्या होत्या. त्या सर्वांचं लक्ष योशीकडं होतं. योशीनं त्यांच्याकडं निरखून पाहिलं. त्यांच्यामध्ये न्यायाधीश इबुकी आणि सरकारी वकील होसोरा यांना पाहून योशी अधिकच बुचकळ्यात पडला.

"मी जनरल मोचीझुकी." त्यांच्यापैकी मध्यभागी बसलेले गृहस्थ म्हणाले. जपानच्या सैन्याचे सरसेनापती मोचीझुकी यांचे योशीने वर्तमानपत्रात बऱ्याच वेळा फोटो पाहिले होते. त्यांनी इतरांची नावं सांगायला सुरुवात केली.

"हे आहेत काझुकी हायाशी, परराष्ट्र मंत्रालयाचे सचिव. अन् हे शिंतारो गोतोदा - लोकसभेचे सदस्य आहेत, त्यांच्या पलीकडे आहेत तेरू फुजी - सुझुकी कंपनीचे प्रमुख संचालक. तू न्यायाधीश इबुकी व सरकारी वकील होसोरा यांना ओळखतोसच."

समोर बसलेले जपानमधील विविध क्षेत्रांतील प्रख्यात आणि प्रतिष्ठित उच्चपदस्थ व त्याच्या खटल्यातील न्यायाधीश आणि सरकारी वकील यांना पाहून आपण स्वप्नात तर नाही ना, अशी योशीला शंका आली. आपल्यासारख्या खुनाचा आरोप असलेल्या अट्टल गुन्हेगाराला या अतिमहत्त्वाच्या व्यक्तींना गुप्तपणे भेटायला आणायचा उद्देश काय असावा, याचा काही केल्या त्याला उलगडा होईना. आजवर केवळ दूरदर्शनवर व वर्तमानपत्रांतल्या फोटोमध्ये पाहिलेल्या व्यक्ती आपल्यासमोर बसल्या आहेत, यावर त्याचा अजून विश्वासच बसत नव्हता.

बसलेल्या धक्क्यातून योशी काहीसा सावरला आहे, हे पाहून जनरल मोचीझुकी त्याला उद्देशून म्हणाले,

"योशी, आज तुझ्याशी आम्ही ज्या विषयावर बोलणार आहोत, तो विषय आणि होणारी चर्चा यांची वाच्यता तू कोणाजवळही केलीस, तर त्याचा परिणाम काय होईल, याबद्दल आम्ही तुला इथे सांगायची गरज नाही. पण तू कल्पना करू शकतोस. येथील न्यायाधीश इबुकी-सान व सरकारी वकील होसोरा-सान सोडले तर आम्ही सारे या 'इन्काय' चे सदस्य एका मोठ्या समूहाचं प्रतिनिधित्व करत आहोत. या समूहाचे इतर सदस्य आमच्यापेक्षा कितीतरी पटीनं अधिक वजनदार व

प्रभावशाली आहेत हे लक्षात ठेव. या भेटीची वाच्यता कोठेही करणार नाही, असे आश्वासन तू आम्हाला देशील?

"हो.. अर्थातच," योशी चाचरत म्हणाला.

"ठीक. न्यायाधीश इबुकी-सान, तुमच्यासमोर सादर करण्यात आलेल्या साक्षीपुराव्यांनुसार योशीवर चालू असलेल्या खटल्याचा निकाल काय लागू शकतो?"

"पुरावा निःसंदिग्ध व भरभक्कम असल्यानं आरोप शाबीत होणार यात शंकाच नाही. त्याला फाशीशिवाय दुसरी कसलीही शिक्षा होण्याची मुळीच शक्यता नाही."

"ऐकलंस?" जनरल मोचीझुकींनी योशीला विचारलं.

"अं... हो..." योशी चाचरतच म्हणाला. अजून तो भानावर आला नव्हता.

"तुला या खटल्यातून पूर्णपणे निर्दोष सुटायचं आहे?" जनरलनी विचारलं.

"ते कसं शक्य आहे?" योशीनं धाडसानं जनरल मोचीझुकींना प्रतिप्रश्न केला.

"इबुकी-सान, सांगा त्याला..."

"तुझ्या खटल्यातील साक्षीपुराव्यात काही त्रुटी आहेत या सबबीखातर तुला संशयाचा फायदा मिळावा असा निर्वाळा देऊन मी तुझी निर्दोष मुक्तताही करू शकतो." न्यायाधीश इबुकी म्हणाले.

"पण सरकारपक्षातर्फे 'कोतो साईबान-शो' कडे अपील केलं गेलं तर?"योशीनं विचारलं. त्यावर जनरल मोचीझुकींनी सरकारी वकील होसोरा यांच्याकडं सूचक कटाक्ष टाकला. त्यावर ते तत्परतेनं म्हणाले,

'चिहो-साईबान-शो मध्ये तुमची निर्दोष मुक्तता झाली तर कोतो-साईबान-शोकडे सरकारपक्ष अपील करणार नाही, अशी मी ग्वाही देतो."

"पण माझी निर्दोष मुक्तता कशासाठी केली जाईल?" योशीनं हा प्रश्न केला खरा; पण आपण लहान तोंडी मोठा घास तर घेत नाही ना, अशी भीती त्याच्या मनात डोकावली.

"सांगतो." जनरल मोचीझुकी म्हणाले. न्यायाधीश इबुकी व सरकारी वकील होसोरा यांच्याकडं पाहत ते म्हणाले,

"इबुकी-सान व होसोरा-सान, आपण निघायला हरकत नाही. तुमच्या सहकार्याबद्दल धन्यवाद!"

हे ऐकल्यावर ते दोघे पटकन आपल्या जागेवरून उठले. 'इन्काय'च्या सदस्यांना त्यांनी कंबरेत लवून नम्रपणे अभिवादन केलं आणि मागच्या दारातून लगबगीनं बाहेर पडले. दार बंद झाल्यानंतर जनरल मोचीझुकी योशीकडं पाहत

म्हणाले,

"तुझ्या निर्दोष मुक्ततेसाठी तुला आमच्या दोन अटींचं काटेकोरपणे पालन करावं लागेल. पहिली अशी, की तू पूर्णपणे याकुझातून बाहेर पडायचं. कसल्याही काळ्या धंद्याशी किंवा गुन्हेगारी जगताशी तुझा प्रत्यक्ष अथवा अप्रत्यक्ष संबंध यापुढं राहता कामा नये. तुझ्या चरितार्थासाठी आम्ही 'गिंझा' मध्ये तुला एक उपाहारगृह उघडून देऊ. शिवाय तुला राहायला घर, दरमहा बऱ्यापैकी मानधनही दिलं जाईल. अर्थात... हे फक्त तुला आमची दुसरी अट मान्य असेल तरच!"

"ती कोणती?"योशीची उत्कंठा शिगेला पोचली होती.

"योशी, दुसरी अट अशी आहे, की आम्ही तुझ्यावर एक अतिमहत्त्वाची जबाबदारी सोपवू. ती तुला पुढील दहा-पंधरा वर्षे अतिशय दक्षतेने व काटेकोरपणे पार पाडावी लागेल. तुझी क्षमता, कौशल्य व अनुभव यांचा विचार करता ती तू सहजतेनं निभावू शकशील, याची आम्हाला खात्री आहे. त्यासाठी आमचा तुला सदैव भरभक्कम पाठिंबा असेल, साहाय्य असेल. ती जबाबदारी अशी आहे..."

जनरल मोचीझुकी सांगू लागले. योशी लक्षपूर्वक ऐकू लागला. हळूहळू त्याला साऱ्या प्रकरणाचा उलगडा झाला. अवाक् होऊन ऐकणाऱ्या योशीचे डोळे मधूनच विस्फारत होते. जनरल मोचीझुकी मात्र शांतपणे बोलत होते. 'इन्काय' चे इतर सदस्य योशीची प्रतिक्रिया अजमावत होते. जवळजवळ दीडतासाने जनरल मोचीझुकी थांबले. समोरच्या ग्लासमधील पाणी पिऊन झाल्यावर त्यांनी योशीला प्रश्न केला,

"आमची दुसरी अट तुला मान्य आहे?" योशीची फाशी अटळ होती. ती टाळायचा योशीपुढे फक्त एकच मार्ग होता. ती अट मान्य करायचा. 'इन्काय' त्याच्यावर सोपवू इच्छीत असलेली कामगिरी योशीच्या मते उदात्त होती. ती समर्थपणे पार पाडणं त्याच्या कुवतीबाहेर मुळीच नव्हतं. त्यानं ती स्वीकारली, तर त्याचा कित्येक प्रतिष्ठित आणि नामांकित व्यक्तींशी संबंध जडणार होता. तसं पाहिलं तर याकुझामध्ये राहण्यात खूपच अनिश्चितता होती. रोजचा पोलिसांचा ससेमिरा, अधूनमधून होणाऱ्या चकमकी, जिवाची अशाश्वतता या साऱ्यांपासून कायमची सुटका तर होणार होतीच; पण प्राणही वाचणार होता. इन्कायचा प्रस्ताव एक दुर्मीळ सुवर्णसंधी होती. अर्थात ती नाकारायचा महामूर्खपणा तो मुळीच करणार नव्हता.

"मला तुमच्या दोन्ही अटी मान्य आहेत. तुम्ही माझ्यावर सोपवू इच्छीत आहात ती जबाबदारी मी समर्थपणे पार पाडू शकेन, याची मी तुम्हाला ग्वाही देतो." योशीच्या उत्तरातील निःसंदिग्धता व आत्मविश्वास पाहून जनरल मोचीझुकींना

आनंद झाला. किंचित स्मितहास्य करत ते म्हणाले,

"तू आमचा अपेक्षाभंग करणार नाहीस, याची आम्हाला खात्री होतीच. ठीक आहे. आता तुझी व आमची भेट तुझी निर्दोष मुक्तता झाल्यानंतरच!" बैठक संपल्याचा तो संकेत होता. पण जनरल मोचीझुकींना योशीच्या चेहऱ्यावर किंचित प्रश्नार्थकतेची व दोलायमानतेची छटा दिसली. ते पाहून त्यांनी योशीला विचारलं,

"तुझ्या मनात काही शंका किंवा प्रश्न आहेत?"

त्यावर बोलावं की न बोलावं, या द्विधा मन:स्थितीतील योशी शेवटी धाडस करून म्हणाला,

"मला फक्त दोन प्रश्न आहेत. त्यांची उत्तरं द्यायची की नाही, हे आपल्या मर्जीवर आहे. आत्ता लगेचच खुलासा करायचा की नाही, हे आपणच ठरवावं. पण एक गोष्ट मात्र नक्की, की माझा निर्णय ठाम आहे."

"तू विचार. उत्तर द्यायचं की नाही हे आम्ही ठरवू!"

योशीनं खिशातील रुमालाने कपाळावरील घाम पुसला. त्याच्याजवळ ठेवलेल्या पाण्याच्या बाटलीतील दोन घोट पाणी पिऊन झाल्यावर तो म्हणाला,

"माझा पहिला प्रश्न असा आहे, की तुम्ही माझी निवड कशी व कोणत्या निकषांच्या आधारे केली? आणि दुसरा प्रश्न असा आहे, की तुम्ही सर्वांनी हे महान कार्य हाती घेण्यामागे कोणता उद्देश आहे?"

त्यावर जनरल मोचीझुकींनी आपल्या सहकाऱ्यांकडं सूचित नजरेनं पाहिलं. दोन-तीन मिनिटं त्यांच्यात हलक्या आवाजात चर्चा झाली. त्यानंतर जनरल मोचीझुकी योशीकडं पाहत म्हणाले,

"तसं पाहिलं तर तुझ्या दोन्ही प्रश्नांची उत्तरं एकमेकांशी संबंधित आहेत. तुला न्यायालयीन कोठडीत ठेवल्यावर तू न्यायाधीशांना एक अर्ज केला होतास. त्यात तू एक विनंती केली होतीस, की तू गेली पंचवीस वर्षं नित्यनियमानं यासुकुनी स्मारकास भेट देतोस व तेथील पवित्र आत्म्यांना आदरांजली वाहूनच तुझा दिनक्रम सुरू करतोस. दररोज शक्य झालं नाही, तरी आठवड्यातून एकदा तरी तुला तेथे प्रार्थनेसाठी नेऊन आणण्यात यावं. परंतु सुरक्षिततेच्या कारणास्तव न्यायाधीशांनी तुझी विनंती मान्य केली नाही. बरोबर?"

"हो, अगदी बरोबर."

"तुझ्या या प्रघातावरून आमची खात्री झाली, की आपल्या देशासाठी प्राणाहुती दिलेल्या सर्व सैनिकांविषयी तुझ्या मनात नितांत आदर आहे. बरे, पुढे खुलासा करण्यापूर्वी मला एक विचारायचं आहे, तू यासुकुनी स्मारकाचा भक्त कसा झालास?"

त्यावर थोडा विचार करून योशी म्हणाला,

"तुम्हाला ठाऊक आहेच, की मी याकुझाचा सदस्य आहे. माझे शिक्षण दहावीपर्यंत झाले आहे. एके काळी मी एक अभ्यासू विद्यार्थी होतो. ही १९६५ सालची गोष्ट आहे. मी त्या वेळी सोळा वर्षांचा होतो. माझे वडील सुमीतोमो ट्रॅक्टर कारखान्यात कामाला होते. माझ्या आई-वडिलांचे सतत खटके उडायचे. त्याला कंटाळून वडील व्यसनाधीन झाले. त्यांची भांडणं का व्हायची, हे मला नंतर कळलं. एका संध्याकाळी प्रमाणापेक्षा जास्त मद्यप्राशन करून घरी परत येत असताना एका ट्रकनं त्यांना ठोकरलं. त्यात त्यांचा मृत्यू झाला. आईचे एका गृहस्थाबरोबर काही वर्षे अनैतिक संबंध होते. वडिलांच्या मृत्यूनंतर ती बारा वर्षांच्या माझ्या धाकट्या बहिणीला घेऊन त्या गृहस्थाबरोबर राहायला गेली. आई-वडिलांच्या भांडणात मी नेहमी वडिलांची बाजू घ्यायचो, म्हणून तिचा माझ्यावर खूप राग होता. ती मला वाऱ्यावर सोडून गेली. भाड्याचे घर सोडल्यामुळे मी रस्त्यावर आलो. शिक्षणाचा बोऱ्या वाजला. दोन-तीन वर्षे मी मोलमजुरी केली. त्यावर भागेना. शेवटी लहानसहान चोऱ्या..."

योशीला थांबवत जनरल मोचीझुकी म्हणाले,

"योशी, तुझी पार्श्वभूमी आम्हाला ठाऊक आहे. तू फक्त यासुकुनीबद्दल सांग!"

त्याच्यापुढं इन्कायचा प्रस्ताव मांडण्यापूर्वी त्यांनी त्याच्याविषयी सखोल माहिती जमा केली असणे स्वाभाविकच होते. योशी पुढे सांगू लागला.

"मी शाळेत असताना इतिहास हा माझ्या आवडीचा विषय होता. जपानचा इतिहास वाचून मी खूप भारावून गेलो होतो. वयाच्या पंधराव्या वर्षी जपानच्या युद्धेतिहासाचे एक पुस्तक माझ्या वाचनात आले. देशासाठी जिवावर उदार होऊन लढलेल्या आणि धारातीर्थी पडलेल्या आपल्या सैनिकांच्या त्यागाचे बारकावे वाचून मी थक्क झालो. त्या वर्षीच मी यासुकुनी स्मारकास नित्यनियमाने जायला सुरुवात केली. पुढे याकुझामध्ये दाखल झाल्यानंतरही तो प्रघात चालू ठेवला. प्रत्येक दिवसाच्या सुरुवातीस जपानी हुतात्म्यांना अभिवादन केल्याशिवाय मला चैन पडत नाही!"

"केवळ तुझ्या त्या प्रघातामुळेच तू तुझा जीव वाचवू शकलास. बरे, तुझ्या दुसऱ्या प्रश्नाचा आता खुलासा करतो. आमच्या शिंजीके-तो या मोठ्या समूहाचे सारे सदस्य जपानच्या राजकीय, सामाजिक, आर्थिक आणि व्यावसायिक क्षेत्रामध्ये आज महत्त्वपूर्ण जबाबदाऱ्या पार पाडत आहेत. आम्हा सर्वांचा समाजात किती दबदबा आहे, याचा मी अधिक खुलासा करायची गरज नाही. आम्ही सारे वेगवेगळ्या क्षेत्रांत प्रावीण्य, नाव नि यश मिळवलं असलं, तरी आम्हा सर्वांमध्ये एक समान

धागा आहे. आम्हा सर्वांचे वडील किंवा जवळचे नातेवाईक १९३७-३८ साली जपाननं नानकिंगला जे सैन्य पाठवलं, त्यात अधिकारी होते. तिथं लढताना जे काही घडलं त्याच्या खोलात कोणी जाऊ नये, तो इतिहास उकरून त्यास अवास्तव प्रसिद्धी देऊ नये व देशासाठी लढलेल्यांची बदनामी करू नये, अशी आम्हा सर्वांची भूमिका आहे. त्यांच्या हातून काही अतिरेक झाल्याच्या अफवा काही इतिहासतज्ज्ञ उठवतात. आपल्या शूर सैनिकांच्या हातून काही थोड्याफार चुका झाल्या असतील; पण त्यांच्या त्यागापुढे त्या क्षुल्लक आहेत, क्षम्य आहेत. आमच्या शिंजीके-तोचा निर्धार आहे, की त्यांच्या पश्चात त्यांची कोणी बदनामी करू नये आणि तसं करायचा कोणी प्रयत्न केला तर...'' जनरल मोचीझुकी काही क्षण स्तब्ध झाले व थोडा विचार करून पुढं म्हणाले, ''तर काय करायचं, हे आता तुला ठाऊक आहेच!''

तीन आठवड्यांनंतर योशीच्या खटल्याचा निकाल लागला. उपाहारगृहाच्या चित्रफितीतील व्यक्ती योशीच आहे किंवा नाही, याचा न्यायवैद्यकतज्ज्ञ निर्वाळा देऊ शकले नाहीत. इतर दोन साक्षीदारांनी भरपूर 'साके' घेतली होती. पिस्तुलाच्या पंचनाम्यासाठी बोलावलेले पंच फितुर झाले. या सर्व कारणांस्तव योशीवरील खुनाचा आरोप सिद्ध होत नाही, या निष्कर्षाप्रत पोचून न्यायमूर्ती इबुकी यांनी योशीची निर्दोष मुक्तता केली.

त्यानंतर जनरल मोचीझुकींनी योशीबरोबर संपर्क साधला. त्याला बैठकीसाठी पुन्हा बोलावलं. या वेळेस मात्र फक्त योशी आणि जनरल मोचीझुकी यांची बैठक होणार होती.

''योशी, आता तुझ्या जबाबदारीच्या संदर्भात मला काही खुलासा करायचा आहे. आमच्या शिंजीके-तोची इन्काय ही समन्वयसमिती आहे. आमच्या इतरही काही समित्या आहेत; पण तू त्यांच्या संपर्कात येणार नाहीस व तसं करायचा तू प्रयत्नही करायचा नाहीस. इन्कायच्या वतीनं मी वेळोवेळी तुझ्या संपर्कात राहीन. गरज पडेल तेव्हा इन्कायच्या बैठका होतील. त्यांचं आयोजन तुला करावं लागेल. त्या कुठे व कशा करायच्या, हे मी तुला नंतर सांगेनच. तू आता इन्कायचा कार्यकारी निर्मूलन अधिकारी झाला आहेस. अर्थात शिंजीके-तो आणि इन्कायचे सर्व व्यवहार गुप्त असल्याने तू कोणासाठी काम करतोस किंवा तुझे पद काय आहे, याची तू कुठे वाच्यता करता कामा नये.''

''मला कबूल आहे, मोचीझुकी-सान. माझं हे पद नव्यानेच निर्माण केलं आहे का?'' योशीनं विचारलं.

''मुळीच नाही. तुझा पूर्वाधिकारी अलीकडेच निवृत्त झाला. पण तो कोण

होता, हे तुला समजणार नाही. बरं, आमचे जगभर संपर्काधिकारी आहेत. तुला परदेशात कामगिरी पार पाडण्यासाठी माझ्यामार्फत त्यांची मदत घेता येईल. शिवाय...''

जनरल मोचीझुकींनी योशीला त्याच्या जबाबदाऱ्यांविषयी बरीच माहिती दिली. यथावकाश योशीनं आपल्या कामाला सुरुवात केली. इन्काय वेळोवेळी त्याच्यावर कामगिऱ्या सोपवू लागली. त्या त्यानं समर्थपणे पार पाडल्या. अल्पावधीतच त्यानं आपली कार्यक्षमता सिद्ध केली आणि इन्कायच्या सभासदांचा विश्वास संपादन केला. जुलै १९९५ मध्ये जनरल मोचीझुकी इन्कायमधून निवृत्त झाले. इन्कायचे नवे प्रमुख झाले आकिरा निशिमुरा. ते जपानची सुप्रसिद्ध वृत्तसंस्था निप्पॉन न्यूज कॉर्पोरेशनचे मुख्य कार्यकारी संचालक होते. वेळोवेळी ते योशीशी संपर्क साधत अन् गरज पडेल तेव्हा इन्कायच्या बैठकी आयोजित करण्यासाठी त्याची मदत घेत.

इन्कायच्या बैठकी योशीच्या उपाहारगृहातल्या एका खोलीत होत. 'गिंझा' हा उपाहारगृहे, महागडी दुकाने यांसाठी प्रसिद्ध असलेला टोकियोचा गजबजलेला भाग. तेथील हारूमी-दोरी व गोमोन-दोरी या रस्त्यांवर महागडी दुकानं, तर मधल्या भागात छोट्याछोट्या रस्त्यांचं जाळं पसरलं होतं. त्या रस्त्यांवर कित्येक छोटी उपाहारगृहे होती. झगमगीत दिव्यांची रोषणाई, निऑनच्या जाहिरातींचे फलक, सदैव चैतन्य असलेल्या या भागातील उपाहारगृहांसमोर त्यांची खासियत असलेल्या पदार्थांच्या चित्रांचे व नावांचे फलक यांची दाटीवाटी झालेली असायची. त्या पदार्थांचा खमंग व भूक चाळवणारा वास आसमंतात दरवळलेला असायचा. भूक नसली तरी तिथून जाताना 'दाशी' किंवा 'टेंपुरा' यांचा वास आल्यावर एखाद्याला काहीतरी खायचा मोह व्हावा. उपाहारगृह एखाद्या छोट्या खोलीएवढंच. त्यात दाटीवाटीनं उभं राहून किंवा उंच लाकडी स्टूलवर बसून खायची प्रथा. खाताखाताच साके किंवा बीयरचं प्राशनही चालायचं.

गिंझाच्या सोतोबोरीदोरी या प्रमुख रस्त्यावरून उजवीकडील तीन क्रमांकाच्या गल्लीत वळल्यावर योशीचं 'तायकुकू' उपाहारगृह होतं. त्याच्या मागील गल्लीतून फक्त सामानाची ने-आण करणाऱ्या व्हॅन्स जायच्या. त्या गल्लीकडच्या बाजूस उपाहारगृहातल्या खोलीत जायला एक छोटा जिना होता. रात्री अकरा वाजता उपाहारगृह बंद झाल्यावर योशीचे तीन कर्मचारी घरी निघून जात. इन्कायची बैठक नेहमी रात्री साडे-अकरा वाजता व्हायची. तिचे सहा सदस्य मागील अंधाऱ्या गल्लीत गुपचूपपणे जमत व तितक्याच गुपचूपपणे निघून जात. त्यांच्या महागड्या गाड्या दूरवर उभ्या केल्या असत. गिंझामध्ये मध्यरात्र उलटून गेली, तरी वर्दळ असायची. त्या भागात वावरणाऱ्या हजारो लोकांपैकी एकालाही तिथं अतिमहत्त्वाच्या

सहा व्यक्ती जमल्या आहेत, याचा सुगावा लागण्याची सुतराम शक्यता नव्हती. एरवी योशी बैठकीची खोली स्वत: विश्रांतीसाठी वापरे. तिला उपाहारगृहातूनही एक जिना होता. त्या खोलीत फक्त एक फूट उंची असलेली जपानी पद्धतीची लाकडी टेबल्स होती. बसायला चटया अंथरलेल्या होत्या. खोलीच्या दाराजवळ बूट काढून ठेवायचे रॅक होते. टेबलाभोवती मांडी घालून बसायची प्रथा होती. बैठक शक्यतो अर्ध्या-पाऊण तासात संपायची. ती संपल्यावर सर्वजण 'शिरायुकी साके' या उत्कृष्ट जपानी मद्याचा एकेक छोटा प्याला रिचवत अन् निघून जात.

टोकियो - सप्टेंबर १९९९

योशीची उपनगरी रेल्वे 'गिंझा'कडे निघाली होती. आजच्या बैठकीत कोणत्या गंभीर गोष्टीवर चर्चा होणार, याची योशीला उत्कंठा लागून रहिली होती. अशी शेवटची बैठक आठ महिन्यांपूर्वी झाली होती. एका ऑस्ट्रेलियन शोधक पत्रकाराने नानकिंग येथील जपानी अत्याचारांचा इतिहास उकरून काढायचा ध्यास घेतला होता. नानकिंगहून तो संशोधनासाठी टोकियोत पोचला होता. त्याच्या तिथल्या वास्तव्याच्या चौथ्या दिवशी टोकियो प्रिन्स हॉटेलमधून तो गायब झाला असल्याची वर्दी हॉटेलच्या मॅनेजरनं शिबा-कोयेन पोलीसठाण्यात नोंदवली. त्यानंतर दोन दिवसांनी त्याच्या हॉटेलपासून दीड किलोमीटर अंतरावरच्या टोकियो खाडीत त्याचा मृतदेह तरंगताना आढळला. पोलिसांना त्याचा मृत्यू अपघाती की घातपाती आहे, हे शोधण्यात यश आले नाही. योशीने इन्कायसाठी पार पाडलेली ती शेवटची कामगिरी.

इन्कायचे सर्व सदस्य जमले होते. आकिरा निशिमुरा मात्र आल्यापासून गंभीर होते.

"मंडळी, फारसा वेळ वाया न घालवता मी मुख्य मुद्द्यालाच हात घालतो. आज पहाटे तीन वाजता मला अमेरिकेहून एक फोन आला. तो आपल्यासाठी काम करणाऱ्या एका व्यक्तीचा होता."

◆ ◆ ◆

२. नानकिंग, डिसेंबर १९३७

नानकिंग या चीनच्या तत्कालीन राजधानीच्या पूर्वेस जवळजवळ दोनशे किलोमीटर अंतरावरील सुचौ या शहराबाहेर जपानी सैन्याने तळ ठोकला होता. तिथून जवळच असलेलं मोठं शहर शांघाय व सुचौ जपानी सैन्यानं काबीज केलं होतं. आता त्यांचं लक्ष्य होतं अर्थात राजधानी नानकिंग! बलाढ्य चीनची राजधानी काबीज करून आपल्या ताब्यात घेणं जपानच्या दृष्टीनं महत्त्वाचं होतं. राजधानी सर केली, की चिनी सैन्य आणि जनतेचं मनोधैर्य ढळणार होतं. नानकिंगवर चढाई करण्यासाठी सम्राट हिरोहितो यांनी आपले चुलते जनरल असाका यासुहिको यांची तिकडं रवानगी केली होती. आठ डिसेंबरला पहाटे जनरल यासुहिको सुचौजवळील तळावर दाखल झाले. त्या सकाळीच त्यांनी आपल्या हाताखालील अधिकाऱ्यांची परिस्थितीचं अवलोकन करण्यासाठी आणि पुढील चाल ठरवण्यासाठी बैठक बोलावली.

''आपल्या सैन्याच्या तुकड्या नानकिंगपासून किती अंतरावर आहेत?''

''सर, आपले सैन्य नानकिंगपासून दहा मैलांवर आहे. आता शेवटची चढाई करायच्या आदेशाची ते वाट पाहत आहेत.'' कर्नल ओवाडा म्हणाले.

''आपले सारे पन्नास हजार सैनिक आक्रमण करायला तयार आहेत?''

''होय सर, सर्व तयारीनिशी ते सज्ज आहेत.''

''नानकिंगमध्ये किती चिनी सैनिक आहेत, याचा तुम्ही

अंदाज केला आहे?''

''सर, आपल्या खबऱ्यानं आणलेल्या बातमीनुसार तिथं अंदाजे नव्वद हजार सशस्त्र सैनिक आहेत. शिवाय शहराची लोकसंख्या जवळजवळ पाच लाख आहे.''

''ठीक आहे.'' भिंतीवर लावलेल्या नानकिंगच्या नकाशाकडे निर्देश करत जनरल यासुहिको म्हणाले, ''हे पाहा, शहराच्या वायव्येला आणि उत्तरेला यांगझी नदी आणि ईशान्येला झिजीन पर्वत आहे. या दोन्ही गोष्टींचा आपण फायदा उठवला पाहिजे. आपण आग्नेयेकडून अर्धगोलाकार चढाई करायची. पर्वत आणि नदीमुळे शत्रूची कोंडी होईल. त्यांचे पलायन करायचे सर्व मार्ग बंद करायचे आणि मगच हल्ला करायचा.''

''सर, शत्रूचे सैनिक आपल्या सैन्याच्या जवळजवळ दुप्पट आहेत.'' कर्नल ओवाडा म्हणाले. त्यांना थांबवत जनरल यासुहिको म्हणाले,

''कर्नल, आपल्या सैनिकांची क्षमता शत्रूच्या सैनिकांच्या क्षमतेपेक्षा कितीतरी पटीनं जास्त आहे. आपल्या गुप्तहेरांचा एक अहवाल मला मिळाला आहे. शत्रूच्या सैनिकांमध्ये एकवाक्यता नाही. इथे चियांग काय-शेकच्या नेतृत्वाखालील राष्ट्रवादी कुओमिनतांग सरकार आणि साम्यवादी चळवळीचे योद्धे यांच्यात चकमकी सुरू आहेत. असं असूनही त्या दोघांनी आपल्याविरुद्ध संयुक्त आघाडी उघडली आहे. पण त्यांच्यात समन्वय व सुसूत्रता नाही. त्यामुळे ती आघाडी कुचकामी आहे. शत्रूच्या फौजांमध्ये चीनच्या विविध प्रांतांतून आलेले सैनिक आहेत. त्यांना एकमेकांची भाषा समजत नाही. त्यांना पुरेसं प्रशिक्षण मिळालेलं नाही. त्यांच्याकडं आधुनिक हत्यारं, दारूगोळा नाही. या साऱ्याचा आपल्याला फायदा उठवता आला पाहिजे.''

जनरल यासुहिकोंचा युद्धनीतीचा गाढा अभ्यास होता. शत्रूचा कमकुवतपणा, त्याच्या संरक्षणक्षमतेतील त्रुटी त्यांनी अचूक हेरल्या होत्या.

''मला असंही समजलं आहे, की अध्यक्ष चियांग काय-शेकने राजधानी नानकिंगहून चाँगचिंगला स्थलांतरित करायची तयारी सुरू केली आहे. तो स्वत: आणि वरिष्ठ सरकारी अधिकारी नानकिंग सोडून जाणार आहेत. त्यानं नानकिंगच्या संरक्षणाची जबाबदारी त्याचा सहकारी जनरल तांग-शेंगचीवर सोपवली आहे. तांग-शेंगची सध्या आजारी आहे. शिवाय त्याचे अन् चियांग काय-शेकचे पूर्वी खूप मतभेद झालेले आहेत. तांगमध्ये नानकिंगमधील फौजांचे नेतृत्व करायची क्षमता नाही. मी आजच त्याला शरण यायचा संदेश पाठवणार आहे. तो शरण आला तर ठीकच, नाहीतर नानकिंग सर करणं आपल्याला सहज जमेल. लक्षात ठेवा, चीनची राजधानी काबीज करणं हा जपानच्या प्रतिष्ठेचा आणि इभ्रतीचा प्रश्न आहे. आपलं

साम्राज्य बळकट करायला आणि शत्रूला नामोहरम करायला त्याच्याशिवाय दुसरा पर्याय नाही. आता आपल्या सर्वांचं व आपल्या सैनिकांचं एकमेव ध्येय असेल- नानकिंगचा कब्जा!''

इकडे नानकिंगमध्ये गोंधळाचं वातावरण होतं. सरकारी अधिकारी राजधानीच्या स्थलांतरात गुंतले होते. कोणत्याही क्षणी जपानी सैन्य नानकिंगवर चढाई करणार, हे स्पष्ट होतं. गेले तीन-चार महिने जपानी हवाई दलाची विमानं अधूनमधून नानकिंगवर बॉम्बहल्ला करत. जनरल तांग सैन्याचे नीतिधैर्य बळकट करायचा खडतर प्रयास करत होते. नानकिंगची जनता युद्धाच्या सावटामुळे हवालदिल झाली होती. चिनी साहित्य, कला व संस्कृतीचे माहेरघर असलेल्या अन् भव्य शाही राजवाडे, प्राचीन वस्तूंची संग्रहालये, स्मारके, मंदिरे असलेल्या या सुरेख शहरावर पुढे कधीतरी हा प्रसंग ओढवेल, असं कोणाच्या स्वप्नातही आलं नसतं. शहरावर निसर्गाचाही वरदहस्त होता. शहराच्या एका बाजूला प्रशस्त पात्र असलेल्या यांगझी नदीने वळसा घातलेला, तर दुसऱ्या बाजूला झिजिन म्हणजे जांभळा पर्वत उभा ठाकलेला. शहरातील मो-चाऊ आणि हस्वुआन-वू या दोन भव्य तलावांत कमळं, हंस, बदकं यांची रेलचेल झालेली. नदी-पर्वत यांपासून संरक्षण कमी पडल्यास शत्रूला थोपवून धरण्यासाठी चौदाव्या शतकात सम्राट झू-यूआनझांग यानं शहराभोवती पन्नास फूट उंच व तीस फूट रुंद भिंत बांधली होती. जणूकाही पुढेमागं या सुंदर आणि रेखीव शहराला शत्रूच्या चढाईला, त्याच्या अत्याचारांना तोंड द्यावं लागेल, अशी त्याला पूर्वकल्पनाच होती!

जनरल यासुहिको यांनी केलेल्या शरण यायच्या आवाहनास जनरल तांग यांचं १० डिसेंबरपर्यंत काहीच उत्तर आले नाही, हे पाहता त्यांनी नानकिंगवर चढाईचे आदेश दिले. आपली सर्व शक्ती व कौशल्य पणाला लावून जपानी सैन्यानं नानकिंगवर निकराचा हल्ला चढवला. बारा डिसेंबरच्या रात्री जनरल तांगनी नानकिंगहून पलायन केल्याची बातमी हाती आल्यानंतर जपानी सैन्याला अधिकच चेव फुटला. चिनी सैनिकांमध्ये गोंधळ माजला. काही नागरिक भयभीत होऊन नानकिंगहून पलायन करायच्या विचारात होते. तेरा डिसेंबरच्या दुपारी यांगझीचा वायव्य किनारा अशा पन्नास हजार स्त्रिया, पुरुष व मुले यांनी गजबजून गेला. नदी तर पार करता येत नाही आणि समोरून जपानी सैन्याच्या तुकड्या त्यांच्याकडे येत आहेत, हे पाहून ते सारे प्रचंड घाबरले होते.

''सर, ते पाहा. हे सारे लोक पळून जायच्या विचारात दिसतात. त्यांच्यात चिनी सैनिकदेखील असावेत.'' एक जपानी कॅप्टन कर्नल ओवाडांना म्हणाला.

''कॅप्टन, धोका कशाला पत्करतोस? संपवून टाक त्यांना. अगदी काठावर

जमलेत. जातील वाहून आपोआप!'' कर्नल ओवाडा कसलाही विचार न करता म्हणाला. त्या कॅप्टनने त्यांच्यावर गोळीबाराचे आदेश दिले. ते पाहून काही चिनी नागरिकांनी यांगझीमध्ये उड्या मारल्या, तर काही जखमी किंवा मृत होऊन नदीत पडले. केवळ दहा मिनिटांत पन्नास हजार निरपराध नागरिक प्राणास मुकले. यांगझीचे गडद निळे पात्र लालभडक दिसू लागले.

चौदा तारखेला नानकिंगमधील जवळजवळ सर्व चिनी सैनिकांची खात्री पटली, की आता शत्रूशी लढण्यात काही अर्थ नाही. त्यांच्यापुढे केवळ दोनच मार्ग होते. एकतर नानकिंगमधून पलायन करायचा किंवा दुसरा हार पत्करून शरण जायचा. नेमकं काय करायचं, हे सांगायला कोणीच नव्हतं. नेतृत्व गमावलेल्या त्या सैनिकांमध्ये एकवाक्यता नव्हती. नानकिंगमधील जपानी तुकड्यांचं नेतृत्व करणाऱ्या ले. जनरल इवाने यांना कर्नल ओवाडा यांचा बिनतारी संदेश आला. वीस हजार चिनी सैनिक शियाकुआन भागाकडे पळून चालले आहेत. त्यांची आम्ही कोंडी केली आहे. त्यांना पकडून युद्धबंदी करत आहोत. त्यावर लागलीच कर्नल ओवाडाला ले. जनरल इवानेनी कळवले, 'त्यांना बंदी करून आपले प्रश्न वाढवू नयेत. त्यांना संपवून टाकावे.'

त्या दिवशी शियाकुआन भागात त्या साऱ्या वीस हजार सैनिकांची कत्तल केली गेली. सोळा डिसेंबरच्या संध्याकाळी ले. जनरल इवानेना आणखी एक संदेश आला. जवळजवळ साठ हजार चिनी सैनिक शरण आले आहेत. त्यांच्या वतीने एका अधिकाऱ्याने दयेची याचना केली आहे. ले. जनरल इवानेनी त्यांच्याविषयी कर्नल ओवाडांना तपशीलवार आदेश दिले. एका दुभाषाच्या मदतीने कर्नल ओवाडांनी चिनी अधिकाऱ्यास सांगितले,

''आता नानकिंग ताब्यात आल्यामुळे आम्ही आक्रमक पवित्रा सोडून देत आहोत. आम्ही तुम्हा सर्वांना आश्रय द्यायचे ठरवले आहे. अजूनही नानकिंगमध्ये तुरळक चकमकी चालू आहेत. इथे तुमच्या जिवाला धोका आहे. यांगझीपलीकडे आम्ही युद्धकैद्यांसाठी छावणी उभी करायचे ठरवले आहे. आज संध्याकाळी तुम्हा सर्वांना यांगझीकडे नेले जाईल. तेथून बोटींनी तुम्हाला नदीपार केले जाईल.''

हे समजल्यावर चिनी सैनिकांमध्ये आनंदाची लाट उसळली. गेले कित्येक दिवस झालेल्या उपासमारीमुळे अंगात त्राण नसतानाही रखडत रखडत ते यांगझीच्या किनाऱ्याकडे जाऊ लागले. संध्याकाळी सहाच्या सुमारास जवळजवळ सर्व चिनी सैनिक तेथे पोचल्याची खात्री झाल्यावर जपानी सैनिकांनी आपल्याला मिळालेल्या आदेशानुसार त्यांच्यावर गोळ्यांचा वर्षाव सुरू केला. आता आपल्या हालअपेष्टा संपुष्टात येणार या विचाराने उल्हसित झालेल्या व नदीच्या पलीकडील तीरावर नजर

खिळलेल्या शरणार्थी सैनिकांची अर्ध्या तासात कत्तल करण्यात आली. कित्येकांचे मृतदेह यांगझीत फेकून दिले गेले, तर राह्यलेल्यांवर पेट्रोल टाकून जाळण्यात आले. जपानी सैन्याबरोबरील चकमकीत आधीच दहा हजार चिनी सैनिक ठार झालेले. उरलेल्यांची शियाकुआन भागात व यांगझीच्या काठावर कत्तल करण्यात आली. आता नानकिंगमध्ये एकही चिनी सैनिक उरला नव्हता. नानकिंगची नागरी जनता हतबल झाली. अजिबात प्रतिकार होत नसला, तरी जपानी सैनिकांनी घरोघरी जाऊन चिनी सैनिक लपले आहेत का, याची खात्री करून घ्यायला सुरुवात केली.

"कर्नल, हे पंधरा हजार लोक घरात सापडले."

"ते सैनिक आहेत? लपून बसले होते?"

"ते म्हणतात की आम्ही येथील रहिवासी आहोत, सैनिक नाही. पण खोटं बोलत नसतील कशावरून?"

"असं! बरं, धोका कशाला पत्करायचा? हे पाहा, त्यांना चुंगशानकडे न्यायची व्यवस्था कर. तिथे आपल्या रणगाड्यांच्या मार्गावर बरेच खड्डे आहेत असं मला कळलंय. या साऱ्यांना तेथे नेऊन संपव व त्यांचे मृतदेह त्या खड्ड्यांमध्ये भरून रणगाड्यांचा मार्ग सुकर कर. आपली सोयही होईल आणि त्यांच्यापासूनचा धोकाही टळेल!"

कर्नल ओवाडाचे आदेश मिळाल्यानंतर लगेचच त्या पंधरा हजार निरपराध नागरिकांची चुंगशानमध्ये कत्तल करून त्यांचे मृतदेह तेथील खड्ड्यांमध्ये भरले गेले.

घराघरांत घुसून शोध घेणाऱ्या जपानी सैनिकांवर लपलेल्या चिनी सैनिकांना शोधण्याशिवाय आणखी एक कामगिरी सोपवली होती. देखण्या तरुणींना पकडून त्यांची रवानगी सैनिकी तळांकडे करायची! नानकिंगच्या वेगवेगळ्या भागांतून आक्रोश करणाऱ्या तरुणींचे ट्रक जपानी सैनिकी तळांकडे जाऊ लागले. त्यांना पाहताच तेथील अधिकारी व सैनिकांमध्ये क्षोभाची लाट उसळू लागली. वासनेने पछाडलेले व चीनचा द्वेष करणारे उद्दीप्त जपानी सैनिक त्यांच्यावर तुटून पडू लागले. वरिष्ठांनी हिरवा कंदील दाखवल्यामुळे राजरोसपणे सैनिकी तळांवर एकेक मुलीवर रात्रीतून वीस-पंचवीस सैनिक बलात्कार करू लागले. महिलांवरील अत्याचारांना उधाण आले. हे केवळ सैनिकी तळांपुरतेच मर्यादित राहिले नाही. शहरात गस्त घालणाऱ्या जपानी सैनिकांच्या नजरेस एखादी तरुणी किंवा कितीही वयस्कर महिला पडली तर ती बलात्काराचा बळी ठरलीच. शहरात सामूहिक बलात्कार करून विकृतपणे विवस्त्र महिलांच्या शरीरांची संगिनी खुपसून चाळणी करून टाकलेले मृतदेह ठिकठिकाणी दिसू लागले. वरिष्ठांनी सर्व सैनिकांना सांगून ठेवले

होते, की त्यांनी मुक्तपणे लैंगिक सुख उपभोगावं; पण त्यानंतर लगेचच ज्यांचा उपभोग घेतला आहे त्यांना ठार मारावं. आपल्यावरील अत्याचारांच्या कथा त्यांनी कोणाला सांगू नयेत, यासाठी ही खबरदारी घ्यायला त्यांनी सांगितले. ज्या मुलींना सैनिकी तळांवर डांबून ठेवले होते, त्यांना जसजशा नवीन मुली मिळतील तसतशा ठार मारले जायचे. बलात्कारित मुलींना ठार मारण्याचे वरिष्ठांचे आदेश असले, तरी काही सैनिक त्यांना आवडलेल्या मुलींना ठार मारत नसत. पुन:पुन्हा त्यांचा उपभोग घ्यायला मिळावा, हा त्यामागचा हेतू असे.

लैंगिक अत्याचार करणाऱ्या, वासनेनं पछाडलेल्या सैनिकांना त्यासाठी काळ-वेळेचे भान नव्हते. भर दुपारी रस्त्याच्या मधोमध कित्येक लोकांच्या देखत बलात्कार करण्यात काहींना आसुरी आनंद मिळे. त्यांच्या वासनेला लहान मुली आणि वयोवृद्ध स्त्रियादेखील बळी पडल्या. काही विकृत सैनिकांनी बाळंतपण काही दिवसांवर येऊन ठेपले आहे, अशा महिलांवर आळीपाळीने बलात्कार करून पोटातील वाढत्या जीवास जन्माआधीच ठार मारले. अशा काही महिलांवर बलात्कार करून झाल्यावर गंमत म्हणून त्यांचे पोट फाडून गर्भास बाहेर काढल्याचेही कित्येक प्रकार झाले. लहान मुलींवर इतके पाशवी अत्याचार केले जायचे, की त्यांना कित्येक आठवडे धड उभे राहता किंवा चालता यायचे नाही.

सव्वीस डिसेंबरच्या रात्री कुआंगुआ भागातील सैनिकी तळावर जल्लोष चालला होता. त्या तळाचा प्रमुख एक मेजर, चार कॅप्टन, सहा लेफ्टनंट व चाळीस जवान जेवण झाल्यावर एका भल्यामोठ्या शेकोटीभोवती जमले होते. मनसोक्त 'साके' प्राशन करून झाल्यावर त्यांनी दहा चिनी तरुणींना नग्न करून त्यांना नृत्य करायला भाग पाडले होते. त्यांनी पकडून आणलेल्या चिनी वाद्ये वाजवणाऱ्यांना चिनी संगीताची पार्श्वभूमी द्यायला लावले होते. हा विकृत आनंदोत्सव चालू असताना लेफ्ट. कोसाय मेजर निकाडास म्हणाला,

"सर, आज दुपारी एक शर्यत झाली."

"कसली रे, कोसाय?" निकाडाने विचारले.

"सर, आज आम्हाला आठशे चिन्यांना संपवायचे होते. आम्ही त्यांचा शिरच्छेद करायचे ठरवले. पण तसं करताना आम्ही कमीत कमी वेळेत जास्तीत जास्त शिरच्छेद कोण करतो, याची शर्यत लावली."

"असं? कोण जिंकला ती शर्यत?"

"जवान तोशियाकी."

"कोठे आहे तो? बोलाव त्याला!" निकाडा म्हणाला. जवान तोशियाकी पुढे आल्यावर मेजर निकाडाने त्याला आपला साकेचा प्याला देऊ केला व सर्वांच्यासमोर

तो प्यायला लावला. जवान तोशियाकीला अशा प्रकारे शाबासकी देऊन सर्वांसमक्ष त्याच्या 'कर्तबगारीची' वाहवा करण्यात आली!

जपानी सैनिकांनी केवळ नानकिंगच्या निरपराध रहिवाशांची संशयावरून कत्तल आणि महिलांवरचा पाशवी अत्याचार एवढ्यावरच न थांबता सांस्कृतिक खजिना नामशेष करायचा चंग बांधला होता. हजारो वर्षांपासून जतन करून ठेवण्यात आलेल्या प्राचीन संस्कृतीचे खजिने निर्दयपणे नष्ट केले गेले, वस्तुसंग्रहालये रिकामी केली, चिनी वास्तुशिल्पकलेतील सुरेख इमारतींना आगी लावण्यात आल्या. जवळजवळ निम्मं शहर बेचिराख केलं.

शहरात जपानी सैन्याच्या नवीन तुकड्या आणि त्यांचे अधिकारी आपल्या तोफा आणि वाहनांच्या ताफ्यासह दक्षिणेकडील वुतिंग फाटकातून शिरत. तिथे त्यांचं स्वागत करण्यासाठी जपानी अधिकारी जमलेले असत. ज्या ज्या वेळी नवीन तुकड्यांचं आगमन होणार असे, त्या त्या वेळी वुतिंग फाटकाजवळ एक मोठी कमान उभी केली जाई. त्या कमानीस एक लांबलचक माळ बांधलेली असे. शिरच्छेद केलेल्या चिनी लोकांच्या डोक्यांची!

चिनी सैन्याविषयी, त्यांच्या युद्धसामग्रीच्या तळांविषयी माहिती काढण्यासाठी पकडलेल्या चिनी सैनिकांना ठार मारण्यापूर्वी त्यांचा अमानुष छळ करण्याचे विविध प्रकार राजरोसपणे चालू होते. जमिनीमध्ये अर्धवट पुरून शिरच्छेद करणे, त्यांना घोड्यांच्या टापांखाली किंवा रणगाड्यांखाली चिरडणे अशा प्रकारांना धरबंद राहिला नाही. जिवंत सैनिकांना लाकडी फळ्यांवर झोपवून त्यांच्या शरीरात खिळे ठोकणे, त्यांना झाडे किंवा विजेच्या खांबांना लटकवून त्यांच्या शरीरात संगिनी खुपसायचा सराव करणे, धारदार सुऱ्यांनी त्यांचे डोळे बाहेर काढणे, ठार मारण्यापूर्वी त्यांचे कान-नाक छाटणे असे अघोरी प्रकार सर्रासपणे होऊ लागले.

जाळून ठार मारणे हे जपानी सैनिकांचे करमणुकीचे साधन झाले होते. एखाद्या लाकडी इमारतीवर चाळीस-पन्नास जणांना चढवायचे, इमारतीचे जिने मोडून काढायचे व इमारतीला आग लावून त्यांचे हाल पाहण्यात त्यांना आनंद वाटायचा. सार्वजनिक ठिकाणी शंभर-दीडशे जणांवर पेट्रोलचे फवारे मारायचे व नंतर त्यांच्यावर गोळीबार करायचा व त्यात त्यांच्या कपड्यांनी पेट घेतल्यावर त्यांची जिवाच्या आकांताने चाललेली सैरावैरा धावपळ न्याहाळणे त्या सैनिकांना सुखावत असे. याच्या उलट, दुसरा छळणुकीचा प्रकार म्हणजे थंडीने पृष्ठभागावर बर्फ जमा झालेल्या, गोठलेल्या डबक्यांमध्ये लोकांना नग्न करून फेकायचे व त्यांच्यावर गोळ्या झाडायच्या. छळासाठी कुत्र्यांचा वापरदेखील केला जायचा. जपानी सैन्याजवळ जर्मन शेफर्ड कुत्र्यांचा जथा होता. त्यांना बांधून ठेवलेल्या नग्न

चिनी लोकांच्या शरीराचे लचके तोडायला लावले जायचे. केवळ माहिती काढायच्या उद्देशानंच नाही, तर करमणूक म्हणून ठार मारायच्या आधी असा विविध प्रकारे अनन्वित छळ केला जात असे.

दहा डिसेंबर १९३७ या दिवशी नानकिंगमध्ये जपानी सैन्यानं प्रवेश केला. व १४ ऑगस्ट १९४५ या दिवशी जपानने दुसऱ्या महायुद्धात हार पत्करल्यावर तेथून माघार घेतली. या कालावधीतील पहिल्या सहा आठवड्यांत जपानी सैनिकांच्या व त्यांना प्रोत्साहन देणाऱ्या अधिकाऱ्यांच्या निर्दयतेनं कळस गाठला होता. त्यानंतर-देखील छळणूक, हत्या व अत्याचार होत राहिले; पण त्यांचा आवेग ओसरला होता. नानकिंगची लोकसंख्या मार्च १९३८मध्ये पाच लाखांवरून अडीच लाखांवर आली होती. फक्त मोजके रहिवासी शिल्लक राहिले होते. तेदेखील तिथून पळून गेले होते, म्हणून सहीसलामत सुटले. जवळजवळ अडीच लाख निरपराध नागरिकांची निर्घृण हत्या केली गेली, सत्तर ते ऐंशी हजार महिलांवर बलात्कार करण्यात आले तर शरण आलेल्या नव्वद हजार सैनिकांना ठार मारण्यात आले. प्राचीन संस्कृतीचा अनमोल ठेवा नष्ट करण्यात आला. जपानी सैन्याच्या तडाख्यातून जे अडीच लाख वाचले, त्यांचं पुढील सात वर्षे शोषण केलं जात होतं.

फेब्रुवारी १९३८ च्या सुरुवातीस सतत सहा आठवडे चाललेल्या अमानुष अत्याचारानं सुरेख आणि मोहक नानकिंग पाशवी बलात्कारानं उद्ध्वस्त झालेल्या हतबल तरुणीसारखे निपचित पडले होते. आपल्यावर झालेल्या बलात्काराच्या धक्क्यातून न सावरलेलं ते शहर आता पुढे काय वाढून ठेवले आहे या चिंतेत, भीतीच्या छायेखाली वावरत होतं. एव्हाना शहराच्या चेहऱ्यावर खोल ओरखडे उमटले होते. शरीरावरच्या जखमा अजून चिघळत होत्या. सडलेल्या मृतदेहांची दुर्गंधी आसमंतात पसरली होती. शहरावर बलात्कार होत असताना झालेल्या जखमांतून वाहिलेल्या लालभडक रक्ताचे सडे साऱ्या रस्त्यांवर पडले होते. तरी-देखील शहराच्या हृदयात स्पंदनाची धग तेवत होती, आणि ती तशीच तेवत राहावी, मृतप्राय शहरात चैतन्य निर्माण व्हावे, या हेतूने चोवीस परदेशी नागरिक आपल्या जिवाची पर्वा न करता हातात माणुसकीची ज्योत घेऊन रात्रंदिवस झटत होते. भयभीत नागरिकांना धीर देत होते, वासनेनं पछाडलेल्या जपानी सैनिकांपासून भेदरलेल्या महिलांचं रक्षण करत होते. नानकिंगवर झालेल्या खोल जखमांची मलमपट्टी करणाऱ्या, मानवतेनं प्रेरित झालेल्या त्या निडर व दयाळू समूहाचे नेतृत्व करत होते पंचावन्न वर्षांचे जर्मन सद्गृहस्थ जॉन रेब!

♦ ♦ ♦

३. मकाव, जून १९९९

लिस्बनहून सुटलेले कॅथे पॅसिफिक कंपनीचं बोइंग जंबोजेट विमान हाँगकाँगजवळ पोचलं होतं. विमान थोड्याच वेळात हाँगकाँगच्या चेक-लाप-कोक विमानतळावर उतरणार असल्याची उद्घोषणा झाली. हवाईसुंदऱ्या प्रवाशांनी सीट-बेल्ट लावले असल्याची खात्री करून घेत होत्या. विमान हळूहळू खाली उतरत होतं. विमानाच्या डावीकडं खिडकीजवळ बसलेल्या प्रवाशांना दक्षिण चीनच्या उपसागराच्या किनाऱ्यालगतचे डोंगर आणि बेटे दिसू लागली. जियांगने आपल्याजवळील फक्त 'नानकिंग' असा मथळा असलेली छोटी फाईल आपल्या हॅंडबॅगेत ठेवली व सीटचा पट्टा लावला. त्या फाईलमधील नानकिंग येथे १९३७-३८ साली झालेल्या अत्याचारांवरील सहा अभ्यासपूर्ण लेख वाचून तो चक्रावून गेला होता. पंचवीस वर्षांचा जियांग चेंग मध्यम उंचीचा, दाट काळ्या केसांचा व गोऱ्या रंगाचा होता. त्याच्या पाणीदार बारीक डोळ्यांत अभ्यासू व्यक्तिमत्त्वाची झाक होती. सातत्याच्या वाचनानं गेली तीन वर्षे तो चष्मा वापरत होता. ठरल्या वेळेप्रमाणं विमान सकाळी ९ वाजून ३४ मिनिटांनी विमानतळावर उतरलं. विमानातून बाहेर पडून, कस्टम इमिग्रेशनचे सोपस्कार पार पाडून तेथील फेरी टर्मिनलजवळ पोचायला त्याला पावणेअकरा वाजले. हाँगकाँग विमानतळावरून प्रत्येक तासाला 'टर्बो-जेट' कंपनीची वेगवान जेट-फॉईल फेरीबोट मकावकडे जायची. अकराच्या फेरीचं जियांगला तिकीट मिळालं. सामान घेऊन तो फेरीत चढला, सामान ठेवायच्या खोलीत सूटकेस

ठेवली व खिडकीजवळील आपल्या सीटवर तो स्थानापन्न झाला. साडेतेरा तासांच्या विमानप्रवासानं अन् जागरणानं तो काहीसा थकला असला तरी दोन वर्षांनी आई-वडील, नातेवाईक आणि मित्रांना भेटायला आतुर झाला होता. कधी एकदा घरी पोचू, असं त्याला झालं होतं. बरोबर अकरा वाजता फेरी सुटली. आता निळ्याभोर समुद्रातून दीडशे प्रवाशांना घेऊन ताशी ८० कि.मी. वेगाने ती मकावच्या दिशेला चालली होती. तिच्या दोन्ही बाजूंना पांढऱ्या शुभ्र फेसाळलेल्या लाटा उठत होत्या. जियांगनं खिडकीतून बाहेर पाहिलं. हाँगकाँग बंदराकडं जाणाऱ्या भल्यामोठ्या मालवाहू बोटी, छोट्या मच्छीमारी बोटी व लहानलहान बेटं मागे टाकत फेरी एकाच गतीनं धावत होती. मकावला पोचायला तिला बरोबर एक तास लागायचा. हाँगकाँग विमानतळावरून व शहरातील टर्मिनलवरून दर तासा-अर्ध्या तासाला एक फेरी मकावकडे जाई. मकावला जाणाऱ्या हजारो लोकांपैकी जवळजवळ सर्वांचा उद्देश एकच असायचा. तिथल्या 'कॅसिनो' मध्ये एक-दोन दिवस जुगार खेळायचा आणि हाँगकाँगला परतायचा. अशी मंडळी बहुतेक वेळी रिकाम्या हातानं, अगदी क्वचितच पैशांनी खचाखच भरलेली बॅग घेऊन परतत.

हाँगकाँगच्या पश्चिमेला साठ किलोमीटर अंतरावरचा मकावचा द्विकल्पीय भू-भाग व त्याच्या शेजारील ताईपा आणि कोलोआन ही बेटं पोर्तुगीजांनी १८८७ मध्ये चीनच्या चिंग साम्राज्याकडून वसाहत करण्यासाठी 'चीन-पोर्तुगाल मैत्री व व्यापार' करारान्वये संपादली. तत्पूर्वी १५३५ पासून पोर्तुगीज व्यापारी तिथं व्यापारात गुंतले होते. पण १९४९ साली चीनमध्ये जे साम्यवादी सरकार सत्तेवर आलं, त्याला पोर्तुगीजांकडून मकावचा व इंग्रजांकडून जवळच्या हाँगकाँगचा ताबा हवा होता. यथावकाश १९८६ मध्ये चीन व पोर्तुगाल यांच्यामध्ये या विषयावर चर्चा सुरू झाली. त्याचा सुपरिणाम असा, की १९९९ मधे मकाव पुन्हा चीनकडे हस्तांतरित करण्यात आले. त्या वेळी दोन्ही देशांत झालेल्या करारानुसार मकावमध्ये अस्तित्वात असलेली आर्थिक, राजकीय व सामाजिक व्यवस्था पुढील ५० वर्षं न बदलण्याचं आश्वासन चीनने पोर्तुगालला दिले. असाच करार १९९७ मध्ये चीन व इंग्लंड यांच्या दरम्यान हाँगकाँगच्या बाबतीत झाला होता. मकावच्या अर्थव्यवस्थेचं एक वैशिष्ट्य होतं तिथले कॅसिनो- अत्याधुनिक जुगारांचे अड्डे! अमेरिकेतील लास व्हेगसशी स्पर्धा करणारे शेकडो झगमगीत कॅसिनो, दक्षिण-पूर्व आशियातील आणि दूरच्या जुगाऱ्यांना आकर्षित करतात. त्या भागातील धनिकांची तिकडे रीघ लागलेली असते; त्यांच्या गरजा पुरवण्यासाठी हॉटेल्स, उपाहारगृहे व मद्यालये यांची तिथं रेलचेल असते तसंच उच्चभ्रूंसाठी 'चिनी मसाज' च्या नावाखाली वेश्याव्यवसायही चालतो. मकावमधील जवळजवळ २५ टक्के लोकांची उपजीविका कॅसिनो आणि

त्या अनुषंगाने चालणाऱ्या इतर व्यवसायांवर अवलंबून आहे. मकाव हा एके काळी चिनी साम्राज्याचा भाग होता. त्यामुळं तिथली ९५ टक्के जनता चिनी वंशाच्या लोकांची आहे. मकावच्या स्थानिक रहिवाशांबरोबरीनं वेळोवेळी कायदेशीरपणे किंवा चोरून स्थलांतर केलेल्यांचीही भर पडलेली आहे.

जियांगची टॅक्सी प्रवाशांनी गजबजलेल्या सेनाडो चौकाजवळील आव्हेनिदा द आल्मेदा रिबेटो मार्गावरून डावीकडं वळून छोट्याशा रूआ दा फेलिसिदादवर आली. जियांगनं दाखवलेल्या एका चारमजली इमारतीजवळ ड्रायव्हरनं टॅक्सी थांबवली. त्या रस्त्यावरील सगळी घरं जवळजवळ चार मजल्यांची, पन्नास-साठ वर्षांची जुनी होती. एकमेकीला लागून असलेल्या त्या इमारतींच्या तळमजल्यांवर छोटीछोटी दुकानं, उपाहारगृहं होती. जियांगनं टॅक्सीचे बिल भागवले आणि सामान घेऊन तो लगबगीने आपल्या घराकडे जाणारा लाकडी जिना चढू लागला. घराची कडी वाजवल्यावर त्याच्या वाटेकडे डोळे लावून बसलेली आई चुन नि वडील लिन पटकन दार उघडून बाहेर आले. जियांगला दोन वर्षांनी पाहताच दोघांच्या डोळ्यांत टचकन अश्रू आले.

"आई... बाबा..." जियांगही त्यांना पाहून गहिवरून गेला. त्याला जवळ घेत चुन म्हणाली,

"किती बारकुळा दिसायला लागलास रे, जियांग!"

"अगं, दोन वर्षे हॉस्टेलचं जेवण खाऊन दुसरं काय होणार? आता तुझ्या हातचे चांगलेचुंगले पदार्थ त्याला खायला घालून पुन्हा जाडाजुडा कर!" लिन डोळे पुसत म्हणाले.

"आई, मी उत्तम आहे. वजन मुद्दाम कमी केलं आहे. सुरवातीस लिस्बनमध्ये पोर्तुगीज पदार्थ खाऊन वजन वाढायला लागलं. गेली दीड वर्षे रोज आठ किलोमीटर जॉगिंग करतो मी!" जियांग एका लाकडी खुर्चीवर बसत म्हणाला.

"बरं, ते राहू दे. दमला असशील. चल, मी चहा करते." असे म्हणून चुन स्वयंपाकघराकडे गेली.

"बरं बाबा, तुमची दोघांची तब्येत ठीक आहे ना?"

"आम्ही उत्तम आहोत. हल्ली मला जरा संधिवाताचा त्रास सुरू झाला आहे. तरीदेखील तुझ्या आईबरोबर रोज सकाळी ग्रांदे खाडीच्या किनाऱ्यावर ताई-ची व्यायामाला जातो. आमचं काय,आता साठीमध्ये प्रकृतीच्या या ना त्या तक्रारी असणारच. बरं, तुझं सांग कसं झालं लिस्बनमधील वास्तव्य? तसा तू वेळोवेळी पत्रं पाठवायचास, त्यामुळे तुझं कुशल कळत होतं म्हणा! चल, आता चहा घेऊन अंघोळ कर. जेव नि आराम कर. रात्रभरच्या विमानप्रवासानं दमला असशील.

संध्याकाळी बसू निवांतपणे गप्पा मारत. अगं चुन, जियांगसाठी अंघोळीची तयारी कर.''

जियांगचं घर साधं होतं. छोट्याशा बैठकीच्या खोलीला लागून दोन बेडरूम. त्यांच्या पलीकडे छोटंसं स्वयंपाकघर. लिनंनी पंधरा वर्षांपूर्वी ते घर भाड्यानं घेतलं होतं. मकाव म्युनिसिपालटीत जकात विभागातून वरिष्ठ लिपिक हुद्द्यावरून निवृत्त झालेल्या लिन यांची आर्थिक परिस्थिती तशी बेताचीच होती. थोरली मुलगी फेंग विसाव्या वर्षी सचिवेची नोकरी करू लागली व तेविसाव्या वर्षी तिनं आपल्या परिचयाच्या एका खाजगी कंपनीत कनिष्ठ व्यवस्थापक असलेल्या गुओयांगशी विवाह केला. चुन एका बालसंगोपन केंद्रात अर्धा वेळ नोकरी करून घरखर्चास हातभार लावत होती. जियांग लहानपणापासूनच अभ्यासू वृत्तीचा होता. दोन वर्षांपूर्वी मकाव विद्यापीठाची राज्यशास्त्र विषयाची पदवीपरीक्षा तो उत्तीर्ण झाला होता. सर्वाधिक गुणांनी उत्तीर्ण झाल्याबद्दल त्याला विद्यापीठाचं सुवर्णपदक मिळालं होतं. त्यानं 'आंतरराष्ट्रीय संबंध' या विषयात पदव्युत्तर शिक्षण घ्यायचं ठरवलं होतं. या विषयाचा लिस्बन विद्यापीठात दोन वर्षांचा अभ्यासक्रम होता. विद्यापीठानं 'बोल्सास द मेरिटो सोसियाल ओ अब्रिगो दो प्रोग्रामा' या योजनेअंतर्गत मकावच्या अभ्यासू विद्यार्थ्यांसाठी दोन शिष्यवृत्त्या जाहीर केल्या होत्या. जियांगनं विद्यापीठाकडं प्रवेशासाठी व शिष्यवृत्तीसाठी अर्ज पाठवले होते. त्याची उत्कृष्ट शैक्षणिक पार्श्वभूमी पाहता लिस्बन विद्यापीठानं त्याला शिष्यवृत्ती देऊ केली. मकावच्या कित्येक रहिवाशांप्रमाणं जियांगचं इंग्रजी व पोर्तुगीज भाषांवर प्रभुत्व होतं. त्याला मँडरिन व कँटोनिज या चिनी भाषादेखील अवगत होत्या.

अंघोळीनंतर जियांगनं जेवण केलं व दुपारी तीन तास तो झोपी गेला. संध्याकाळी उठल्यावर ते तिघंजण गप्पा मारत बसले.

''बाबा, फेंग कशी आहे? आणि हुआंग कसा आहे?''

''फेंगचं उत्तम चाललंय. गुओयांगला गेल्या महिन्यात बढती मिळाली. फेंगला अलीकडेच फ्रेंच वकिलातीच्या चान्सरीत चांगली नोकरी मिळाली आहे. हुआंग आता खूप बोलका झाला आहे. चुनच्या बालसंगोपन केंद्रात फेंग त्याला सोडते. चार वर्षांचा झालाय. मामा कधी येणार, विचारत असतो. उद्या शनिवारी फेंगला व गुओयांगला सुट्टी असते. त्यांना चुनने सकाळी इकडंच जेवायला बोलावलंय.''

''छान! म्हणजे उद्या सगळ्यांची भेट होईल. मी हुआंगसाठी एक छान ड्रेस आणि काही खेळणी आणली आहेत. अरे हो, तुमच्यासाठी आणलेल्या वस्तू अजून बॅगेतच आहेत. थांबा, काढतो.'' असे म्हणून जियांग उठला. त्यानं आपली सूटकेस उघडली. चुनसाठी आणलेली मोठी पर्स, हुआंगचा ड्रेस व खेळणी, गुओयांगचा टाय, फेंगचा मेकअपचा सेट या साऱ्या वस्तू त्यानं टेबलावर मांडल्या.

त्या पाहून चुन म्हणाली,

"अरे, किती गोष्टी आणल्यास, जियांग?"

"आई, माझी शिष्यवृत्ती इतकी उत्तम होती, की दरमहा पैसे पुरून उरायचे. त्यामुळं माझ्या तेथील वास्तव्यात कधीही पैशाची चणचण भासली नाही."

"हे बाकी बरं झालं," टेबलावरील वस्तूंकडे पाहत चुन म्हणाली, "तू सर्वांसाठी काहीतरी आणलंस, पण लिनसाठी..."

तिला मध्येच थांबवत जियांग म्हणाला,

"बाबांना कसं विसरेन? थांब, दाखवतो त्यांच्यासाठी काय आणलं आहे!"

जियांगने लिस्बनच्या विमानतळावरील करमुक्त दुकानातून लिनसाठी प्रसिद्ध 'मेंडोझा' ब्रँडच्या दोन पोर्ट वाइनच्या बाटल्या घेतल्या होत्या. त्या त्याच्या हँडबॅगेत होत्या. त्यानं त्या बाहेर काढल्या. त्या पाहताच लिन खूष झाले. पोर्ट वाइन त्यांना खूप आवडायची.

संध्याकाळी स्वयंपाकघरातून बीफ चाओ-फन नुडल्स व कुंग-पाओ चिकनचा खमंग वास येत होता. कित्येक दिवसांनी आईच्या हातचं अस्सल चिनी जेवण खायला मिळणार म्हणून जियांग खूष होता. लिननी 'मेंडोझा' पोर्टची बाटली उघडली. जियांगनं 'त्सिंगताओ' बीयरचा कॅन उघडला. ते दोघे बैठकीच्या खोलीत बसले. चुनने त्यांच्यासाठी प्रॉन्सच्या वासाचे तांदळाचे तळलेले पापड आणून दिले. तिची स्वयंपाकघरात धांदल उडाली होती.

"बाबा, तुम्हाला एक आनंदाची बातमी सांगायची आहे. लिस्बन येथील अभ्यासक्रमात मला विशेष प्रावीण्यासह प्रथमवर्ग मिळाला. मी तिथंच एम.फिल. आणि पीएच.डी. करावी, असं मला मार्गदर्शन करणाऱ्या प्राध्यापकांनी सुचवलंय. त्यासाठी शिष्यवृत्ती मिळावी म्हणून मी विद्यापीठाकडं व काही संस्थांना अर्ज पाठवले आहेत."

"म्हणजे पुन्हा तुला परदेशी जावं लागेल की काय?" स्वयंपाकघरातून बाहेरचं संभाषण ऐकणाऱ्या चुनने चिंताग्रस्त नजरेनं बाहेर येऊन विचारले.

"तसं पाहिलं तर तिथं पूर्णवेळ राहायची गरज नसते. संशोधनासाठी आपण निवडलेल्या विषयासंदर्भात जिथं साहित्य उपलब्ध आहे, तिथं जाऊन अभ्यास करावा लागतो. इथेच किंवा जवळपास हाँगकाँग, सिंगापूर अशा ठिकाणी राहूनही संशोधन करता येतं."

"मग ठीक आहे तर!" असं म्हणून चुन पुन्हा स्वयंपाकघरात गेली.

"हे पाहा जियांग, आमच्याकडून तुझ्या ज्या काही योजना आहेत, त्याला आडकाठी येणार नाही. तू तुझ्या हिकमतीवर तुझे उच्च शिक्षण घेतोयस, ही समाधानाची

गोष्ट आहे. तू अभ्यासू आहेस. तुला जबाबदारीची जाणीव आहे. अर्थात तुझ्या काही महत्त्वाकांक्षा असणे अगदी स्वाभाविक आहे. त्या पुऱ्या करण्यासाठी आम्ही तुला नेहमी उत्तेजन देऊ. पण आर्थिक साहाय्य म्हणालास तर...''

''नाही बाबा. त्या बाबतीत तुम्ही मुळीच चिंता करू नका. मला शिष्यवृत्ती मिळाली तरच मी पुढे शिकेन. नाहीतर इथेच एखादी नोकरी धरून मकाव विद्यापीठात एखादा कोर्स करेन. लवकरात लवकर आपल्या घरखर्चाला हातभार लावावा, अशी माझी इच्छा आहे.''

पोर्टचा एक घोट घेऊन लिन म्हणाले,

''तसं पाहिलं तर माझ्या निवृत्तिवेतनात आमचं दोघांचं भागतंय. चुनही थोडेफार पैसे मिळवते. बरं, तुझं जर पुन्हा परदेशी जायचं नक्की झालं, तर मी घर बदलावं म्हणतो. रू-दाँगचा घरभाडे वाढवा म्हणून माझ्यामागं तगादा लागलाय. आम्हा दोघांना लहान जागा पुरेल. घरभाडंही कमी मोजावं लागेल. ते जाऊ दे. दूरचा प्रवास करून आल्याआल्या तुझ्याजवळ आमच्या समस्यांचं गाऱ्हाणं गायला नको. तुझं सांग. तो मिल-फिल डी की काय, कसला अभ्यासक्रम आहे तो?'' त्यावर हसत जियांग म्हणाला,

''बाबा, एम.फिल. ही पीएच.डी.ची पहिली पायरी असते. त्यासाठी एखाद्या गहन व महत्त्वपूर्ण विषयाचा सखोल अभ्यास व संशोधन करून भलामोठा प्रबंध विद्यापीठास सादर करावा लागतो. एका तज्ज्ञाच्या मार्गदर्शनाखाली हे सगळं करावं लागतं. विद्यापीठ त्या विषयातील तज्ज्ञांच्या समितीकडून संशोधन चांगलं झालंय की नाही, याची शहानिशा करून घेतं. नंतर त्या तज्ज्ञांच्या समितीसमोर प्रत्यक्ष जाऊन आपल्या संशोधनाचं सादरीकरण करावं लागतं. तज्ज्ञांचा निर्वाळा मिळाल्यावरच विद्यापीठ त्या पदव्या देतं.''

''अरे बापरे! हे तर खूपच कठीण काम दिसतंय!''

''हो, पण ते आव्हान मी समर्थपणे पेलू शकेन, बाबा. माझ्या अभ्यासक्रमात 'आंतरराष्ट्रीय संबंधांचा इतिहास' हा एक विषय होता. तो माझ्या खूप आवडीचा आहे. त्याच्याशी संबंधित एखाद्या समस्येवर मला संशोधन करायचंय. त्या विषयाचे माझे प्राध्यापक डॉ. मिग्वेल ऑलिव्हेरा मला मार्गदर्शन करायला तयार आहेत. त्यांच्याशी मी माझ्या संशोधनाविषयी प्राथमिक चर्चा केली आहे. तुम्हालाही माझी विषयाची निवड आवडेल.''

''माझ्यासारख्या कारकुनी केलेल्याला त्यातला काय दगड कळेल?'' लिन हसत म्हणाले.

''बाबा, मला चीन व जपान यांच्या परस्परसंबंधांविषयी खूप औत्सुक्य

आहे. आपण स्वत: चिनी असल्यामुळे आपल्याला त्या बाबतीत ठळक ऐतिहासिक घटना ठाऊक आहेतच. पण त्या गुंतागुंतीच्या विषयाचा व्यापक अभ्यास करून, सखोल संशोधन करून प्रबंध लिहिण्याची माझी इच्छा आहे. गेल्या दोन दशकांतील चीन व जपान यांचे परस्परसंबंध आणि त्यांचा विभागीय राजकारणावरील परिणाम हा माझ्या पीएच.डी.चा विषय असेल. त्याचाच एक उपभाग मी एम.फिल.साठी निवडला आहे. तो म्हणजे १९३७ पासून १९४५ पर्यंत नानकिंगमध्ये नेमकं काय घडलं अन् ते का घडलं, हे शोधायचं.'' जियांग उत्साहाने म्हणाला.

''जियांग, तुझ्या अभ्यासाच्या क्षेत्रासंबंधी किंवा करियरसंबंधी माझ्यासारखा अल्पशिक्षित माणूस काय बोलणार? तू पूर्ण विचाराअंती घेतलेल्या निर्णयामध्ये मी ढवळाढवळ करू इच्छीत नाही. तुला जे योग्य वाटेल ते करायची तुला मोकळीक आहे, एवढंच मी सांगू इच्छितो.''

इतक्यात चुन बाहेर आली व म्हणाली, ''चला, आटोपतं घ्या आता तुमचं. जेवण तयार आहे. ते गरम आहे तोवर जेवून घेऊ. नंतर बसा गप्पा मारत निवांतपणं!''

जियांग व लिन यांनी आपापले ग्लास रिकामे केले आणि ते जेवायला उठले.

♦ ♦ ♦

४. लिस्बन, ऑगस्ट १९९९

प्राध्यापक मिग्वेल ऑलिव्हेरा लिस्बन विद्यापीठाच्या राज्यशास्त्र विभागात गेली वीस वर्षं अध्यापन करत होते. पंचावन्न वर्षांचे प्रा. ऑलिव्हेरा सहा फूट उंच होते. त्यांच्या व्यासंगी व प्रेमळ व्यक्तिमत्त्वाची सर्वांवर छाप पाडत असे. काल संध्याकाळी जियांगनं आपण लिस्बन येथे पोचलो असल्याचे फोन करून त्यांना सांगितलं होते. आज सकाळी नऊ वाजता त्यांची भेट होणार होती. जियांग हा प्रा. ऑलिव्हेरांचा लाडका विद्यार्थी होता. बरोबर नऊ वाजता त्यांच्या दारावर टकटक झाली. प्रा. ऑलिव्हेरांनी उठून दार उघडलं. दारात जियांगला पाहताच ते म्हणाले,

"ये, जियांग! तू पुन्हा इकडं आल्यामुळं मला खरंच खूप आनंद झाला आहे.'' त्याच्याशी हस्तांदोलन करून, त्याच्या पाठीवर हात ठेवून ते त्याला त्यांच्या कार्यालयात घेऊन आले.

"हो, सर. मलादेखील ही संधी मिळेल की नाही याची खात्री नव्हती.''

"पण मला खात्री होती, की तुला विद्यापीठाची शिष्यवृत्ती मिळणार! अरे, आजकाल तुझ्यासारखे अभ्यासू व कष्टाळू विद्यार्थी विरळाच. आम्हा प्राध्यापकांना तुझ्यासारख्यांना शिकवण्यातदेखील एक प्रकारचं समाधान मिळतं.''

युरोपमधील तरुण पिढीचा उच्च शिक्षणाचा ओढा कमी होत होता. त्या पार्श्वभूमीवर जियांगचं यश अधिकच उजळून दिसत होतं.

"सर, तुमचं मार्गदर्शन होते म्हणूनच मी थोडंफार यश

मिळवू शकलो!'' जियांग नम्रपणे म्हणाला.

''बरे, ते राहू दे. आता आपल्याला पुढची तयारी करायला हवी.''

''हो, सर. आपल्याला कळवल्याप्रमाणं एसीएचे अर्थसाहाय्य मिळाल्यामुळं माझे आर्थिक प्रश्न मिटले आहेत. त्यांनी त्यांच्या कार्यकारी मंडळाच्या १६ सप्टेंबरला होणाऱ्या बैठकीसाठी पाचारण केलं आहे. मी १५ तारखेला सकाळी सव्वादहाच्या फ्लाइटने न्यूयॉर्कला जायचा विचार करतोय.''

''छान! बरं तू अमेरिकेला जातोच आहेस, तर हार्वर्ड विद्यापीठाच्या 'वायड्नर' ग्रंथालयापासून तुझ्या संशोधनास सुरुवात कर. तिथं चीन-जपान संबंधावरील ग्रंथांचा चांगला संग्रह आहे. तसंच इतिहासाचे प्राध्यापक मायकेल ग्रीनवुड यांचीही भेट घे. ते तुला चांगले मार्गदर्शन करतील. त्यांना आंतरराष्ट्रीय संबंधांच्या इतिहासाचं सखोल ज्ञान आहे.''

''तुम्ही ओळखता त्यांना?''

''अर्थातच. त्यांचे बरेचसे शोधनिबंध मी वाचले आहेत. त्यांना मी एका आंतरराष्ट्रीय परिषदेचं उद्घाटनपर भाषण करायला मार्च १९९५ मध्ये लिस्बनला यायचं आमंत्रण दिलं होतं. त्याचा आनंदानं स्वीकार करून ते इकडे एक आठवड्यासाठी सपत्नीक आले होते. आम्ही एकमेकांना चांगलंच ओळखतो. त्यांनी १९८२ मध्ये कोलंबिया विद्यापीठामध्ये 'चीनमधील राष्ट्रवादी सरकारचा ऱ्हास व साम्यवादाचा उदय आणि विकास' या विषयावर आपला प्रबंध सादर केला. आणि त्यांना कोणाचं मार्गदर्शन लाभलं हे समजल्यावर तुला आश्चर्य वाटेल!''

''कोणाचं, सर?''

''अरे, फिलिपीनो प्राध्यापक राऊल पांगालांगान यांचं!''

''खरंच की काय? त्यांच्या 'पूर्व आशियाचा राजकीय इतिहास' या पुस्तकाची एम.ए. करत असताना मी अक्षरशः पारायणं केली आहेत, सर!''

''ते मला माहितीये. प्रा. पांगालांगान बरीच वर्षे कोलंबिया विद्यापीठात 'व्हिजिटिंग फेलो' होते. बरं, मी एक काम करतो. आजच प्रा. ग्रीनवुडना तू त्यांच्या भेटीसाठी येणार असल्याचं कळवतो.''

''सर, मिसेस ऑलिव्हेरा, पेद्रो आणि एमिलिना कसे आहेत? मी तुमच्या सर्वांसाठी मकावहून काहीतरी आणलं आहे. केव्हा येऊ घरी ते द्यायला?''

''अरे, तू कशाला त्रास घेतलास? बरं, असं कर. उद्या संध्याकाळी जेवायलाच ये!''

अधूनमधून प्रा. ऑलिव्हेरा जियांगला आपल्या घरी जेवायला बोलवत. त्याची व ऑलिव्हेरा कुटुंबीयांची चांगलीच ओळख होती.

यथावकाश २४ सप्टेंबर ही प्रा. ग्रीनवुड व जियांग यांच्या भेटीची तारीख ठरली. भेट प्रा. ग्रीनवूड यांच्या कार्यालयात सकाळी सव्वाअकरा वाजता होणार होती. 'हार्वर्ड' या जगप्रसिद्ध विद्यापीठास भेट देण्यासाठी जियांग खूप उत्सुक होता.

न्यूयॉर्क, सप्टेंबर १९९९

लिस्बनहून १५ तारखेस दहा वाजून वीस मिनिटांनी सुटलेलं डेल्टा एअरलाइन्सचं विमान न्यूयॉर्कच्या जेएफके आंतरराष्ट्रीय विमानतळावर स्थानिक वेळेनुसार दुपारी साडेबारा वाजता पोचणार होतं. जियांगनं घड्याळात पाहिलं. विमान पोचायला अजून पाऊण तास बाकी होता. आपण अमेरिकेला चाललोय, यावर त्याचा अजूनही विश्वास बसत नव्हता. गेल्या दोन-अडीच महिन्यांतल्या घडामोडी खूपच पटपट घडल्या होत्या. तो मकावमध्ये असताना ४ ऑगस्टला लिस्बन विद्यापीठाकडून त्याचा एम.फिल. प्रवेशाचा व त्यासाठीच्या शिष्यवृत्तीचा अर्ज मंजूर झाल्याचं पत्र त्याला मिळालं. दहा सप्टेंबरपर्यंत त्याला विद्यापीठात नोंदणीसाठी व संशोधनाचा आराखडा सादर करण्यासाठी मुदत दिली होती. जियांग शिष्यवृत्तीबाबत काहीसा साशंक होता. गेले दोन महिने त्यानं मकाव विद्यापीठातल्या आणि सोबत आणलेल्या साहित्याच्या आधारे संशोधनाचा आराखडा व त्याची रूपरेखा तयार केली होती. विद्यापीठानं देऊ केलेली शिष्यवृत्ती जियांगसाठी विद्यापीठाचं शुल्क आणि त्याचं लिस्बन इथलं वास्तव्य यांच्यासाठी पुरेशी होती. परंतु जियांगच्या संशोधनाचा विषय असा होता, की त्याला इतर देशांतील काही ग्रंथालयांत व दुर्मीळ कागदपत्रं उपलब्ध असलेल्या काही संग्रहालयांत संशोधनासाठी जावं लागणार होतं. त्या अनुषंगानं होणारा प्रवासाचा व राहण्याचा खर्च यांची शिष्यवृत्तीत तरतूद नव्हती. काही प्रतिष्ठाने, संस्था किंवा संघटनांकडून संशोधनाला पूरक प्रवासखर्चासाठी थोडंफार अर्थसाहाय्य मिळू शकते का, हे पाहण्यासाठी जियांगनं इंटरनेटच्या आधारे माहिती काढायला सुरुवात केली. त्यात त्याला असं आढळलं, की न्यूयॉर्कमध्ये मुख्य कार्यालय असलेल्या 'अमेरिकन चायनीज असोसिएशन -एसीए-' या संघटनेतर्फे चीनच्या इतिहासासंदर्भात संशोधन किंवा लिखाण करणाऱ्या अभ्यासू तरुण संशोधकास अर्थसाहाय्य उपलब्ध करून द्यायची एक योजना आहे. या संघटनेचे सर्व सदस्य मूळचे चिनी वंशाचे, पण सध्या अमेरिकेत स्थायिक झालेले होते. त्यांनी किंवा त्यांच्या आईवडिलांनी चीनमध्ये साम्यवादी सरकार स्थापन होण्यापूर्वी अमेरिकेस स्थलांतर केलं होतं. साम्यवादी सरकारनं चिनी नागरिकांच्या स्थलांतरावर बंदी घातली. त्यापूर्वी हाँगकाँग, फिलिपीन्स, सिंगापूर, मलेशिया अशा देशांत स्थायिक झालेल्या लोकांनी, तसंच तैवानमधल्या काही चिनी लोकांनीदेखील अमेरिकेत

स्थलांतर केलं होतं. त्यांच्यापैकी बरेचसे विविध उद्योगधंद्यांत, व्यवसायांत यशस्वी झाले. आज ते आपापल्या क्षेत्रात उच्च पदे भूषवीत आहेत. अमेरिकेच्या आर्थिक, सामाजिक, सांस्कृतिक, राजकीय व शैक्षणिक क्षेत्रांत त्यांनी नेत्रदीपक यश, सन्मान मिळवला. त्यांच्या सहकार्यानं तसंच अर्थसाहाय्यानं संघटनेचं कामकाज चालायचं. अमेरिकेतील चिनी वंशाच्या लोकांच्या उद्धारासाठी संघटना कार्यरत होती. तसंच चिनी भाषा, संस्कृती व कला यांचा अमेरिकेत प्रसार करत होती. त्या संघटनेच्या सर्व सदस्यांचं चीनशी अतूट नातं होतं. म्हणूनच चीनशी संबंधित विषयांवर संशोधन करण्यास ते उत्तेजन देत होते. जियांगला ही माहिती समजल्यावर त्यानं आपला अर्ज, बायो-डाटा व संशोधनाचा आराखडा ई-मेलनं संघटनेच्या सचिवांकडे पाठवला. त्यानंतर दोन आठवड्यांनी त्याला एसीएकडून उत्तर आलं.

प्रिय मिस्टर जियांग,

अमेरिकन चायनीज असोसिएशन (एसीए) च्या कार्यकारी मंडळाच्या काल झालेल्या बैठकीत तुमच्या संशोधनासाठी अर्थसाहाय्य मिळावं, या आशयाच्या अर्जावर विचारविनिमय करण्यात आला. तुमची आत्तापर्यंतची शैक्षणिक पार्श्वभूमी व तुम्ही निवडलेल्या विषयाचं महत्त्व लक्षात घेता कार्यकारी मंडळानं एकमताने तुमचा अर्ज मंजूर केला आहे, हे कळवताना आम्हाला आनंद होत आहे. एसीएचे अर्थसाहाय्य मिळण्यासाठी तुम्हाला खालील चार अटींची परिपूर्तता करावी लागेल-

१) लिस्बन विद्यापीठात नोंदणी केल्यानंतर तुमच्या संशोधनासाठी कोणकोणत्या ग्रंथालयांत किंवा ग्रंथ-संग्रहालयांत तुम्ही काम करू इच्छिता, याचा आणि त्या अनुषंगानं होणाऱ्या संभावित खर्चाचा तपशील आम्हाला कळवावा.

२) तुमच्या संशोधनाचा सहामाही प्रगती-अहवाल तुम्हाला एसीएकडे पाठवावा लागेल.

३) तुमच्या प्रबंधावर आधारित एक पुस्तक तुम्हाला प्रकाशित करावं लागेल. त्यासाठी एसीए योग्य प्रकाशक निवडण्यासाठी तुम्हाला मदत करेल. पुस्तकाचे लेखाधिकार तुमच्याकडेच राहतील. तुमच्या संभावित पुस्तकातील मतांशी एसीए सहमत असेलच, असे नाही. पुस्तकामध्ये तुमची मतं मांडण्याचं स्वातंत्र्य तुम्हाला असेल.

४) संशोधन सुरू करण्यापूर्वी त्याची रूपरेखा तुम्हाला एसीएच्या
कार्यकारी मंडळाला समजावून सांगावी लागेल. तसेच संशोधन
संपल्यावर त्याचे निष्कर्षही कार्यकारी मंडळासमोर मांडावे
लागतील.

तुम्हाला आमच्या अटी मान्य असतील, तर सोबतच्या
फॉर्ममधील संमतिपत्र भरून आमच्याकडे पाठवावे. आमच्या
प्रस्तावाबद्दल तुम्हाला अधिक खुलासा हवा असल्यास माझ्याशी
संपर्क साधण्यास संकोचू नये.

तुमचा विश्वासू,
विल्सन वाँग, सचिव, एसीए''

जियांगनं तो संदेश काळजीपूर्वक वाचला. पुस्तकासंबंधीची अट थोडीशी
कठीण होती, कारण त्यासाठी त्याला त्याच्या संशोधनाचा व लिखाणाचा दर्जा उत्तम
राखणं आवश्यक होतं. त्याच्या दृष्टिकोनातून ते अशक्य नव्हतं. इतर अटी तशा
साध्या होत्या. जियांगनं संमतिपत्र भरून एसीएच्या सचिवांना पाठवलं.

विमानतळावरील सोपस्कर पार पाडून सामानाची ट्रॉली घेऊन जियांग बाहेर
पडला. तिथं प्रवाशांना घ्यायला आलेले नातेवाईक, हॉटेलचे कर्मचारी यांची गर्दी
उसळली होती. एसीएच्या सचिवांनी जियांगला विमानतळावर न्यायला कोणीतरी
येईल, असं कळवलं होतं. तो शोधक नजरेनं आपल्या नावाचा फलक घेतलेली
एखादी व्यक्ती दिसते का, ते पाहायला लागला. त्या गर्दीच्या डावीकडील बाजूस
एका कोपऱ्यात 'जियांग चेंग' या नावाचा फलक घेऊन उभा असलेला, एक चिनी
गृहस्थ जियांगला दिसला. जियांग त्याच्याजवळ गेला व त्यानं आपली ओळख
सांगितली.

''वेलकम जियांग! मी विल्सन वाँग.''

''ओहऽऽऽ! मिस्टर वाँग, तुम्ही स्वत: विमानतळावर यायची तसदी कशाला
घेतली?''

''अरे, मी आज तसा मोकळाच होतो. शिवाय तू पहिल्यांदाच अमेरिकेला
येत आहेस. मी विचार केला की चला, तुझी भेट होईल व तुला हॉटेलवरही सोडता
येईल. तसेच उद्याच्या बैठकीची तुला थोडी पूर्वकल्पनाही देता येईल. चल, ट्रॉली
दे इकडे. आपण माझ्या गाडीकडे जाऊ या!'' जियांग नकोनको म्हणत होता, तरी
विल्सनने त्याच्या सामानाची ट्रॉली आपल्याकडे घेतली. पस्तिशीचा, जवळजवळ

पूर्ण टक्कल असलेला विल्सन हसतमुख होता. चेहऱ्यावरून तो मिस्कील वाटत होता. उंचीनं जरा कमी असलेल्या, किंचित स्थूल विल्सनच्या हसऱ्या गोल चेहऱ्याला व त्याच्या टकलाला त्याचा गोल फ्रेमचा चष्मा शोभून दिसत होता. त्याच्या हालचालीत खूप उत्साह दिसून येत होता.

"गाडी जरा दूरच लावावी लागली. आज विमानतळावर जरा जास्तच गर्दी होती. थोडंसं चालावं लागेल हं तुला."

"हो, हो. ठीक आहे. सलग आठ-नऊ तास विमानात बसून माझे पायही आखडले आहेत. थोडं चालायची मलाही आवश्यकता होती." जियांग विमानतळा सभोवतालच्या परिसराकडं पाहत म्हणाला. विमानतळाकडे जा-ये करणाऱ्या भल्यामोठ्या गाड्या, व्हॅन्स, बसेस यांची गर्दी झालेली. एक-दोन मिनिटांच्या अंतराने हवेत झेप घेणाऱ्या किंवा विमानतळावर उतरणाऱ्या विमानांचा आवाज आसमंतात घुमला होता.

"चला, पोचलो एकदाचं गाडीजवळ!" विल्सन म्हणाला. त्याने आपल्या मोठ्या लिंकन कॉन्टिनेंटल गाडीची डिकी उघडून जियांगचं सामान आत ठेवलं. ते दोघं गाडीत बसले. युरोपमध्ये किंवा मकावमध्ये लहान गाड्या पाहायची सवय असलेला जियांग म्हणाला,

"तुमची गाडी अगदी भलीमोठी आहे!"

"अरे, आता तुला समजेलच, की अमेरिकन लोकांना लहान गाड्या आवडत नाहीत." विल्सननं गाडी व्हॅनविक द्रुतगती मार्गानं न्यूयॉर्क शहराकडं घ्यायला सुरुवात केली.

"तुझी राहायची सोय सेंट्रल पार्कजवळच्या बंकिंगहॅम हॉटेलमध्ये केली आहे. हॉटेल अगदी मध्यवर्ती भागात मोक्याच्या ठिकाणी आहे. आज दुपारी तू आराम कर. संध्याकाळी साडे-सहा वाजता मी तुला घ्यायला येतो. आपण जेवायला जाऊ एका खास ठिकाणी. त्यापूर्वी हॉटेलच्या जवळपास एखादी चक्कर टाकून ये. पण जरा सांभाळून हं. नाहीतर एखाद्या भुऱ्या केसांच्या पोरीला तू आवडलास, तर तुला फितवून कुठंतरी घेऊन जाईल! अमेरिकन मुलींना आशियायी मुलं खूप आवडतात!" विल्सन हसत हसत म्हणाला.

"विल्सन, तुम्ही मुळीच काळजी करू नका. मी इथं संशोधनाच्या निमित्ताने आलो आहे. तसल्या फंदात मी मुळीच पडणार नाही!" जियांगही हसत म्हणाला.

"अरे, त्या अनुषंगानं 'वधू-संशोधन' करणार नाहीस कशावरून? गेल्या दोन वर्षांत लिस्बनमध्ये कोणी 'बेलिसिमो मेनिना' शोधून ठेवली आहेस की नाही?"

त्यावर आश्चर्य वाटून जियांग म्हणाला,

"पोर्तुगीजमध्ये सुंदर मुलीला काय म्हणतात, हे तुम्हाला कसं ठाऊक?"

"अरे, मला बराच प्रवास करावा लागतो. प्रवासादरम्यान अडचण येऊ नये म्हणून वेगवेगळ्या भाषांतील महत्त्वाच्या शब्दांची ओळख असल्याचा वेळप्रसंगी उपयोग होतो. बरं, माझ्या प्रश्नाचं उत्तर दिलं नाहीस!"

"विल्सन, लिस्बनला मी पदव्युत्तर अभ्यासासाठी गेलो होतो. त्यामुळं सारा वेळ अभ्यासात गेला. आता एसीएच्या अर्थसाहाय्यानं माझ्या विषयावर संशोधन करण्याऐवजी मी जर वधू-संशोधन केलं, तर दोन वर्षांनी एसीएच्या कार्यकारी मंडळापुढे माझ्या संशोधनाचा निष्कर्ष सादर करायच्या वेळी बायको आणि एखादं मूल यांनाच हजर करावं लागेल!" जियांगनेही तितक्याच मिस्कीलपणे विल्सनच्या चेष्टेखोर प्रश्नाला चोख उत्तर दिलं. ते ऐकून विल्सन मनसोक्त हसला. एवढ्यात गाडी हॉटेलच्या दारात पोचली. हॉटेलच्या कर्मचाऱ्यानं गाडीतलं सामान एका ट्रॉलीवर ठेवलं. विल्सन जियांगला म्हणाला,

"मी आता आत येत नाही. तुझ्या नावचे आरक्षण आहे. संध्याकाळी साडे-सहा वाजता लॉबीत भेटू. आराम कर तू आता."

"थँक्स, विल्सन. भेटू संध्याकाळी. गुड बाय!"

जियांगने हॉटेलच्या नोंदणीचे सोपस्कर पार पाडले. त्याला आठव्या मजल्यावरील खोली मिळाली. त्याच्याबरोबर हॉटेलचा कर्मचारी सामानाची ट्रॉली घेऊन त्याच्या खोलीपर्यंत आला. जियांगने सामान लावून झाल्यावर शॉवर घेतला. नंतर हॉटेलच्या जवळच्या थिएटर डिस्ट्रिक्टमधल्या एका छोट्या इटालियन उपहारगृहात जाऊन त्याने 'लसान्या' खाल्ला. खोलीवर आल्यावर दोन तास झोप काढली. लिस्बन व न्यूयॉर्क यांच्या वेळेत सहा तासांचा फरक होता. ठरल्याप्रमाणं साडे-सहा वाजता तो हॉटेलच्या लॉबीत गेला. विल्सन तिथं आधीच येऊन थांबला होता.

"काय, थोडी झोप काढलीस की नाही?"

"हो, चांगला दोन तास गाढ झोपलो होतो. प्रवासाचा सारा शीण निघून गेला."

"थोडाफार राहिला असेल, तर 'बडवायझर' तो काढून टाकेल. चल, निघू आपण."

विल्सननं गाडी मॅनहटनच्या दक्षिणेकडं जाणाऱ्या ब्रॉडवेवर घेतली. पंधरा मिनिटांत ते न्यूयॉर्कच्या 'चायना टाउन' मध्ये पोचले.

"इथं अगदी चीनमध्ये असल्यासारखंच वाटतंय!" जियांग तिथली चिनी उपाहारगृहं, कपडे व मसाल्यांची दुकानं, त्यांचे चिनी भाषेतील फलक, त्यांच्या सजावटीसाठी वापरलेले चिनी पद्धतीचे लाल कागदाचे गोल कंदील, इतर चिनी

नक्षीकलेतील गोष्टी आणि त्या भागात वावरणाऱ्या जवळजवळ साऱ्या चिनी वंशाच्या लोकांकडं पाहत म्हणाला. त्याच्या कानांवर चिनी संगीताच्या लकेरी पडत होत्या.

"जियांग, आपले लोक जगाच्या पाठीवर कुठंही जाऊ देत, तिथं ते आपली संस्कृती घेऊन जाणारच. बरं, चल, बघ. आपलं उपाहारगृह आलं."

विल्सन जियांगला 'झांगजियाजी' या उपाहारगृहात घेऊन गेला. जाता जाता तो जियांगला म्हणाला,

"इथं हुनान पद्धतीचं चिनी जेवण मिळतं. तू 'झांगजियाजी' विषयी ऐकलंय?"

"हो, ते चीनच्या हुनान प्रांतातलं एक गाव आहे ना?"

"बरोबर! या उपाहारगृहाच्या मालकांचे पूर्वज त्या गावचे, म्हणून त्यांनी आपल्या गावाचं नाव उपाहारगृहाला दिलं!" विल्सननं खुलासा केला. ती दोघंजण उपाहारगृहात पोचली. त्यांना पाहताच कौंटरवर बसलेले मालक उठून त्यांच्या स्वागताला पुढे सरसावले.

"विल्सन, तुम्ही येणार असल्याचं कळवलं का नाही? आधी ठाऊक असतं, तर मी एखादा खास पदार्थ करून ठेवला असता!"

"मुद्दामच कळवलं नाही तुम्हाला, बिंग-बिंग. कारण तसं केलं असतं, तर तुम्ही सात-आठ जणांचं जेवण तयार करून ठेवलं असतं. शिवाय तुमचा प्रत्येक पदार्थ उत्कृष्टच असतो बरं का! बरं, हा जियांग. मकावचा आहे!"

"हॅलो मिस्टर बिंग-बिंग!" जियांगनं त्यांच्याशी हस्तांदोलन केलं.

"हॅलो मिस्टर जियांग, मकावचे तुम्ही? खूपच दूरून आलात!"

"एसीएनं त्याला आमंत्रित केलं आहे. कशासाठी ते सांगेन तुम्हाला परत कधीतरी. बरं, आम्ही कोठे बसू?" विल्सन म्हणाला.

"चला, छानशा जागी तुमची सोय करतो!" असं म्हणून बिंग-बिंग त्यांना खिडकीजवळच्या एका टेबलकडे घेऊन निघाले. त्या वेळी त्यांच्या उपाहारगृहात चिनी व अन्य बरीच गिऱ्हाइकं दिसत होती. ते जात असता उपाहारगृहाचे कर्मचारी विल्सनना वाकून 'नी-हाव' व 'जिऊवेन दामिंग' म्हणून अभिवादन करत होते. तिथल्या काही चिनी गिऱ्हाइकांनीदेखील उठून विल्सनला अभिवादन केलं. तोही नम्रपणे 'नी-झेन्मे यांग' व 'शिंग-हुई' असं म्हणून त्यांच्या अभिवादनाचा स्वीकार करत होता.

"चला, बसा तुम्ही आता निवांतपणे. मी माझ्या कामाला लागतो. बरे, आज चांगला सरंगा मिळाला आहे. आवडत असल्यास पाहा!" असं म्हणून बिंग-बिंग कौंटरकडे निघून गेले. बांबूच्या पानांची नक्षी असलेला सिल्कचा लाल

'चि-पाओ' हा अंगाला घट्ट बसणारा वेष परिधान केलेली एक चिनी तरुणी त्यांची जेवणाची ऑर्डर घ्यायला नम्रपणे उभी होती.

"तुला मासा आवडतो?'' विल्सननं जियांगला विचारलं.

"हो, माशाचे पदार्थ मला खूप आवडतात.'' जियांग म्हणाला,

"ठीक आहे'', असं म्हणून विल्सन त्या तरुणीला उद्देशून म्हणाला,

"चिंग-ली, आम्ही एक मोठा वाफेवर शिजवलेला सरंगा, एक पोर्क लो-मिएन आणि साधा भात घेऊ. पण आमच्यासाठी आत्ता लगेच दोन थंड बडवायझर आण.''

"ठीक आहे, मिस्टर वाँग!'' असं म्हणून ती तिथून निघाली. ती पाठमोरी झाल्यावर तिच्या घट्ट ड्रेसमधून दिसणाऱ्या कमनीय बांध्याकडं पाहत विल्सन म्हणाला,

"जियांग, येथे तुझ्या गळाला एखादी जिवंत मासळीसुद्धा लागू शकते बरं का!'' त्यावर हसत जियांग म्हणाला,

"विल्सन, तुम्ही माझी फिरकी घेतच राहणार, असं दिसतंय! एसीएचं चिनी वंशाच्या लोकांसाठी वधू-वर सूचक मंडळ आहे की काय?''

"कागदोपत्री नसलं, तरी वार्षिक सभा झाल्यावर जो भोजनाचा कार्यक्रम होतो, तेव्हा बरेच सदस्य आपल्या मुला-मुलींसाठी योग्य जोडीदार शोधायच्या मोहिमेवर असतात. तुला इथली 'ग्रीन कार्ड' वाली एखादी मुलगी शोधायची असेल तर सांग मला!''

"बरं, ते जाऊ दे. मला एक सांगा, तुम्हाला इथले सारे लोक चांगलेच ओळखतात असं दिसतंय. ते कसं काय?''

"अरे, एसीएचे वर्षभर खूप कार्यक्रम होत असतात. शिवाय चिनी नववर्षाच्या सुमारास तीन आठवडे न्यूयॉर्क आणि इतर मोठ्या शहरातील मोठमोठ्या मॉल्समध्ये एसीएमार्फत चिनी सांस्कृतिक कार्यक्रमांचं आयोजन केलं जातं. त्यात कसरतीचे, नाच-गाण्यांचे, संगीताचे कार्यक्रम होतात. त्यासाठी चीनहून असे कार्यक्रम करणारे जथे इथं येतात. त्या साऱ्या कार्यक्रमांचं नियोजन करणाऱ्या समितीचा मी अध्यक्ष आहे. त्यामुळे न्यूयॉर्कमधले बहुतेक चिनी लोक मला ओळखतात. चिनी उपाहारगृहांचे मालक मात्र मला दुसऱ्या एका कारणास्तव ओळखतात.'' इतक्यात चिंग-ली त्यांच्यासाठी बीयर आणि खाऱ्या काजूंची मोठी कटोरी घेऊन आली. बीयर ग्लासमध्ये ओतून ती निघून गेली.

"घे. चियर्स!''

"चियर्स!'' जियांग म्हणाला. त्यानं विल्सनला विचारलं,

“कोणते कारण, विल्सन?”

“अरे, मी खाद्य-व्यवसायात गेली दहा वर्षे काम करतो आहे. मी चीनहून चिनी भोजनासाठी आवश्यक असलेले सॉस, मसाले, वाळवलेले, खारवलेले पदार्थ यांची आयात करून त्यांचे वितरण करत असतो. तसं पाहिलं तर इथं काही कंपन्या चिनी सॉस अन् मसाल्यांची उत्पादनं करतात. पण मूळच्या चिनी सॉस आणि मसाल्यांची त्यांना अजिबात सर नाही. अमेरिकेतली सारी चिनी उपाहारगृहं माझ्या फर्मकडूनच अशा वस्तू विकत घेतात. काही सुपरमार्केट्सदेखील अशा वस्तू माझ्याकडून घेऊन विकतात. इथली चिनी कुटुंबंदेखील त्या वस्तूंनाच प्राधान्य देतात. गेली काही वर्षे माझी फर्म कॅनडा, मध्य व दक्षिण अमेरिकेतील काही प्रमुख शहरांमध्ये त्यांचे वितरण करते. माझ्या वडलांनी हा व्यवसाय सुरू केला, पण तो फक्त न्यूयॉर्क पुरताच मर्यादित होता. दहा वर्षांपूर्वी मी ‘जिम’ मधून, सॉरी-जेफरसन इन्स्टिट्युट ऑफ मॅनेजमेंटमधून एम. बी. ए. केलं. कुठंतरी नोकरी करण्यापेक्षा वडलांचाच व्यवसाय वाढवायचा ठरवलं. टप्प्याटप्प्यानं तो वाढवला. आज माझा या व्यवसायात उत्तम जम बसला आहे. शिवाय चिनी बांधवांसाठी समाजकार्य करावं, या हेतूनं एसीएची जबाबदारी स्वीकारली.”

“अरे वा! खरंच कौतुकास्पद आहे हं तुमचं करियर, तुमची जिद्द अन् समाजकार्याची आवड!”जियांग विल्सनची पार्श्वभूमी ऐकून प्रभावित झाला होता. त्यानंतर त्या दोघांच्या गप्पा बऱ्याच रंगल्या. विल्सननं जियांगला अमेरिकेतल्या चिनी वंशाच्या लोकांबद्दल तसंच एसीएच्या कार्याविषयी बरीच माहिती दिली. त्याने जियांगला मकावचं राहणीमान, तिथली राजकीय, सामाजिक आणि आर्थिक व्यवस्था यांच्याविषयी माहिती विचारली,

“जियांग, तुझ्यासाठी अजून एक बीयर मागवतो. मी मात्र एकवरच थांबतो. गाडी चालवायची आहे मला.” जियांग नको नको म्हणत होता, तरी विल्सननं त्याच्यासाठी बीयर मागवलीच. उत्कृष्ट चिनी भोजनाचा आस्वाद घेतल्यानंतर ते जायला निघाले. बिंग-बिंग यांचा निरोप घेण्यासाठी त्यांच्या कौंटरजवळ आल्यावर जियांग काहीतरी आठवून विल्सनला म्हणाला,

“विल्सन, आपण जेवणाचे बिल द्यायला विसरलो!” त्यावर विल्सन म्हणाला,

“बिल? अरे, मी जर चुकून तोंडातून ‘बिल’ हा शब्द काढला, तर बिंग-बिंग मला यापुढे ‘झांगजियाजी’ची पायरी चढू देणार नाहीत!”

“अगदी बरोबर!” बिंग-बिंग त्यांच्यात सामील होत म्हणाले.

“मिस्टर जियांग, तुम्ही आमचे अतिथी आहात. केव्हाही हक्कानं जेवायला

या, पण एका अटीवर- 'बिल' हा शब्द उच्चारायचा नाही!'' त्या दोघांनी बिंग-बिंग यांचे आभार मानले आणि आपल्या गाडीपाशी गेले. जाता जाता विल्सन म्हणाला,

"उद्या बरोबर साडे-आठला तयार राहा. कार्यकारी मंडळाची बैठक साडे-नऊला होणार आहे. ती जिथं होणार आहे, तिथं पोचायला चाळीस-पन्नास मिनिटं लागतील.''

"ठीक आहे. मी तयार राहीन.''

विल्सननं जियांगला हॉटेलवर सोडलं. गाडीतून उतरता उतरता जियांग म्हणाला,

"संध्याकाळ मजेत गेली, त्याबद्दल तुमचे आभार, विल्सन!''

"अरे, औपचारिकता सोडून दे. आणि बरं का जियांग, माझे सारे मित्र मला 'विली' म्हणतात. तूही विली असंच म्हणत जा.''

"ठीक आहे, गुडनाइट विली!''

"गुड नाइट!''

ठरल्याप्रमाणं सकाळी साडे-आठ वाजता विल्सन जियांगला घ्यायला हॉटेलवर गेला. जियांग तयारच होता. त्यानं करड्या रंगाचा सूट घातला होता. त्याचे काळे चकचकीत बूट आणि फिकट, गडद निळे पट्टे असलेला टाय करड्या सूटला अगदी शोभून दिसत होते. सूट-टायमधलं त्याचं प्रसन्न, अभ्यासू व्यक्तिमत्त्व अधिक खुलून दिसत होतं. विल्सननं गडद तपकिरी सूट आणि फिकट तपकिरी टाय परिधान केला होता. त्याच्या टायवर काळ्या रंगाच्या छोट्या छोट्या ड्रॅगनची नक्षी होती. जियांगनं सोबत ब्रीफकेस घेतली होती. त्यात जियांगने ठरवलेल्या संशोधनाच्या रूपरेषेची प्रत तसंच त्याच्या काही प्रमाणपत्रांच्या प्रती असे कागदपत्र होते.

'झाओशांग-हावो' असं म्हणून विल्सननं जियांगला चिनी पद्धतीनं 'गुड मॉर्निंग' म्हटलं. जियांगनंही त्याला चिनी भाषेतच प्रतिसाद दिला.

"चला, आता या वेळी रस्ते गजबजलेले असतात. निघू या आपण!'' विल्सन म्हणाला.

विल्सननं गाडी मॅनहटनच्या दक्षिणेकडील ब्रुकलिन पुलाकडे वळवली, तेव्हा डाव्या बाजूच्या खाडीतील स्वातंत्र्यदेवतेच्या भव्य पुतळ्यानं जियांगचं लक्ष वेधलं. न्यूयॉर्कचं, किंबहुना संपूर्ण अमेरिकेचं प्रतीक असलेल्या त्या पुतळ्याकडं जियांग टक लावून पाहत असल्याचं लक्षात आल्यावर विल्सन म्हणाला,

"आज संध्याकाळी आपण जाऊ तिकडं. आज-उद्या न्यूयॉर्कमध्ये फिरून

घे. परवा दिवशी सकाळीच तुला बोस्टनसाठी निघावं लागेल.''

''नक्कीच फिरून घेईन मी. आजपर्यंत केवळ चित्रात किंवा चित्रपटात पाहिलेली ही ठिकाणं पाहण्याची मला फार उत्सुकता आहे.''

हॉटेल सोडल्यापासून जवळजवळ पाऊण तासाने स्टॅटेन बेटाच्या दक्षिणेकडच्या टॉटेनव्हिल भागातील पेज अॅव्हेन्यूवरील एका बहुमजली इमारतीच्या आवारात विल्सननं गाडी थांबवली. एक कर्मचारी तत्परतेनं पुढं सरसावला. गाडीचं दार त्यानं उघडलं. गाडीची किल्ली घेत तो म्हणाला, ''गुड मॉर्निंग मिस्टर वाँग.''

''गुड मॉर्निंग ब्रुनो. मला जवळ जवळ तास-दीड तास लागेल.''

''ठीक आहे, सर.'' असं म्हणून तो गाडी पार्क करायला इमारतीच्या तळघरातील पार्किंगकडे गेला. प्रवेशद्वारातील सुरक्षा कर्मचाऱ्यानं त्या दोघांना सलाम केला आणि काचेचं दार उघडायचं बटन दाबलं. दोघं लिफ्टमध्ये गेले. विल्सननं एकविसाव्या मजल्याचं बटन दाबलं.

''या इमारतीत मिस्टर जॅक ली यांचं, म्हणजेच कार्यकारी मंडळ व एसीएचे अध्यक्ष यांचं कार्यालय आहे. बैठक त्यांच्या कार्यालयाच्या समितीकक्षात होणार आहे.''

''त्यांचा कसला व्यवसाय आहे?''

''मिस्टर ली कित्येक बहुराष्ट्रीय कंपन्यांचे आर्थिक सल्लागार आहेत. अमेरिकेच्या राजकीय, आर्थिक व सामाजिक क्षेत्रांत त्यांचा खूप दबदबा आहे. कित्येक राष्ट्रप्रमुख त्यांना जवळून ओळखतात. अध्यक्ष क्लिंटनदेखील त्यांना सल्ला-मसलतीसाठी 'व्हाइट -हाउस' मधे बोलावून घेतात. दुबईचे पंतप्रधान मक्तुम बीन रशीद अल-मक्तुम यांचे ते सल्लागार आहेत. दुबईची गेल्या दहा वर्षांतील आर्थिक प्रगती मिस्टर ली यांच्या मार्गदर्शनाखालीच झाली आहे.''

''अरे बापरे! अशा वजनदार व्यक्तीला सामोरं जायची मला भीती वाटायला लागली आहे!'' जियांग कपाळावरचा घाम टिपत म्हणाला. एवढ्यात लिफ्ट एकविसाव्या मजल्यावर पोचली. त्यातून बाहेर पडताच लाल उंची गालिचा असलेल्या कॉरिडॉरमधून ते मिस्टर ली यांच्या कार्यालयाच्या स्वागतकक्षात पोचले. तिथली अमेरिकन स्वागतिका विल्सनला पाहताच म्हणाली,

''हाय विली डियर, कसा आहेस तू?''

''उत्तम. डेल्फिन डार्लिंग, तू कशी आहेस?''

''ठीक! खूप दिवसांत पेकिंग डक खायला घेऊन गेला नाहीस म्हणून रुसलेय तुझ्यावर! बरं, माझा रुसवा राहू दे बाजूला. हा जियांग ना?''

''अर्थातच!''

"हॅलो डेल्फिन!" जियांगनं तिच्याशी हस्तांदोलन केलं.

"हाय जियांग! वेलकम आणि गुडलक! विली, सारे सदस्य आलेत. मी सरांना विचारते, तुम्हाला आत पाठवायचं का ते.'' असं म्हणून एक दार उघडून ती आतल्या खोलीत गेली. विल्सन व जियांग त्या भव्य स्वागतकक्षात बसले. जियांगनं आजूबाजूला नजर टाकली. एका बाजूला फक्त जाड काचांची भिंत होती. तिच्यातून दक्षिणेकडच्या समुद्राचं विहंगम दृश्य दिसत होतं. डाव्या बाजूस दूरवर ब्रुकलिन बेटावरच्या उंच इमारती, जेएफके विमानतळावरून नुकतंच झेप घेतलेलं एक विमान दिसत होतं. दुसऱ्या भिंतीवर चीनच्या प्रचंड भिंतीचं भलंमोठं तैलचित्र टांगलं होतं. प्रत्येक कोपऱ्यात चिनी नक्षीकाम असलेल्या मोठाल्या फुलदाण्या होत्या. त्यात ताज्या ट्युलिप्स ठेवल्या होत्या. एका बाजूला कोपऱ्यात कृत्रिम डबकं केलेलं होतं. त्यात छोटासा धबधबा आणि पाण्यात चिनी संस्कृतीत शुभ मानलेले लाल रंगाचे 'गोल्ड फिश' होते.

"मिस्टर ली यांचा फेंग -सुईवर खूप विश्वास आहे. म्हणून या साऱ्या गोष्टी तुला इथं दिसताहेत.'' विल्सनने खुलासा केला.

"चला, सगळेजण तुमची वाट पाहताहेत!'' डेल्फिन दार उघडून बाहेर येत म्हणाली.

ते दोघे आत गेले. एव्हाना जियांग तिथलं वातावरण, मिस्टर जॅक ली यांचा दबदबा यांमुळे काहीसा भांबावून गेला होता. पण त्याच्या लक्षात आलं, की कार्यकारी मंडळास आपण आत्मविश्वासानं सामोरं जाणं आवश्यक आहे. आतल्या खोलीत एका प्रशस्त आयताकृती काचेच्या टेबलाभोवती सहा चिनी व्यक्ती बसल्या होत्या. ते सगळे जवळजवळ साठी-सत्तरीतील वाटत होते. सर्वांनी उंची सूट परिधान केले होते. त्या कक्षातील भिंतींवर चिनी पद्धतीनं चितारलेली चीनच्या ग्रामीण भागातील नयनमनोहर दृश्यांची चित्रे टांगली होती. खोलीतल्या खिडक्यांना चिनी नक्षीकाम असलेले रेशमाचे उंची पडदे होते. खोलीतल्या उंची गालिचावर तपकिरी व भिंतीवर हस्तिदंती रंगाची छटा होती. त्या खोलीत गेल्या गेल्या जियांगनं आत्मविश्वासानं सर्वांना 'नी-हाव' म्हणून अभिवादन केलं. त्या सर्वांनीही त्याला 'नी-हाव' असं म्हणून प्रत्युत्तर दिलं.

"जियांग, विली, बसा!'' टेबलाच्या मधोमध बसलेली निळा सूट परिधान केलेली व्यक्ती त्या दोघांना उद्देशून म्हणाली. बसता बसता विल्सन जियांगच्या कानात कुजबुजला,

"मिस्टर जॅक ली!''

मिस्टर ली जवळजवळ पासष्ट वर्षांचे होते. त्यांचे काळेकरडे केस व्यवस्थित,

भांग पाडून मागे वळवलेले, चेहऱ्यावर थोड्या सुरकुत्या पडलेल्या. पण चेहऱ्यावरचा आत्मविश्वास, प्रसन्नता आणि विनयशीलता चटकन नजरेत भरत होती. खऱ्या अर्थानं राजदरबारी किंवा समाजात सर्वोच्च मानसन्मान आणि यश मिळवलेल्या व्यक्तींमध्ये गर्वाचा लवलेश नसतो, याची जियांगला प्रचिती आली.

"जियांग, एसीएच्या वतीनं मी तुझे स्वागत करतो. मी जॅक ली, कार्यकारी मंडळाचा आणि एसीएचा अध्यक्ष. हे माझे सहकारी." इतरांकडे पाहत मिस्टर ली म्हणाले, "माझ्या शेजारी बसले आहेत मिस्टर..." अशी सुरुवात करून त्यांनी इतरांची जियांगशी ओळख करून द्यायला सुरुवात केली. त्यांच्यापैकी एकजण वकील आणि दुसरे दोघे कारखानदार होते. चौथे राजकीय विश्लेषक व पाचवे वास्तुशिल्पकार होते. जियांगनं उठून ओळख होईल तसे प्रत्येकास अभिवादन केले.

"तुला एसीएबद्दल माहिती आहेच. जेव्हा तुझा अर्ज आमच्या शिष्यवृत्ती समितीकडे पाठवण्यात आला, तेव्हा त्या समितीच्या प्रमुखांनी एका खास कारणास्तव तो आमच्याकडे पाठवला. एरवी आम्ही अशा लहानसहान गोष्टींमधे लक्ष घालत नाही किंवा विविध समित्यांच्या निर्णयांतही ढवळाढवळ करत नाही."

"माझ्या अर्जामध्ये आपल्याला काही विलक्षण गोष्ट आढळली का?" एव्हाना जियांगची भीड चेपली होती. काहीशा धाडसानं त्यानं जॅक लींना विचारलं.

"अर्थातच! ते आम्ही तुला यथावकाश सांगूच. बरं, तुझी तुझ्या विषयातली आत्तापर्यंतची कामगिरी आणि तू मिळवलेलं यश आणि प्रावीण्य कौतुकास्पद आहे. तुझ्यासारख्या अभ्यासू तरुणाला यापुढंही भरघोस यश मिळावं, तुझ्या महत्त्वांकाक्षा पूर्ण व्हाव्यात, अशी आमची इच्छा आहे. आम्हा सर्वांना एका गोष्टीची खूप उत्सुकता लागून राहिली आहे. तू संशोधनासाठी नानकिंग हत्याकांड हा विषय कसा काय निवडलास?"

जियांगला हा प्रश्न अपेक्षित होताच. त्यानं खुलासा करायला सुरुवात केली.

"नानकिंगमध्ये चिनी बांधवांवर १९३७-३८ च्या दरम्यान झालेल्या अत्याचाराच्या कथा कोणत्याही सुसंस्कृत व्यक्तीचं हृदय हेलावून टाकतील, यात शंका नाही. आज जगाच्या वेगवेगळ्या भागांतील बहुतांश सुशिक्षित लोकांना नानकिंग हत्याकांडाविषयी अवाक्षरही माहीत नाही. मी पोर्तुगालमध्ये असताना तिथं भेटलेल्या वेगवेगळ्या देशांतील तरुण-तरुणींना 'तुम्ही नानकिंगविषयी ऐकलंय का?' असं विचारल्यावर जी उत्तरे मिळाली, ती ऐकल्यावर हसावं की रडावं, या संभ्रमात मी पडलो. एक ऑस्ट्रेलियन तरुणी म्हणाली, नानकिंग म्हणजे चिनी युवतींचा ड्रेस; एक अमेरिकन तरुण म्हणाला, नानकिंग म्हणजे पारंपरिक चिनी स्वसंरक्षण कलेचा प्रकार; तर एक ब्रिटिश युवती म्हणाली, नानकिंग म्हणजे चिनी

नुडल्सचा पदार्थ असावा! ही झाली पाश्चात्त्य तरुण-तरुणींची प्रतिक्रिया. मी आशियातील काही सुशिक्षित तरुण-तरुणींना हा प्रश्न विचारला. त्यांपैकी एक थाई तरुण म्हणाला, नानकिंग हे प्राचीन चीनमधील एखाद्या राजघराण्याचं नाव असावे. एका भारतीय तरुणीने तर कमालच केली. ती म्हणाली, नानकिंग म्हणजे भारताच्या पंजाब राज्यात मिळणाऱ्या 'नान' नावाच्या खाद्यपदार्थाचा सर्वोत्कृष्ट प्रकार!''

हे ऐकल्यावर सर्व सदस्यांमध्ये हास्याची हलकी लकेर उठली. जियांग पुढे सांगू लागला -

''नानकिंगचं तर दूरच राहू दे; कित्येक उच्चशिक्षितांना जपान आणि चीन यांच्यात युद्ध झालं होतं, याचा गंधही नव्हता. या अज्ञानाचं एक कारण असं असावं, की कित्येक नामांकित इतिहासकारांनी या विषयावर लिखाण करायचं टाळलं किंवा त्याकडं हेतुपुरस्सर दुर्लक्ष केलं. आर्मेनियातील जनसंहार, युरोपातील होलोकॉस्ट आणि ज्यूंवरील इतर अत्याचार, कंबोडिया, व्हिएतनामातील हिंसाचार, आफ्रिकेतील युद्धं व कलहपीडित जनतेच्या हालअपेष्टा, मध्य पूर्वेतील कलह या विषयांवर विपुल लिखाण करण्यात आलंय. त्यावर ग्रंथ प्रकाशित झाले. त्या दुर्दैवी हिंसाचारानं होरपळलेल्या जनतेच्या हालअपेष्टा, त्यांच्यावरील अत्याचार, त्यामागची निर्दयता साऱ्या जगासमोर आली. दुसरं महायुद्ध नेमकं केव्हा सुरू झालं, याबद्दल इतिहासतज्ज्ञांत एकमत नसलं, तरी एक गोष्ट नाकारता येत नाही. नानकिंग व चीनच्या इतर भागांवरील जपानचा कब्जा दुसऱ्या महायुद्धादरम्यान चीन व जपान यांच्यात झालेल्या संघर्षाचा अविभाज्य भाग आहे. महायुद्ध संपेपर्यंत तो कब्जा टिकून राहिला. असं जरी असलं, तरी आजवर प्रकाशित झालेल्या दुसऱ्या महायुद्धावरील किती पुस्तकांत नानकिंगविषयी वाचायला मिळते? एकतर त्याचा पुसटसा उल्लेख आढळतो किंवा बऱ्याच वेळा तोही दिसून येत नाही. दुसऱ्या महायुद्धादरम्यान कित्येक मित्रराष्ट्रांचे नागरिक व सैनिक मृत्युमुखी पडले - २,५०,००० इंग्रज; १०,००० फ्रेंच; १०१,०० बेल्जियन; २४२, ००० डच वगैरे. पण नानकिंग या एका शहरात केवळ दोन आठवड्यांत ३,५०,००० लोकांची निर्दयपणे कत्तल करण्यात आली. त्यांतले जवळजवळ अडीच लाख निरपराध रहिवासी आणि एक लाख शरणार्थी सैनिक होते, याकडं मात्र दुर्लक्ष करण्यात आलं. नागासाकी व हिरोशिमामध्ये एकूण २,१०,००० लोक अणुबाँबच्या हल्ल्यात मृत्युमुखी पडले. याचा खूप बोलबाला झाला. पण सारं जग नानकिंगच्या कत्तलीला, तिथल्या बलात्कारित महिलांच्या यातनांना व आठ वर्षं सदैव भीतीच्या छायेखाली वावरलेल्या व अत्याचारांनी होरपळलेल्या जनतेच्या हालअपेष्टांना विसरले. नानकिंगमधली निर्दयता व छळणूक जगासमोर आली नाही, हे अनाकलनीय आहे. मी लिस्बनमध्ये

असताना या विषयावर काही अभ्यासपूर्ण लेख मिळतात का, याचा शोध घेतला. खूप संशोधनानंतर केवळ सहा लेख माझ्या वाचनात आले अन् तेही अतिशय त्रोटक माहितीच्या आधारे लिहिलेले होते. त्याच वेळी मी ध्यास घेतला, की नानकिंग हत्याकांडाला योग्य प्रसिद्धी मिळण्यासाठी त्या संपूर्ण प्रकरणाचा व्यापक आणि सखोल अभ्यास करायचा. इतकंच नाही, तर लेखन करून शक्य झाल्यास ते प्रसिद्ध करायचं. आंतरराष्ट्रीय संबंधांचा इतिहास या माझ्या आवडीच्या विषयाला अनुकूल असं माझं शिक्षण तर आहेच; शिवाय इंग्रजीतून माझे माझ्या विषयासंबंधानं निष्कर्ष मांडण्याचा आत्मविश्वासही आहे. हा उपक्रम हाती घेऊन नानकिंगमध्ये प्राण गमावलेल्यांना श्रद्धांजली अर्पिण्याचा हा एक माझा लहानसा प्रयत्न आहे.''

जियांगनं ज्या आवेशानं अन् आत्मविश्वासानं हा खुलासा केला, त्यामुळं कार्यकारी मंडळाचे सर्व सदस्य प्रभावित झाले. काही क्षण वातावरणात स्तब्धता पसरली. मिस्टर ली जियांगला म्हणाले,

''जियांग, तू ज्या कळकळीनं आणि सद्हेतूनं या विषयाचा अभ्यास करू इच्छितोस, त्यामुळं आम्ही प्रभावित झालो आहोत. बरे, मला एका गोष्टीचा खुलासा करायचा आहे; तसं पाह्यलं तर दोन गोष्टींचा. पहिली ही, की नानकिंग हा आमचा, म्हणजे साऱ्या एसीएचा, जिव्हाळ्याचा विषय आहे. त्यास प्रसिद्धी मिळायला हवी, याबाबत दुमत नाही. दुसरी गोष्ट अशी की, नानकिंग प्रकरण अंधारात ठेवण्यासाठी काही शक्ती आजही कार्यरत आहेत याची आम्हाला कल्पना आहे. तसंच गेल्या पाच दशकांहून अधिक काळ या प्रकरणास राजकीय कारणास्तव अंधारात ठेवण्याचा किंवा त्यास अवास्तव प्रसिद्धी मिळू नये याचा जाणीवपूर्वक प्रयत्न केला जात आहे, याची तुला कल्पना नसावी.''

हे ऐकल्यावर जियांगला आश्चर्य वाटलं. त्याला या बाबतीत आजपर्यंत काहीच ठाऊक नव्हतं.

''हे मी नवीनच ऐकतोय,'' जियांग म्हणाला. मिस्टर ली पुढे म्हणाले,

''तू या क्षेत्रात नवखा आहेस. आम्ही तुझा अनभिज्ञपणा समजू शकतो. तू या उपक्रमाची सुरुवात करण्यापूर्वी याबाबत खुलासा करणं आवश्यक आहे. पण तो माझ्यासारख्या अर्थविश्वात काम करणाऱ्यानं करण्यापेक्षा एका राजनीतिज्ञाने करणं योग्य होईल. माझे सहकारी प्राध्यापक मिंग या विषयातील तज्ज्ञ आहेत. तेच तुला खुलासा करतील.''

प्रा. डॉ. मिंग मेडफोर्ड येथील टफ्टस् विद्यापीठाच्या 'फ्लेचर स्कूल ऑफ लॉ अँड डिप्लोमसी' या सुप्रसिद्ध संस्थेत प्राध्यापक होते. मघाशीच मिस्टर ली यांनी त्यांची ओळख करून दिली होती. मिस्टर ली यांनी प्रा. मिंग यांच्याकडं

सूचक नजरेनं पाहिलं. त्यावर प्रा. मिंग जियांगला उद्देशून म्हणाले,

"जियांग, तुझा आंतरराष्ट्रीय राजकारणाचा अभ्यास आहे, तू नानकिंगविषयी थोडंफार वाचन केलं आहेस. त्यामुळं मी तुला जो खुलासा करणार आहे, त्याचा तुला सहज उलगडा होईल. हे पाहा, नानकिंगप्रकरण अंधारात ठेवायला प्रामुख्यानं चीनमध्ये १९४९ मध्ये सत्तेवर आलेलं साम्यवादी सरकार, तैवानचं वादग्रस्त चिनी गणराज्य, अमेरिका, जपानची जनता आणि सरकार हे सर्व वेगवेगळ्या कारणास्तव जबाबदार आहेत. चीनचे साम्यवादी सरकार व तैवानमधील चिनी गणराज्य यांच्यामधील वैमनस्य व संघर्ष यांची तुला कल्पना आहेच. एकोणीसशे पन्नासच्या दशकाच्या सुरुवातीला त्या दोघांमध्ये जपानकडून आपल्याला राजकीय मान्यता मिळावी यासाठी चुरस लागली होती. दोघांचंही अस्तित्व वादग्रस्त होतं. 'राजकीय मान्यता मिळवून जपानशी व्यापारी संबंध प्रस्थापित करणे' हा त्या दोन्ही सरकारांचा अंतस्थ हेतू तज्ज्ञांना ठाऊक होता. ज्या जपानशी ते जवळीक साधू इच्छीत होते त्या जपानशी पूर्वीच्या चुकांबद्दल ते 'ब्र' काढायला धजत नव्हते. जपानकडून माफी मागणे किंवा ज्याप्रमाणे इस्रायलने जर्मनीकडून ज्यूंवरील अत्याचाराबद्दल नुकसानभरपाई मागितली, त्याप्रमाणे नुकसानभरपाई मागणं तर दूरच राहिलं. साम्यवादी असलेल्या चिनी व तैवानच्या सरकारांनी त्यांचे नागरिक जपानविरोधी प्रचार करणार नाहीत, याची वेगवेगळ्या प्रकारे खबरदारी घेतली. आता अमेरिकेची भूमिका पाहू. दुसऱ्या महायुद्धात जपानचा पाडाव झाल्यानंतर मित्रराष्ट्रांनी अमेरिकेच्या नेतृत्वाखाली जपानवर आपलं आधिपत्य निर्माण केलं. १९५२ पर्यंत जपान अमेरिकेच्या आधिपत्याखाली होता, हे तुला ठाऊक आहेच. त्या सात वर्षांच्या कालावधीत अमेरिकेनं जपानचं नि:शस्त्रीकरण करून तिथं अमेरिकाधार्जिणी लोकशाही व्यवस्था निर्माण करायची मोहीम हाती घेतली. त्यांना जपानचा राजकीय चेहरामोहरा बदलून नव्या जपानची निर्मिती करायची होती. सोव्हिएत युनियन आणि चीन यांच्या साम्यवादी धोरणाला आणि प्रसाराला निर्बंध घालण्यासाठी अमेरिकेचा सारा आटापिटा चालला होता. त्यासाठी अमेरिकेला पूर्व आशियात सैनिकी तळ उभे करून आपला पाय रोवायचा होता. म्हणून जपानचा त्यांना उपयोग करून घ्यायचा होता. आता ज्या जपानचा राजकीय कारणासाठी व विभागीय वर्चस्व स्थापण्यासाठी अमेरिकेला फायदा उठवायचा होता, त्या जपानची बदनामी करायची नाही, असं धोरण अमेरिकेनं अंगीकारलं. केवळ देखावा म्हणून युद्धगुन्हेगारांना शासन करण्यासाठी एक न्यायाधिकरण स्थापायला मंजुरी दिली खरी; पण जपानी युद्धगुन्हेगारीच्या खोलात जाऊन खरा इतिहास जगासमोर आणण्याचं हेतुपुरस्सर रीत्या टाळलं.

"जपानमध्ये जरी नवं सरकार उदयास आले तरी जपानचा समाज तोच

होता. त्याच्या वैचारिक बैठकीत अल्पावधीत आमूलाग्र बदल घडणं अशक्य होतं. त्यामुळे जपानी सैनिकांच्या अतिरेकांकडे, त्यांच्या निर्दयतेकडे समाजाने कानाडोळा केला. नव्या पिढीस खऱ्या इतिहासापासून जाणूनबुजून वंचित ठेवलं. इतिहासाच्या अभ्यासक्रमात फक्त जपानी जनतेला किती सोसावं लागलं, याचेच पोवाडे गायले गेले. यथावकाश त्याचा परिणाम असा झाला, की सध्या जपानमध्ये नानकिंग-प्रकरण कपोलकल्पित आहे, काही शक्ती जपानचा अपप्रचार करण्यासाठी काही खोटेनाटे आरोप करतात, असा दृढ समज झाला आहे. सरकारही मूग गिळून गप्प बसलं. जे कोणी सत्य उजेडात आणू इच्छितात, त्यांना साम-दाम-दंड वापरून परावृत्त केलं जातंय. कधीकधी तसे करणे एखाद्याच्या जिवावरही बेतू शकते.''

''म्हणजे तसं करायचा प्रयत्न केल्यास जीव धोक्यात येऊ शकतो?'' आश्चर्यचकित होऊन ऐकणाऱ्या जियांगनं विचारलं.

''जानेवारी १९९० मध्ये नागासाकीचे महापौर मोतोशिमा हितोशी यांनी जपानचे सम्राट हिरोहितो हे जपानी सैनिकांनी दुसऱ्या महायुद्धादरम्यान केलेल्या युद्ध-गुन्ह्यांस काही अंशी जबाबदार होते, असे विधान जाहीररीत्या केले. त्यानंतर काही दिवसांतच एका बंदूकधारी व्यक्तीनं त्यांची गोळ्या झाडून हत्या करायचा प्रयत्न केला. ज्या काही जपानी इतिहासकारांनी नानकिंगवर संशोधन सुरू केले, त्यांना आयुष्यातून उठावं लागल्याची उदाहरणं आमच्या ऐकिवात आहेत. अर्थात सारा मामला गुलदस्तात ठेवला असल्यामुळं अधिक तपशील उपलब्ध नाहीत.''

हे ऐकल्यावर थोडा वेळ खोलीमध्ये शांतता पसरली. जियांगला काय बोलावं, ते सुचेना. एवढ्यात मिस्टर ली म्हणाले,

''जियांग, तू निश्चिंत राहा. आम्ही तुझ्या पाठीशी आहोत. तुझा उपक्रम आमच्या दृष्टीनं महत्त्वाचा आहे. तू आता जोमानं संशोधनाला सुरुवात कर. काही गरज भासल्यास विल्सनशी संपर्क साध. ठीक आहे?''

''हो, ठीक आहे. मी उद्या बोस्टनला जाणार आहे. हार्वर्ड विद्यापीठाच्या ग्रंथालयापासून सुरुवात करायचं ठरवलंय. त्यानंतर इतर बऱ्याच ठिकाणी संशोधनासाठी जायचा विचार आहे.'' जियांग म्हणाला.

''उत्तम. तुझ्या संशोधनासाठी आम्हा सर्वांतर्फे मी तुला शुभेच्छा देतो!'' असं मिस्टर ली म्हणाल्यावर जियांग व विल्सन उठले व त्यांनी सर्वांचा निरोप घेतला. ते बाहेर गेल्यानंतर कार्यकारी मंडळाचे सदस्य आतच बसून पुढे १५-२० मिनिटं जियांगबाबत व त्याच्या प्रस्तावाबाबत चर्चा करत बसले.

♦ ♦ ♦

५. न्यूयॉर्क, सप्टेंबर १९९९

कार्यकारी मंडळाची बैठक संपल्यावर विल्सन जियांगला घेऊन बॅटरी पार्कजवळच्या एका छोट्या पोर्टो-रिकन उपाहारगृहात घेऊन गेला. तिथून स्वातंत्र्यदेवतेच्या पुतळ्याचं सुरेख दर्शन होत होतं.

"आपल्याला पुतळ्यापर्यंत बोटीने जायला वेळ नाही. पुन्हा कधीतरी तू तिकडे जा. आपण आता इथेच लंच घेऊ. नंतर तुला शहरातून एक फेरफटका मारून आणतो. बरे, तुला पोर्टो-रिकन जेवण चालेल ना?"

"हो. मला वेगवेगळ्या प्रकारच्या भोजनाची सवय आहे अन् आवडही आहे!" जियांग म्हणाला.

"हे बाकी उत्तम. प्रवास करणाऱ्याला त्याची गरजच असते," असं म्हणून विलीनं एका वेटरला त्यांच्यासाठी गोट फ्रिकासे व अरोझ कॉन पोल्लो मागवलं. त्यांच्यासोबत अननसाचा ताजा रसही मागवला.

"जियांग, उद्या सकाळी तू टॅक्सी करून ग्रेहाउंड बस स्टँडकडं जा. मला कस्टम कार्यालयात एका महत्त्वाच्या कामासाठी जायचंय. बोस्टनच्या केनमूर चौकातल्या बकमिन्स्टर हॉटेलात तुझी राहायची सोय केली आहे. काही गरज लागली, तर माझ्याशी संपर्क साध. माझा मोबाइल फोन तसंच कार्यालयाचे, घरचे फोननंबर्स तुला दिलेले आहेतच. तू २५ तारखेस न्यूयॉर्कला परतल्यावर त्या संध्याकाळी आपण भेटू."

"ठीक आहे विली. तुम्ही माझ्यासाठी खूप धावपळ करत

आहात. तुमचे आभार मानावे तेवढे थोडेच!''

ग्रेहाउंड बस द्रुतगती मार्ग क्रमांक ९५ ने ताशी जवळजवळ शंभर किलोमीटर वेगानं बोस्टनच्या दिशेनं धावत होती. जियांगला प्रथमच शहराबाहेरील अमेरिकेचं दर्शन होत होतं. चार तास पाहता पाहता सरले. बोस्टनच्या बस स्टँडवरून तो हॉटेलकडे टॅक्सीने गेला. त्या दिवशी संध्याकाळी त्यानं हॉटेलच्या आसपास एक चक्कर टाकली. सातच्या सुमारास डार्टमाउथ स्ट्रीटनं तो जवळच्याच चार्ल्स नदीकिनाऱ्याकडे गेला. तिथल्या मेमोरियल ड्राइव्हवरील किनाऱ्यालगतच्या एका मेक्सिकन उपाहारगृहात जाऊन त्यानं टॉर्टिला आणि टोमॅटो साल्सा खाल्ला. दुसऱ्या दिवशी सकाळी तो नऊ वाजता हार्वर्ड विद्यापीठाच्या सामाजिक शास्त्र विभागाच्या सुसज्ज अशा, 'वायड्नर' ग्रंथालयात गेला. तिथल्या स्वागतकक्षातल्या तरुणीला तो म्हणाला,

''मी जियांग चेंग. लिस्बनहून आलो आहे. मी एम.फिल. चा विद्यार्थी आहे. माझ्या संशोधनाच्या संदर्भात मला या ग्रंथालयातील काही पुस्तकं पाहायची आहेत. काही संदर्भ हवे आहेत. ते मिळतील का?''

''हो, नक्कीच. पण तुम्हाला प्रमुख ग्रंथपाल मिसेस पॉलिन फ्लेक यांची परवानगी घ्यावी लागेल. या, मी तुम्हाला त्यांचं कार्यालय दाखवते!'' असं म्हणून ती तरुणी जियांगला प्रमुख ग्रंथपालांच्या कार्यालयाकडं घेऊन गेली. मिसेस फ्लेकनी त्याला आपल्या कार्यालयात बोलावले.

''हॅलो, मिसेस फ्लेक. मी जियांग चेंग, लिस्बन विद्यापीठात एम.फिल. चा विद्यार्थी आहे. मी चीन-जपान संबंधांच्या इतिहासावर संशोधन करत आहे. मला आपल्या ग्रंथालयात ५-६ दिवस काम करायची संधी मिळावी, अशी इच्छा आहे.''

आपल्या डोळ्यांवरील चष्मा काढून पन्नाशीच्या मिसेस फ्लेकनी जियांगकडं पाहिलं. त्यांचे बरेचसे केस करडे झाले होते. त्यांनी तपकिरी टी-शर्ट आणि फिकट पिवळसर पँट घातली होती.

''तुझ्याकडं लिस्बन विद्यापीठाचे ओळखपत्र आहे का?'' त्यांनी जियांगला विचारलं.

''हो, आहे ना! शिवाय माझ्या विद्यापीठातल्या नोंदणीच्या दाखल्याची प्रतही आहे.'' आपल्या ब्रीफकेसमधील ती कागदपत्रं काढण्यासाठी जियांग ब्रीफकेस उघडू लागला. पण अजून तो उभाच होता, हे पाहून मिसेस फ्लेक म्हणाल्या,

''तू आधी बैस आणि मग तुझे कागद काढ.''

जियांग त्यांच्या समोरच्या खुर्चीवर बसला. त्यांचं टेबल पुस्तकांनी भरलं

होतं. त्यानं ब्रीफकेस मांडीवर ठेवून ती उघडली. त्यातील ओळखपत्र व नोंदणीच्या दाखल्याची प्रत काढून मिसेस फ्लेकना दिली. त्यांनी चष्मा लावून ती कागदपत्रं पाहिली. तो एम.फिल. चा विद्यार्थी असल्याची खात्री झाल्यावर त्या म्हणाल्या,

"तुला एक आठवड्यासाठी तात्पुरत्या सदस्यत्वाचं कार्ड देते. या फॉर्ममध्ये तुझं नाव, स्थानिक पत्ता आणि फोननंबर लिही अन खाली सही कर," असं सांगत असतानाच त्यांनी एक छोटा फॉर्म जियांगला दिला. त्यात त्यानं बकमिन्स्टर हॉटेलचा पत्ता, फोननंबर लिहिला. सही करून तो फॉर्म मिसेस फ्लेकना परत दिला.

"तुझ्यासारख्या संशोधकांना आम्ही नेहमीच उत्तेजन देत असतो. संपूर्ण जगातील शिक्षणसंस्थांमध्ये आणि त्यांच्या ग्रंथालयांमध्ये सहकार्य असावं, असं 'हार्वर्ड'चं धोरण आहे. हे घे तुझे कार्ड." असं म्हणून त्यांनी एक कार्ड जियांगला दिलं.

"थँक्स, मिसेस फ्लेक. तुमच्या संग्रही चीन-जपान संबंधावर आणि विशेषत: त्यांच्यातील युद्धांवर काही ग्रंथ आहेत?"

त्यावर थोडा विचार करून मिसेस फ्लेक म्हणाल्या,

"बी-विंग मधील संदर्भ क्रमांक ४१५ ते ४३८ दरम्यानची पुस्तकं पाहा. मला वाटतं, ४२१.०८ मध्ये तुला पूर्व आशिया विभागात दुसऱ्या महायुद्धादरम्यान झालेल्या घडामोडींवर काही ग्रंथ दिसतील."

जियांगला त्यांच्या स्मरणशक्तीचे कौतुक वाटले.

"मी तुमचा खूप आभारी आहे. निघतो मी."

"तुमच्यासारख्यांना मदत करणं हे आमचं कर्तव्यच आहे. त्यात तू तर खूप दुरून आला आहेस. तू पोर्तुगालमध्ये शिकतोस; पण पोर्तुगीज दिसत नाहीस?" मिसेस फ्लेकनी त्याला स्मितहास्य करत विचारलं.

"मी मूळचा मकावचा. अलीकडेच लिस्बन विद्यापीठात एम.ए. केलं. एम.फिल. साठी तिथंच शिष्यवृत्ती मिळाली आहे मला. नानकिंग हत्याकांड हा माझ्या संशोधनाचा विषय आहे."

"असं? नानकिंग हे नाव चिनी वाटतं. तेथे हत्याकांड झालं होतं?"

"हो. १९३७-३८ च्या सुमारास जपानी फौजांनी नानकिंगवर हल्ला करून ते आपल्या ताब्यात घेतलं होतं. त्यावेळी ती चीनची राजधानी होती. त्या हल्ल्याच्या वेळी खूप मोठ्या प्रमाणावर निरपराध रहिवाशांची, शरणार्थी चिनी सैनिकांची हत्या करण्यात आली. महिलांवर अनन्वित अत्याचार करण्यात आले. त्या प्रकरणाला अंधारात ठेवलं गेलं. म्हणूनच मी हा विषय संशोधनासाठी निवडलाय. माझ्या संशोधनाच्या संदर्भात इथल्या इतिहास विभागातील प्रा. मायकेल ग्रीनवुड यांच्याशी

मी चर्चा करणार आहे.''

"अरे वा, छान! तुला काही मदत लागली, तर केव्हाही माझ्याकडे ये. माझे सहकारी तुला हवी ती पुस्तकं काढून देतील. इथून जाण्यापूर्वी ग्रंथालयाचं कार्ड मला परत दे. तुझं काम कसं काय झालं, हेही मला त्या वेळी सांग!''

त्यांचा निरोप घेऊन जियांग बी-विंगकडे गेला.

मिसेस पॉलिन फ्लेक दुपारी सव्वाबारा वाजता लंचसाठी बाहेर पडल्या. आपल्या नेहमीच्या मॅसॅच्यूसेट ॲव्हेन्यूवरील उपाहारगृहाकडे जाण्याऐवजी त्या विद्यापीठाच्या आवारातील 'ओल्ड यार्ड' या मोकळ्या हिरवळीकडं गेल्या. जवळपास कोणी नाही असं पाहून त्यांनी आपल्या मोबाइलवरून एक नंबर लावला. टोकियोमध्ये त्या वेळी दुसऱ्या दिवशीच्या पहाटेचे तीन वाजत आले होते. मिस्टर आकिरा निशिमुरा यांचा फोन वाजू लागला. गाढ झोपेतून उठून त्यांनी घड्याळाकडे पाहिलं व त्यांना काहीसं आश्चर्य वाटलं. पण फोन घ्यायचं त्यांनी टाळलं नाही.

"हॅलो?'' काहीशा प्रश्नार्थक आवाजात ते म्हणाले.

"निशिमुरा-सान, बोस्टनहून पॉलिन बोलतेय.''

"काय म्हणतेस पॉलिन?''

"मकावच्या एका चिनी संशोधक मुलाने नानकिंग उकरून काढायचं ठरवलंय...'' त्यांनी थोडक्यात जियांगविषयी मिस्टर निशिमुरांना सांगितलं.

"मला तातडीनं कळवलंस हे बाकी उत्तम केलंस. त्याच्याविषयी अजून काय माहिती मिळाली तुला?''

"त्याचा हॉटेलचा पत्ता असा आहे..'' पत्ता सांगून झाल्यावर त्यांनी जियांगचे वर्णन सांगितलं. "तो चोवीस तारखेस प्रा. मायकेल ग्रीनवुडना भेटणार आहे. त्यांच्या पी. ए. कडून मी खात्री करून घेतली. सकाळी सव्वाअकराची वेळ भेटीसाठी ठरलीय. त्यापूर्वीच हालचाल करायला हवी.''

"ते मी पाहून घेईन. वेळ फार कमी आहे. तुझ्या दक्षतेबद्दल धन्यवाद!''

मिस्टर निशिमुरांनी तो फोन झाल्यावर दहा मिनिटं विचार केला व ते पुन्हा गाढ झोपी गेले.

प्रा. मायकेल ग्रीनवुड गेली आठ वर्षं हार्वर्ड विद्यापीठात काम करत होते. पूर्वी त्यांनी कोलंबिया व मिशिगन विद्यापीठांत अध्यापन केलं होतं. वीस तारखेला सकाळी आपल्या कार्यालयात पोचल्यावर त्यांनी सर्वप्रथम ई-मेल पाहण्यासाठी संगणक सुरू केला. त्या दिवशी त्यांना सहा संदेश आले होते. दोन त्यांच्या विद्यार्थ्यांचे, एक त्यांच्या सॅन फ्रान्सिस्कोतील मुलाचा व दोन ते सदस्य असलेल्या

संस्थांकडून. त्यांतील शेवटचा संदेश टोकियोमध्ये मुख्य कार्यालय असलेल्या जपान आंतरराष्ट्रीय विकास संस्थेकडून आला होता. तो उघडून त्यांनी वाचायला सुरुवात केली.

"प्रिय प्रा. ग्रीनवुड -सान,

आम्ही जपान आंतरराष्ट्रीय विकास संस्थेच्या वतीनं हा संदेश आपल्याला पाठवीत आहोत. सध्या आम्ही आमच्या संस्थेच्या रौप्यमहोत्सवाची तयारी करत आहोत. त्यासाठी अजून दोन वर्षे बाकी असली, तरी पूर्वतयारी सुरू आहे. रौप्य-महोत्सवाच्या निमित्तानं आम्ही आमच्या संस्थेच्या कार्याचा आढावा घेणारे एक पुस्तक प्रकाशित करू इच्छितो. त्यात प्रामुख्यानं आमच्या संस्थेने पूर्व आशियायी राष्ट्रांमध्ये आजवर जे विकासकार्य केलं आहे, त्याचा परामर्श घेण्यात यावा अशी आमच्या कार्यकारी मंडळाची इच्छा आहे.

आपला पूर्व आशियाच्या इतिहासाचा गाढा अभ्यास आहे. आम्ही आपल्या भरीव कामगिरीविषयी ऐकलंय. कार्यकारी मंडळाच्या सर्व सदस्यांची अशी इच्छा आहे, की असं पुस्तक केवळ आपणच समर्थपणे लिहू शकाल. संस्थेच्या वतीनं आम्ही ही जबाबदारी आपण स्वीकारावी, अशी विनंती करतो. पुस्तकाच्या मानधनापोटी संस्था आपल्याला पंचाहत्तर हजार अमेरिकन डॉलर्स देऊ इच्छिते. शिवाय पुस्तकाच्या अनुषंगाने आपल्याला पूर्व आशियात जो प्रवास करावा लागेल, त्याचा खर्चही संस्था करेल.

आपल्याला आमचा प्रस्ताव मान्य असल्यास कृपया आम्हास तसे कळवावे. आमचे सचिव यासुहिरो तोशिकी आपल्याशी फोनवर संपर्क साधतील. आपल्या होकारार्थी उत्तराची वाट पाहत आहोत.
आपले नम्र,
मेजी यामाडा व काईफु नागानो,
सदस्य, कार्यकारी मंडळ,
जपान आंतरराष्ट्रीय विकास संस्था.''

प्रा. ग्रीनवुडना तो संदेश वाचून आश्चर्य वाटले. त्यांनी त्या प्रस्तावावर विचार केला. असं पुस्तक लिहिणं त्यांच्या दृष्टीनं अतिशय सोपं होतं. शिवाय त्या

पुस्तकाच्या अनुषंगानं त्यांना पूर्व आशियात प्रवास करायची संधी मिळणार होती. त्यांना संस्थेने देऊ केलेली मानधनाची रक्कमही चांगलीच होती. त्यांची एक वर्षाची सॅबॅटिकल अभ्यासरजा त्यांनी लवकरात लवकर घ्यावी, असा विद्यापीठाच्या प्रशासनानं त्यांच्यामागं तगादा लावला होता. त्यांनी फारसा विचार न करता त्या संदेशास होकारार्थी उत्तर पाठवलं. त्याच दिवशी संध्याकाळी त्यांना संस्थेचे सचिव मिस्टर तोशिकी यांचा फोन आला.

"प्रा. ग्रीनवुड, आमच्या संस्थेतर्फे मी आपले आभार मानतो. आपण आमच्या विनंतीस मान देऊन पुस्तक लिहायला संमती दर्शवली आहे, हे समजल्यावर कार्यकारी मंडळाच्या सदस्यांनी समाधान व्यक्त केलं अन् आपले आभार मानले."

"तुमच्या संस्थेचं कार्य अत्यंत प्रशंसनीय आहे. त्याचा इतिहास लिहायचं काम करायला मला नक्कीच आवडेल. तुमच्या नावाजलेल्या संस्थेशी माझा संबंध जडत आहे, ही माझ्या दृष्टीनंही समाधानाची बाब आहे."

"धन्यवाद, प्रा. ग्रीनवुड! आम्ही आपल्याला लवकरच आमच्या प्रस्तावाविषयी सह्या करायचे कागदपत्र व मानधनाच्या पहिल्या हप्त्याचा पाच हजार डॉलर्स या रकमेचा चेक डी. एच. एल. ने पाठवत आहोत. आपण कृपया सह्या करून ते परत आमच्याकडे पाठवावेत. पुस्तक लिहिण्याच्या या उपक्रमासाठी कालनियोजन व प्रवासाचे नियोजन या बाबतीत आपण आपल्या सोयीनुसार आम्हाला सूचना कराव्यात."

"नक्कीच करेन मी, मिस्टर तोशिकी."

"धन्यवाद, प्रा. ग्रीनवुड. बरं, प्राध्यापक, आम्हाला आपल्याला एक अनौपचारिक विनंती करायची आहे... मी आपल्याशी मोकळेपणानं बोललो तर चालेल?"

"हो, नक्कीच."

"प्राध्यापक, मला कशी सुरुवात करावी समजत नाही. ठीक आहे, मी मूळ मुद्द्यालाच हात घालतो. आपण जाणता, की पूर्वी युद्धादरम्यान जपानकडून काही चुका घडल्या. विशेषत: चीनमध्ये असताना काही सैनिकांनी मर्यादा ओलांडल्याचे आरोप जपानवर केले गेले. ते खरे आहेत की खोटे, हा भाग अलाहिदा. पण दुसऱ्या महायुद्धानंतर जपानच्या धोरणात आमूलाग्र बदल झाला. जपाननं आंतरराष्ट्रीय सहकार्यावर भर दिला. पूर्वी झालेल्या चुकांची पुनरावृत्ती होणार नाही याची खबरदारी घेतली, हे आपण जाणताच. आमची आपल्याला एक कळकळीची विनंती आहे, की आज जर कोणी जपानचा इतिहास उकरून काढून त्यातल्या काही कटू प्रकरणांवर संशोधन करून त्यास अवास्तव प्रसिद्धी द्यायचा प्रयत्न करत असेल, तर अशा उपक्रमाला आपण प्रत्यक्ष अथवा अप्रत्यक्ष रीत्या उत्तेजन देऊ नये!"

त्यावर काही क्षण विचार करून प्रा. ग्रीनवुड म्हणाले,

"त्याबद्दल तुम्ही निश्चिंत असा. मला व्यक्तिशः अशा उपक्रमांमध्ये रस नाही. जपानची आजची उज्ज्वल प्रतिमा डागाळली जाईल, असं माझ्याकडून काही होणार नाही याची मी तुम्हाला ग्वाही देतो."

"आम्हाला हे अपेक्षितच होतं, प्रा. ग्रीनवुड."

फोन झाल्यानंतर प्रा. ग्रीनवुड मिस्टर तोशिकींच्या विनंतीचा विचार करू लागले. तसं पाहिलं तर ती विनंती सयुक्तिक होती. त्यांची संस्था आंतरराष्ट्रीय पातळीवर जपानची प्रतिमा अधिक उजळावी यासाठी नक्कीच प्रयत्नशील असणार. त्यात प्रा. ग्रीनवुड यांच्याकडून काही बाधा येण्याचा प्रश्नच नव्हता. इतक्यात त्यांना लिस्बन विद्यापीठातून एक तरुण संशोधक त्यांच्याशी चीन-जपान युद्धांसंबंधी काही चर्चा करायला येणार असल्याचं आठवलं. आता त्याला आपण कसं मार्गदर्शन करायचं, या बुचकळ्यात पडलेल्या प्रा. ग्रीनवुडना काही सुचेना. आर्थिक प्रलोभनाला बळी पडून आपण आपलं वैचारिक स्वातंत्र्य गमावले तर नाही ना, अशी शंका त्यांच्या मनाला चाटून गेली. तरुण अभ्यासकांना, संशोधकांना मार्गदर्शन करणं हे शिक्षणक्षेत्रात काम करणाऱ्या प्रत्येकाचं कर्तव्य आहे, अशी भूमिका असलेल्या प्रा. ग्रीनवुडना चालून आलेली पुस्तक लिहायची संधी न गमवायचा मोह झाला. पण त्या संशोधकाची भेट नाकारली, तर प्रा. ऑलिव्हेरांना काय वाटेल या विचारानं ते अस्वस्थ झाले.

चार वर्षांपूर्वी लिस्बन इथं 'पूर्व युरोपमधील साम्यवादाचा अस्त' या विषयावरील आंतरराष्ट्रीय परिषदेच्या उद्घाटनपर भाषणासाठी प्रा. ऑलिव्हेरा यांचे खास आमंत्रण आणि आपली एक आठवड्याची सपत्नीक पोर्तुगाल भेट यांची प्रा. ग्रीनवुडना आठवण झाली. त्यांच्या तिथल्या वास्तव्यादरम्यान त्या दोघांची उत्तम बडदास्त प्रा. ऑलिव्हेरांनी ठेवली होती. त्यांना लिस्बन शहरातील व आसपासच्या प्रेक्षणीय स्थळांकडं घेऊन गेले होते. उत्तमोत्तम पोर्तुगीज जेवण जेऊ घातले होते. एका संध्याकाळी त्यांनी ग्रीनवुड पतिपत्नींना आपल्या घरी खास मेजवानी दिली होती. त्या वेळी त्यांनी दिलेली 'व्हिनो व्हर्दे' ही फक्त पोर्तुगालमध्ये मिळणारी हिरवी छटा असलेली वाइन आपल्याला खूप आवडल्याचं प्रा. ऑलिव्हेरांना सांगितलं आणि म्हणून आपल्याला विमानतळावर निरोप द्यायला आले, तेव्हा 'व्हिनो व्हर्दे'च्या चार बाटल्या ते आपल्यासाठी घेऊन आले, याची त्यांना आठवण झाली.

प्रा. ग्रीनवुड यांच्या मनात द्वंद्व सुरू झालं. दिवसभर कामात असताना त्यांनी तो विषय बाजूला सारला. पण संध्याकाळी घरी गेल्यावर पुन्हा त्या विषयानं डोकं वर काढलं. त्यांनी 'जिम-बीम' बर्बनचा एक मोठा पेग भरला. त्यात फक्त बर्फाचे दोन मोठे खडे टाकून हळूहळू तो रिचवत पुन्हा त्याच विषयावर ते विचार करू

लागला. त्यांचा तिसरा पेग संपत आला, तरी त्यांची अस्वस्थता कमी झाली नाही.

टोकियो, २२ सप्टेंबर १९९९

योशी नुकताच यासुकुनी स्मारकाकडून गिंझात पोचला होता. त्याच्या उपाहारगृहात सकाळच्या भोजनाच्या तयारीत त्याचे तीन कर्मचारी गुंतले होते. योशी त्यांच्यावर देखरेख करत होता. पहाटे टोकियोच्या प्रचंड व प्रसिद्ध 'त्सुकिजी' मासळी बाजारातून आणलेल्या 'सामन्' माशाचे 'सुशी' साठी अतिशय धारदार सुरीने पातळ काप काढायचं काम चालू होतं. योशीनं चार अनुभवी आचारी नेमले होते. त्याच्या उपाहारगृहात उत्तम सामन्सुशी बनवली जायची. त्या पदार्थाची आवड असणारे काही शौकिन वाट वाकडी करून तिचा आस्वाद घ्यायला 'तायकुकू' कडं जायचे. योशीनं स्वयंपाकघरात जाऊन सामन्चा एक काप तोंडात टाकला आणि तो कितपत ताजा आहे, याचा अंदाज घेतला. इतक्यात त्याचा फोन वाजला.

"निशिमुरा-सान, काय हुकूम?"

"योशी, दुपारी एक वाजता भेट."

योशीनं काही बोलायच्या आतच फोन बंद झाला. त्यांच्या भेटीचं ठिकाण ठरलं होतं. मिस्टर निशिमुरांचे कार्यालय टोकियोच्या सुप्रसिद्ध 'रोप्पोंगी हिल' वरील एका बहुमजली इमारतीत होते. त्यांच्या कार्यालयाच्या व गिंझाच्या सर्वसाधारणपणे मध्यावर शिबा पार्क होता. तिथं कधीच वर्दळ नसायची. प्रवासीदेखील तिकडं फिरकत नसत. शिबा पार्कमधील झोजोजी मंदिराच्या डाव्या बाजूस 'ओंशी-कोयेन' हे छोटंसं उपाहारगृह फारशी गिऱ्हाइकं नसली, तरी अजून बंद पडले नव्हते.

'ओशी-कोयेन' मधल्या एका कोपऱ्याच्या टेबलजवळ मिस्टर निशिमुरा व योशी बसले होते. त्यांच्या मागील बाजूच्या खूप वर्दळ असलेल्या हिबीया स्ट्रीटवरून वाहनांची शिस्तबद्ध वाहतूक चालू होती.

"योशी, हार्वर्डमधील त्या प्राध्यापकाचे तोंड मी बंद केले आहे. आता त्या पोराचं पुढं काय करायचं, ते ठरवायला हवं."

"निशिमुरा-सान, त्याला संपवून टाकू. तुम्ही फक्त हो म्हणा, कोणाला शंका येणार नाही अशा बेतानं जोखीम पार पाडतो. बोस्टनमध्ये माझी खूप कार्यक्षम माणसं आहेत."

"योशी, एवढ्यात तो शेवटचा उपाय नको. जर त्यानं नानकिंगचा विषय डोक्यातून काढला, तर आपला प्रश्नच मिटेल. मात्र तो जर हट्टाला पेटला, तर त्याला संपवण्याशिवाय दुसरा मार्गच आपल्याकडे उरणार नाही."

"ठीक आहे. आपण तसं करू.."

त्यानंतर जवळजवळ वीस मिनिटं दोघांची चर्चा झाली. निघण्यापूर्वी मिस्टर निशिमुरा योशीला म्हणाले,

"सध्या त्याच्या हालचालींवर बारकाईनं लक्ष ठेव. तो कोणाला भेटतो, बोलतो यावरही लक्ष ठेव."

"निशिमुरा-सान, तुम्ही निश्चिंत असा. माझी माणसं परवापासून त्याच्यावर लक्ष ठेवून आहेत. शिवाय बकमिन्स्टर हॉटेलच्या दोन कर्मचाऱ्यांना माझ्या माणसाने पटवलंय. उद्या संध्याकाळी आपली योजना अंमलात येईल. ती यशस्वी झाली, की मी लगेचच आपल्याशी संपर्क साधेन."

जियांग बोस्टनच्या चायना टाउनच्या नीलँड स्ट्रीटवर असणाऱ्या 'शिचुवान' या उपाहारगृहातून बाहेर पडला. आज बऱ्याच दिवसांनंतर त्याला चीनच्या शिचुवान (शेझवान) प्रांतात मिळणारं तिखट व मसालेदार चिनी भोजन खायला मिळालं. त्यानं मागवलेलं चेंगडु चिकन व मा-पो दौफु खरोखरच चविष्ट होतं. त्याची चव अजूनही त्याच्या जिभेवर तरळत होती. भरपेट जेवणानंतर हॉटेलला जाण्यासाठी टॅक्सी करण्यापूर्वी थोडंफार चालावं, असं त्याला वाटलं. त्या संध्याकाळी हवादेखील ठीक होती. फक्त साडेआठ वाजले होते. 'शिचुवान' मधून बाहेर पडल्यावर तो उजवीकडं वळून पाच-सहा मिनिटं चालत गेल्यावर ट्रेमॉंट स्ट्रीटला लागला. तेथे तो पुन्हा उजवीकडे वळला आणि केनमुर चौकाच्या दिशेनं चालायला लागला. रस्त्याच्या डाव्या बाजूला 'बोस्टन कॉमन' हे मोकळं मैदान होतं. दिवसा तिथं फिरायला, खेळायला, व्यायाम करायला येणाऱ्यांची गर्दी उसळलेली असे. पण आता पावणेनऊच्या सुमारास तो भाग अगदी निर्मनुष्य होता. जियांग मैदानाला लागून असलेल्या रस्त्यावरून चार-पाच मिनिटं चालला असेल, इतक्यात एक काळी फोर्ड क्लब वॅगन व्हॅन अचानक त्याच्याजवळ येऊन थांबली. जियांगला काही कळायच्या आत त्यातून दोन धिप्पाड निग्रो तरुण उतरले व त्यांनी त्याला उचलून व्हॅनच्या आत कोंबलं. त्या दोघांच्या चेहऱ्यावर काळे मास्क होते. त्यांच्यापैकी एकानं जियांगवर पिस्तुल रोखलं अन् तो म्हणाला,

"तोंडातून आवाज काढू नकोस!"

जियांगला दरदरून घाम फुटला. दुसऱ्या तरुणानं एक जाडी चिकटपट्टी त्याच्या तोंडावर चिटकवली आणि त्याच्या डोळ्यांवर पट्टी बांधली. ते दोघंजण त्याच्या दोन्ही बाजूंना बसले. व्हॅनला काळ्या काचा होत्या. व्हॅन आता प्रचंड वेगात चालली होता. जियांगच्या काळजाचा थरकाप उडाला होता. आता कोणत्या महासंकटाला तोंड द्यावं लागणार आहे, या कल्पनेनं त्याला कापरं भरलं. नानकिंग हा आपल्या

जिव्हाळ्याचा विषय असला, तरी तो आपल्या जिवावर बेतणार असेल, तर तो कायमचा डोक्यातून काढून टाकावा लागेल असं त्याला वाटून गेलं.

लिस्बन, २५ सप्टेंबर १९९९

प्रा. ऑलिव्हेरा आपल्या नेहमीच्या प्रघाताप्रमाणे सकाळी बरोबर साडेआठ वाजता आपल्या कार्यालयात पोचले. तिथं गेल्यानंतर सर्वप्रथम ते आपल्या ई-मेल पाहत. आजही त्यांनी आपला संगणक सुरू केला. घरून आणलेल्या थर्मासमधली कॉफी एका मगात ओतली. तिचा आस्वाद घेत घेत ते त्या दिवशी आलेल्या ई-मेल पाहू लागले. त्यांना त्या दिवशी आठ ई-मेल संदेश आले होते. त्यांपैकी चार जाहिराती होत्या. त्या त्यांनी संगणकीय 'डस्टबिन'मधे टाकल्या. दोन त्यांच्या बँकेकडून आलेले, एक त्यांच्या ओपोर्टोच्या मित्राचा आणि एक त्यांचा लाडका विद्यार्थी जियांगचा होता. अर्थात तो त्याने अमेरिकेहून पाठवला असणार, हे त्यांना ठाऊक होतं. ते जियांगचा संदेश वाचू लागले.

''प्रिय प्राध्यापक ऑलिव्हेरा,

मी हा संदेश बोस्टनहून पाठवत आहे. इकडे आल्यानंतर मी चीन-जपान संबंधाच्या इतिहासावर संशोधन करायचा विचार बदलला आहे. मी इथून लिस्बनला येण्याऐवजी तातडीने मकावला जात आहे. मी एम.फिल. आणि पीएच.डी. करायचा विचारही डोक्यातून काढून टाकला आहे. माझ्या या तडकाफडकी निर्णयाचं कारण मी खोलात जाऊन लिहू इच्छीत नाही. माझा निर्णय मी विद्यापीठाला कळवला असून एसीएने देऊ केलेलं अर्थसाहाय्य मी नाकारलं आहे. माझ्या या अनपेक्षित निर्णयामुळे आपल्याला आश्चर्य वाटणे साहजिक आहे. काही वैयक्तिक कारणास्तव मी हा निर्णय पूर्ण विचारांती घेतला असून तो मी कदापिही बदलणार नाही.

माझ्या लिस्बन विद्यापीठातील गेल्या दोन वर्षांच्या वास्तव्यादरम्यान आपण मला वेळोवेळी जे मार्गदर्शन केलं, त्याबद्दल मी आपला सदैव ऋणी राहीन. केवळ आपल्या मदतीमुळे माझी अभ्यासात भरघोस प्रगती झाली. आपल्याला माझ्याकडून खूप अपेक्षा होत्या, याची मला जाणीव आहे. मी त्या पुऱ्या करू शकत नाही, याची मला खंत वाटते, आपली घोर निराशा करताना माझ्या मनाला अपराधीपणानं ग्रासले आहे; परंतु त्याला माझा नाइलाज

आहे.

आपल्याला तसंच श्रीमती मारिया, चि.पेद्रो व कु. एमिलिना यांना शुभेच्छा व्यक्त करून हा संदेश पुरा करतो. आपण आपल्या अपात्र शिष्याला माफ कराल, अशी अपेक्षा व्यक्त करून आपला निरोप घेतो.

आपला उपकृत,
जियांग चेंग''

हा संदेश प्रा. ऑलिव्हेरा यांनी तीन वेळा वाचला अन् ते बुचकळ्यात पडले. कदाचित कोणी टारगट संगणकतज्ज्ञाने जियांगचा परवलीचा शब्द शोधून त्याचं खातं उघडून खोटे-नाटे संदेश पाठवले असावेत अशी त्यांना शंका आली. जियांग सारखा अभ्यासू, कष्टाळू व जबाबदार विद्यार्थी असा निर्णय घेणं शक्यच नाही, असं त्यांना राहून राहून वाटत होतं. आपल्या मार्गदर्शनाखाली त्यानं संशोधन करावं, अशी त्यांची खूप इच्छा होती. त्यांनी जियांग लिस्बनला यायची वाट पाहायचं ठरवलं.

जियांगची लिस्बनला यायची तारीख उलटून एक आठवडा झाला. आता मात्र प्रा. ऑलिव्हेरांची खात्री झाली, की २५ तारखेचा तो संदेश जियांगचाच होता!

टोकियो, ३० सप्टेंबर १९९९

सकाळी साडेअकरा वाजता मिस्टर निशिमुरा यांचा फोन वाजला, त्या वेळी ते आपल्या कार्यालयात पंतप्रधान कैझो ओबुची यांनी काल जपानची संसद 'डाएट'-मध्ये जपान-रशिया शांतता व मैत्रीकराराबाबत केलेल्या निवेदनाच्या बातमीचा मसुदा वाचून त्यावर शेवटचा हात फिरवत होते.

''निशिमुरा-सान, योशी बोलतोय. आपण कामात आहात?''

''नाही. तू बोल.''

''निशिमुरा-सान, काम फत्ते झालं! त्या मुलाला परवा माझ्या माणसांनी असा दम भरला, की त्यानं 'नानकिंग' हा शब्द आयुष्यात पुन्हा उच्चारणार नाही अशी शपथ घेतली. प्रकरण थोडक्यावरच निभावलं. लिस्बन विद्यापीठाला व त्याच्या तेथील मार्गदर्शकाला ई-मेल करून आपण चीन-जपान संबंधाच्या इतिहासावर संशोधन न करायचा निर्णय घेतला आहे, असे कळवतो म्हणाला. त्या विषयाचे पुन्हा नाव काढलंस, तर तू असशील तिथे येऊन आमची माणसं तुझी बोटं छाटतील, अशी तंबी त्याला दिल्यावर त्यानं आपलं लिस्बनचे तिकीट रद्द करून

हाँगकाँगचं तिकीट काढलं. त्याच्या क्रेडिट-कार्डच्या कंपनीकडून मी त्याची खात्री करून घेतली. तो २७ तारखेला पहाटे हाँगकाँगला अन् तिथून फेरीने मकावला पोचल्याचं माझ्या मकाव इथल्या माणसांनी मला कळवलं. त्यांनी कस्टम-इमिग्रेशन कार्यालयातल्या आणि विमानकंपनीमधल्या नोंदी प्रत्यक्ष पाहिल्याची मला ग्वाही दिली आहे. आपण आता निश्चिंत असावं!''

''ठीक आहे, योशी. पण एक काम कर. गाफील राहू नकोस. त्यानं केवळ देखावाही केला असेल. अजून एक महिना त्याच्या हालचालींवर पाळत ठेव. मकाव-हाँगकाँगचा विमानतळ, बंदरं इथल्या इमिग्रेशन खात्यात शिरकाव कर. 'जियांग चेंग' नावाची व्यक्ती मकाव किंवा हाँगकाँग सोडून परदेशी जात असल्याचं आढळलं, तर आपल्याला लगेचच खबर मिळाली पाहिजे. आत्तापर्यंत तू हे प्रकरण समर्थपणे हाताळलं आहेस, आता आपण त्यावर घाईघाईनं पडदा पाडायला नको!''

''ठीक आहे, निशिमुरा-सान. मी सारी खबरदारी घेतो!''

मिस्टर निशिमुरांच्या शाबासकीनं योशी खूष झाला. तो त्याच्या उपाहारगृहाच्या खोलीत बसला होता. एका महत्त्वाच्या कामगिरीत यश मिळाल्याबद्दल त्याला समाधान वाटत होतं. त्यानं बेल वाजवून त्याच्या एका कर्मचाऱ्याला बोलावून घेतलं.

''ताकायामा-सान, काय हवंय आपल्याला?''

''किशीया, माझ्यासाठी 'शिरायुकी' कोमट करायला ठेव. सकाळी ताजा 'ट्यूना' आणला आहे. त्याची साशिमी आणि कोबे-बीफची तेप्पनयाकी करून त्याच्याबरोबर घेऊन ये.''

''ठीक आहे, ताकायामा-सान'', असं म्हणून किशीमा खाली जाऊन तयारीला लागला. योशी सहसा दुपारी मद्यपान करत नसे. पण आज त्याला एक महत्त्वाची कामगिरी पार पाडल्याचा आनंद साजरा करायचा होता. किशीया खाली गेल्यावर योशीनं आणखी एक फोन लावला. कानावर अपेक्षित मंजुळ आवाज पडल्यावर योशी म्हणाला.

''मासाको, गिंझाकडे यायला नीघ.''

''लगेचच निघते, ताकायामा-सान!''

योशीनं फोन बंद केला. बावीस वर्षांची नाजूक मासाको योशीची रखेली होती.

टोकियो, २५ नोव्हेंबर १९९९

दुपारी एक वाजता योशी व मिस्टर निशिमुरा यांची 'ओंशी-कोयेन' उपाहारगृहात भेट झाली.

''योशी, काय हालचाली आहेत त्या पोराच्या?''

"निशिमुरा-सान, मला जे अपेक्षित होतं तेच झालंय. त्यानं पुढं शिकायचं डोक्यातून काढलेलं दिसतंय. त्याला शेंग-कुंग आंतरराष्ट्रीय शाळेत शिक्षकाची नोकरी मिळाली आहे. शाळा मकावच्या ताईपा बेटावर आहे. तिच्या ११वी आणि १२ वी साठीच्या 'इंटरनॅशनल बॅकॉलॉरिएट' अभ्यासक्रमाचा संयोजक म्हणून त्याच्यावर जबाबदारी सोपवली आहे. माझ्या माणसानं त्या शाळेच्या सर्व शिक्षकांची यादी स्वत: पाहिली. त्यात त्याला 'जियांग चेंग. एम.ए.(लिस्बन)' हे नाव दिसलं. आव्हेनिदा पाद्रे तोमास पेरेरा या रस्त्यावर ही शाळा आहे. तिथं पाळत ठेवली होती. रोज सकाळी तो साडे-सातला शाळेत आणि दुपारी चार वाजता घरी जायला निघतो. गेले चार-पाच आठवडे हा त्याचा दिनक्रम आहे."

थोडा विचार करून मिस्टर निशिमुरा म्हणाले,

"ठीक आहे. त्यानं खरोखरंच आपला विचार बदललेला दिसतोय. लिस्बनहून काही बातमी?"

"त्यानं आपली विद्यापीठातील नोंदणी रद्द करावी असं कळवल्यानंतर विद्यापीठानं ती आणि त्याची शिष्यवृत्ती पण रद्द केली. तशी नोंद विद्यापीठाच्या प्रशासकीय कार्यालयाच्या दप्तरी आहे. माझ्या माणसानं ती पाहिली आहे. निशिमुरा-सान, गंमत म्हणजे त्याला वसतिगृहात जी खोली मिळाली होती, तिथं त्याचे काही कपडे, पुस्तके होती. पण त्यानं बरोबर नेल्या नाहीत त्या वस्तू तशाच सोडून दिल्या; कारण अमेरिकेहून तो थेट मकावला गेला. विद्यापीठाला खोलीचं कुलूप तोडून खोली रिकामी करून घ्यावी लागली. त्याच्या बेजबाबदार वर्तणुकीबद्दल त्याची खरडपट्टी काढणारे एक पत्र विद्यापीठानं त्याला पाठवलं!"

"हंऽऽऽ! एकंदरीत प्रकरण निकालात निघालं, असं इन्कायच्या पुढच्या बैठकीत सांगायला हरकत नाही. तू मात्र ही कामगिरी उत्तम तऱ्हेनं पार पाडलीस, योशी."

"धन्यवाद, निशिमुरा-सान!"

◆ ◆ ◆

६. टोकियो, जून १९७८

प्रा. इयेनागा शिगेतो टोकियो विद्यापीठाजवळील होंगो-सांचोमे या उपनगरी भुयारी रेल्वे स्टेशनवर तोशीमायेनकडे जाणाऱ्या रेल्वेची वाट पाहत होते. अठ्ठावन्न वर्षांचे प्रा. शिगेतो एक अभ्यासू व्यक्तिमत्त्व होतं. ओसाका विद्यापीठातून १९४७ साली पदव्युत्तर अभ्यासक्रम पुरा झाल्यानंतर त्यांच्या विद्यापीठाच्या इतिहास विभागात त्यांना साहाय्यक प्राध्यापकाची नोकरी मिळाली. नोकरी करतकरत त्यांनी तिथं डॉक्टरेट केली. जपानच्या इतिहासात १६०३ ते १८६८ हा कालावधी 'तोकुगावा' या नावानं ओळखला जातो. त्या कालावधीत शोगुन व दाईम्यो सरंजामशाही उदयास आली. या कालावधीतील जपानची आर्थिक-सामाजिक परिस्थिती हा त्यांच्या संशोधनाचा विषय होता. जपानच्या १७व्या, १८व्या व १९ व्या शतकांतील घडामोडींचा त्यांचा गाढा अभ्यास होता. ओसाका विद्यापीठात आठ वर्षं अध्यापन केल्यावर त्यांनी टोकियोला स्थलांतर केलं. तेथे त्यांना टोकियो विद्यापीठात सहयोगी प्राध्यापकाची नोकरी मिळाली. त्यांची १९६२ मध्ये प्राध्यापकपदावर बढती झाली. दरम्यान त्यांची चार पुस्तकंही प्रकाशित झाली होती. जपानच्या प्रमुख इतिहासतज्ज्ञांत त्यांची गणना होऊ लागली.

प्रा. शिगेतो यांचं टोकियोचं उपनगर असलेल्या तोशीमायेन या भागात स्वतंत्र घर होतं. रोज उपनगरी रेल्वेनं ते विद्यापीठामध्ये जात. तोशीमायेनमधे ते त्यांच्या पत्नीसोबत राहत. त्यांचं एकमेव अपत्य कन्या आशी चार वर्षांपूर्वीच विवाहबद्ध झाली होती. तिला अडीच वर्षांचा मुलगा आहे.

प्रा. शिगेतो आज अस्वस्थ होते. रेल्वे स्टेशनवर ते रेल्वेची वाट पाहत बसले होते खरे; पण त्यांचं आजूबाजूला अजिबात लक्ष नव्हतं. रेल्वे येऊन थांबल्यावर ते भानावर आले व यांत्रिकपणे आत चढले. फारशी गर्दी नव्हती, त्यामुळं त्यांना बसायला जागा मिळाली. रेल्वे तोशीमायेनच्या दिशेनं धावत होती, पण प्रा. शिगेतोंचं मन मात्र अलीकडेच घडलेल्या घटनांचा आढावा घेत उलट्या दिशेने धावत होते.

टोकियोच्या शिक्षण मंत्रालयातील अतिरिक्त सचिव आरिनोमो मात्सुकाता यांना भेटण्यासाठी जपानच्या पाठ्यपुस्तक महामंडळाचे अध्यक्ष किनमोची कात्सुरा गेले होते.

"मात्सुकाता-सान, अकरावी व बारावीच्या पाठ्यपुस्तकांबाबत आपल्याशी चर्चा करायची होती. नवा अभ्यासक्रम तयार करण्यासाठी आणि त्यासाठी पाठ्यपुस्तकं लिहून घेण्यासाठी तज्ज्ञांच्या समित्या नेमल्या आहेत. इतिहासाच्या समितीसाठी अध्यक्ष सुचत नाही. इतर विषयांच्या बाबतीत कसलीच अडचण नाही. पण इतिहासाच्या बाबतीत निर्णय जरा काळजीपूर्वक घ्यायला हवा."

"खरं आहे कात्सुरा-सान. विसाव्या शतकातील इतिहासाचा अभ्यास असणारा कोणी निवडू नका. नाहीतर नको त्या विषयांना तो उकरून काढेल. प्राचीन इतिहासाचा अभ्यास असलेली व आपले धोरण अनुसरून अभ्यासक्रम तयार करणारी एखादी व्यक्ती निवडा."

"प्रा. इयेनागा शिगेतो यांचं नाव माझ्या एका सहकाऱ्यानं सुचवलं आहे."

"शिगेतोनी दुसऱ्या महायुद्धावर काही लिहिलंय किंवा त्यांचे त्या बाबतीत काय विचार आहेत, याची तुम्ही चौकशी केलीत का?"

"हो. मात्सुकाता-सान, त्यांचं सारं लेखन सतराव्या ते एकोणिसाव्या शतकातल्या घडामोडींवर आहे. त्यांना जपानच्या आधुनिक इतिहासात रस नाही, असं दिसतं."

"ठीक आहे. व्यक्ती नावाजलेली आहे. त्यांची निवड करून टाका."

प्रा. शिगेतोंच्या मार्गदर्शनाखाली आठ महिन्यांपूर्वी समितीचं कामकाज सुरू झालं. सुधारित नवा अभ्यासक्रम तयार करण्यात आला आणि त्यासाठी पाठ्यपुस्तक तयार करण्यात आलं. समितीच्या आठ सदस्यांनी पाठ्यपुस्तकाची वेगवेगळी प्रकरणं लिहिली. प्रा. शिगेतोंनी त्यांवर शेवटचा हात फिरवला आणि मसुदा पाठ्यपुस्तक महामंडळाकडे पाठवला. महामंडळानं तो शिक्षण मंत्रालयाच्या मंजुरीसाठी तिकडं पाठवला. दोन आठवडे त्याचा अभ्यास केल्यावर मंत्रालयानं अभ्यासक्रमात व पाठ्यपुस्तकात आमूलाग्र बदल सुचवले आणि ते बदल अंमलात आणण्यासाठी

प्रा. शिगेतोंच्या समितीकडे पाठवले. आज दुपारी मंत्रालयाच्या सूचना वाचल्यावर प्रा. शिगेतोंना आश्चर्याचा धक्काच बसला. त्यांच्या समितीनं 'दुसऱ्या महायुद्धाचा इतिहास' या प्रकरणासाठी ६८ पानांचा मसुदा तयार केला होता. अभ्यासक्रमात चीन-जपान युद्धाचा विस्तृत उल्लेख केला होता. जपानी सैन्याच्या युद्ध-गुन्हेगारीबाबत बरेच उप-विषय त्यात समाविष्ट केले होते. नानकिंगमधील अत्याचारांचे स्पष्ट उल्लेख केले होते. मंत्रालयाने ते सारे वगळून फक्त अमेरिकन सैन्यानं टोकियोवर केलेल्या बॉम्बहल्ल्याचे व हिरोशिमा आणि नागासाकी या शहरांवरील अणुबॉम्बहल्ल्याचे उल्लेख ठेवायला सांगितले होते. दुसऱ्या महायुद्धादरम्यान किती जपानी सैनिकांना व नागरिकांना प्राणास मुकावं लागलं, याची आकडेवारी ठळकपणे उद्धृत करायची सूचना केली होती. तसेच उद्ध्वस्त झालेल्या हिरोशिमा आणि नागासाकी शहरांचे फोटो त्यात छापावेत, असे आदेश दिले होते.

शिक्षण मंत्रालयाचा इतिहासाचं विडंबन करायचा प्रयत्न पाहून प्रा. शिगेतो कासावीस झाले. कित्येक जपानी राज्यकर्ते जपानी सैन्याच्या अतिरेकांवर पांघरूण घालायचा प्रयत्न करत होते याची प्रा. शिगेतोंना कल्पना होती. पण नव्या पिढीला खऱ्या इतिहासापासून वंचित ठेवून तिची दिशाभूल करायचा जाणीवपूर्वक प्रयत्न निंदनीय होता. दुसऱ्या महायुद्धाच्या वेळी प्रा. शिगेतो ऐन तारुण्यात होते. त्या वेळी त्यांचं महाविद्यालयीन शिक्षण चालू होतं. राज्यशास्त्र व इतिहास हे त्यांच्या आवडीचे दोन विषय. जपानने जेव्हा नाझी जर्मनीशी हातमिळवणी केली, तेव्हा काही तरुणांमध्ये असंतोषाची लाट उसळली. त्यांतले एक होते इयेनागा शिगेतो. आणि जपानने चीन, कोरिया, फिलीपीन्स, दक्षिणपूर्व आशियातील अन्य राष्ट्रांवर केलेला हल्ला, तिथे केलेले अत्याचार यांच्या विरोधी शिगेतोंसारखे तरुण विद्यार्थी होते. पण जपानच्या सम्राटांविरुद्ध मतप्रदर्शन करायला मज्जाव होता. अगदी अलीकडेपर्यंत प्रा. शिगेतो यांनी विसाव्या शतकातील जपानच्या इतिहासावर लक्ष केंद्रित केलं नव्हतं. पण चार वर्षांपूर्वी त्यांनी हळूहळू त्या बाबतीत संशोधन करायला व ऐतिहासिक दाखले जमा करायला सुरुवात केली. दुसऱ्या महायुद्धातील जपानच्या वर्तणुकीचा खरा इतिहास जपानी जनतेसमोर आलेला नाही आणि तो येऊ नये, म्हणून जाणीवपूर्वक प्रयत्न केले जात आहेत, हे जेव्हा त्यांच्या निदर्शनास आलं तेव्हा मात्र त्यांनी त्याला वाचा फोडायचा ध्यास घेतला. आपलं व्यापक अन् सखोल संशोधन पूर्ण झाल्याशिवाय त्याबद्दल कोठेही वाच्यता करायची नाही किंवा काहीही प्रकाशित करायचं नाही, असं त्यांनी ठरवलं. सुदैवानं त्यांचे काही विद्यार्थी सरकार-दरबारी आणि सैन्यात वरिष्ठ अधिकारी होते. नोबुयुकी कोनोए हा १९६८ साली एम.ए. झालेला त्यांचा विद्यार्थी जपानच्या राष्ट्रीय पुराभिलेख कार्यालयाचा

प्रमुख व्यवस्थापक होता. प्रा. शिगेतो १९७४ च्या मार्चमध्ये त्याला भेटायला गेले होते.

"नोबू, कसा आहेस तू?"

"सर, उत्तम आहे मी. आपण इकडे यायची तसदी कशाला घेतलीत? फोन केला असता, तर मी तुम्हाला भेटायला आलो असतो."

"नोबू, त्यात त्रास कशाला? इतिहासाच्या प्राध्यापकांना पुराभिलेखांच्या सहवासात जाणं म्हणजे एक पर्वणीच असते. बरं, तुझं कसं काय चाललंय? निशी आणि किजुरो काय म्हणतात?"

"माझं उत्तम चाललं आहे, सर. निशीला अलीकडेच सायसेकाई हॉस्पिटलमध्ये नोकरी लागली आहे. तीन महिन्यांपूर्वीच तिचा फिजिओथेरपीचा अभ्यासक्रम संपला. किजुरो आता शाळेत जाऊ लागला आहे."

"खरंच की काय? त्याच्या बारशाच्या वेळी तुझ्या घरी खाल्लेल्या ओनिमांजुची चव अजून माझ्या जिभेवर आहे! दिवस कसे भरभर निघून जातात ना!"

"खरंय, सर. बरं, काय काम काढलंत आज?"

प्रा. शिगेतो यांनी नोबुयुकीला आपल्या संशोधनाचा हेतू सांगायचा नाही, असं ठरवलं होतं. त्यांना त्या बाबतीत गवगवा करायचा नव्हता.

"नोबू, मी पूर्वी लिहिलेल्या पुस्तकांच्या सुधारित आवृत्त्या काढाव्यात, असे निप्पॉन प्रकाशनाचे हिरोशी यांनी सुचवलंय. काही सुधारणा करायच्या असल्या तर मी करू शकतो, असं त्यांचं म्हणणं आहे. त्यांचा हा प्रस्ताव चांगला आहे. पण त्यासाठी काही पुराभिलेख, जुनी कागदपत्रं, ऐतिहासिक दप्तरं पाहावी लागतील. अधूनमधून इथं येऊन काम करावं लागेल."

"अरे वा! केव्हाही तुम्ही इकडे या. मी असं करतो, तुमच्या दिमतीला माझा एक साहाय्यक देतो. तुम्ही त्याला फक्त संदर्भ सांगा, तो तुम्हाला आवश्यक ते संग्रह किंवा कागदपत्रं काढून देईल."

"छान! नोबू, अलीकडेच मी 'तोशिझुकी' चा एक्झॅक्टोमॅटिक हा कॅमेरा विकत घेतला आहे. त्यांनी तो कागदपत्रांचे फोटो घेण्यासाठी खास तंत्रज्ञान वापरून तयार केला आहे. काही कागदपत्रांचे फोटो घेतले, तर चालतील ना?"

"हो, जरूर घ्या सर! मीही अलीकडेच त्या कॅमेऱ्याबद्दल ऐकलंय. केव्हापासून इकडे यायला सुरुवात करता?"

"पुढच्या आठवड्यापासूनच. सध्या एम.ए.चे पेपर तपासायचं काम चाललंय. ते तीन-चार दिवसांत संपलं, की मला थोडी मोकळीक मिळेल."

"ठीक आहे सर. थांबा, तुमची माझा साहाय्यक कैगोची ओळख करून

देतो. तो तुम्हाला मदत करेल,'' नोबूनं त्यांना आश्वासन दिलं.

प्रा. शिगेतो यांचं संशोधन सुरू झालं. कैगोच्या मदतीने त्यांनी १९४८ साली टोकियोमध्ये मित्रराष्ट्रांच्या पुढाकाराने स्थापलेल्या आंतरराष्ट्रीय लष्करी न्यायाधिकरणाचे कागदपत्र आणि दप्तरे तपासायला सुरुवात केली. या न्यायाधिकरणात अठ्ठावीस जपानी लष्करी अधिकाऱ्यांवर युद्धगुन्हेगारीबद्दल खटले चालवले गेले होते. युद्धातील पाडावानंतर जपानमध्ये अमेरिकेच्या नेतृत्वाखाली मित्रराष्ट्रांचा ताबा होता. त्यांच्या प्रशासनानं बरेच ऐतिहासिक दाखले उकरून काढले. त्यात सम्राटांनी संरक्षण मंत्रालयाला पाठवलेले संदेश, मंत्रालयाने लष्करी अधिकाऱ्यांना पाठवलेले आदेश, लष्करी तळांच्या प्रमुखांनी मंत्रालयाकडे पाठवलेले अहवाल, जखमींची किंवा मृतांची आकडेवारी असे अनेक कागदपत्र जमा केले होते. त्यामध्ये लैंगिक सुखासाठी तरुणींना डांबून ठेवायची परवानगी, शरण आलेल्या सैनिकांना युद्धकैदी न करता ठार मारायच्या सूचना, युद्धांदरम्यान लागू होणारे आंतरराष्ट्रीय कायद्याचे नियम व प्रथा यांना गुंडाळून ठेवायचे आदेश यांचा समावेश होता. अशी सारी थक्क करायला लावणारी कागदपत्रं प्रा. शिगेतोंना पाहायला मिळाली. जपानी सैन्यासोबत पाठवण्यात आलेल्या काही युद्धवार्ताहरांनी नानकिंगमध्ये जे अनुभवलं, त्याचे विस्तृत पण वस्तुनिष्ठ अहवाल वेळोवेळी संरक्षण मंत्रालयास पाठवले होते. तेही न्यायाधिकरणास सादर करण्यात आले होते.

प्रा. शिगेतोंना सर्वात जास्त आश्चर्य वाटलं ते नानकिंगमधील अत्याचारांचे फोटो पाहून. ते फोटो कोणी व कशासाठी काढले असावेत, याची त्यांना उकल होईना. महिलांवर अत्याचार करतानाचे, शिरच्छेदाच्या शर्यतींचे, मृतदेहाच्या ढिगांचे, निरपराध रहिवाशांवर गोळीबार करतानाचे व घरादारांना आग लावायचे फोटो अस्तित्वात होते, यावर त्यांचा विश्वास बसत नव्हता आणखी काही कागदपत्रं चाळल्यावर फोटोंचा खुलासा झाला. जपानी सैनिकांनी आपले 'कर्तृत्व' आपल्या मित्रांना दाखवण्यासाठी ते सारे फोटो काढले होते. त्या सुमारास नानकिंगमध्ये एकमेव फोटोग्राफर होता जिया-बींग. त्याच्याकडून जपानी सैनिक फिल्मवर प्रक्रिया करून फोटो तयार करून घेत. साठीचा जिया-बींग फारच दूरदृष्टीचा होता. त्यानं प्रत्येक फोटोच्या दोन प्रती काढल्या आणि त्यांचा एक संच आपल्या डार्करूमच्या फरशीखाली एक चोरटा खण करून त्यात लपवला. जपानी सैनिक खबरदारीचा उपाय म्हणून त्याच्या दुकानाची मधून मधून तलाशी घेत. पण त्यांना कधीच तो चोरटा खण दिसला नाही. तो दिसला असता, तर जिया-बींगला त्यांनी जिवंत ठेवले नसतं. पुढे न्यायाधिकरण स्थापल्यानंतर चीनच्या सरकारनं पुरावे जमा

करायची मोहीम हाती घेतली. ज्यांच्याकडे पुरावे असतील, त्यांनी ते सरकारदप्तरी जमा करावेत, असं आवाहन केलं. ते जिया-बींगच्या कानावर आल्यावर त्यानं आपल्या जवळचे एकशे अडतीस फोटो सरकारी अधिकाऱ्यांच्या स्वाधीन केले. चीनच्या सरकारच्या वतीने ते न्यायाधिकरणास सादर करण्यात आले व ते पुराव्यासाठी ग्राह्य मानण्यात आले.

जवळजवळ दोन महिन्यांनी प्रा. शिगेतो यांचं संशोधनाचं काम संपलं. त्यानंतर ते आपले मूळ गाव ओसाका इथं गेले. तिथं त्यांच्या एका घनिष्ट मित्राचा फोटो स्टुडिओ होता.

"ताकेशी, काय म्हणतोस?"

"अरे इयेनागा, कधी आलास?"

"मी कालच आलो. तुझं कसं काय चाललंय आहे?"

"उत्तम. आमच्या क्षेत्रात इतक्या नव्या तंत्रज्ञानाची भर पडतेय, की ते समजून घेऊन त्याचा उपयोग करून घेता घेता नाकी नऊ येतात. बरं, ते जाऊ दे तुझं सांग. योकितो काय म्हणतेय?"

"ती उत्तम आहे. आशीच्या लग्नाच्या धावपळीत आहे. मुलगा सर्जन आहे. सध्या तो ओकुसाना हॉस्पिटलमध्ये नोकरी करतोय. पण पुढे - मागे स्वत:चं हॉस्पिटल काढायचा त्याचा विचार आहे. बरं, आत्ताच सांगून ठेवतो. लग्न २६ जुलैला टोकियोत आहे. तू आलं पाहिजेस हं!"

"अरे, जिला अंगा - खांद्यावर खेळवलं, त्या आशीच्या लग्नाला मी येणार नाही, असं तुला वाटलंच कसं? आम्ही दोघंही नक्की येणार! आणि तिच्या लग्नाचे फोटो मीच काढणार, हे आत्ताच सांगून ठेवतो!"

"ते लग्नाच्या फोटोचं नंतर पाहू. हे पाहा, या फिल्ममध्ये माझ्या संशोधनासंबंधी कागदपत्रांचे व फोटोंचे फोटो आहेत. प्रत्येकाच्या दोन प्रती काढ आणि एक लक्षात ठेव, जोपर्यंत माझ्या संशोधनावर आधारित पुस्तक प्रकाशित होत नाही, तोपर्यंत फोटोत तू जे पाहशील त्याची कुठे वाच्यता करू नकोस."

"अरे इयेनागा, तू मुळीच काळजी करू नकोस. माझा फक्त फोटोंच्या दर्जाशी संबंध. त्यात काय दिसतंय, हे मला काय करायचं? तुम्हा शिक्षणक्षेत्रातील मंडळींमध्ये खूप चढाओढ आहे असं दिसतंय. तुझ्या संशोधनाविषयी ते प्रसिद्ध होण्यापूर्वी गवगवा करून मी त्यातील हवा काढून घेईन, असं तुला वाटतं का? तू निश्चिंत रहा!"

"त्याची मला खात्री होती म्हणूनच तुझ्याकडे आलो, ताकेशी! बरं, संध्याकाळी मोकळा आहेस ना?"

"हो. का बरं?"

"घरी ये, बसू गप्पा मारत. टोकियोहून येताना कोरियन सोचू आणला आहे."

"अरे वा! चल, भेटूया संध्याकाळी!"

पुढची दोन वर्षं म्हणजे १९७४ ते १९७६ या दरम्यान प्रा. शिगेतोंनी मिळवलेल्या कागदपत्रांचा सखोल अभ्यास केला. पण अजूनही त्यांना त्यांच्या आधारे पुस्तक लिहावं असा आत्मविश्वास नव्हता. त्याचं प्रमुख कारण हे होतं, की नानकिंगमधील अत्याचारांची प्रत्यक्ष वर्णनं आणि त्यांचा घटनाक्रम यांचे संदर्भ त्यांना मिळत नव्हते. त्या हत्याकांडातून वाचलेल्या, अत्याचारांचा प्रत्यक्ष अनुभव घेतलेल्या किंवा अत्याचारपीडित जनतेला मदत केलेल्या काही व्यक्तींचे अनुभव वाचण्याची किंवा ऐकण्याची संधी मिळावी, अशी त्यांची खूप इच्छा होती. ती पुरी होईल की नाही याची त्यांना खात्री नव्हती. एकतर त्यांना त्यांच्या संशोधनासाठी चीनचा व्हिसा मिळणं अशक्य होतं. शिवाय नानकिंगला जायचा आपला हेतू जपानी सरकारी अधिकाऱ्यांच्या लक्षात आला, तर आपण अडचणीत येऊ अशी भीतीदेखील त्यांना वाटत होती. त्यांच्या या साऱ्या अडचणींवर एक अनपेक्षित तोडगा लवकरच निघणार आहे हे जर त्यांना त्या वेळी कोणी सांगितलं असतं, तर त्यांचा त्या वेळी मुळीच विश्वास बसला नसता.

इतिहासक्षेत्रात काम करणाऱ्या तज्ज्ञांना एकत्र आणणं, त्यांच्यातल्या वैचारिक देवाणघेवाणीला चालना देणं, त्यांच्यात सहकार्य वाढवणं आणि संशोधनास उत्तेजन देणं अशा प्रकारचे विविध उपक्रम राबवण्याच्या हेतूनं १९५७ मध्ये जागतिक इतिहास परिषदेची स्थापना करण्यात आली. त्यासाठी जर्मन, डच आणि इंग्रज इतिहासतज्ज्ञांनी पुढाकार घेतला होता. सुरुवातीला प्रामुख्यानं युरोपियन सदस्य असलेल्या या संघटनेत यथावकाश अमेरिका, आफ्रिका, आशिया व प्रशांत विभागातील इतिहासतज्ज्ञ सामील झाले. पहिल्या आठ-दहा वर्षांतील संथ गतीनंतर परिषदेच्या कामकाजाला बरीच चालना मिळाली. वार्षिक सभा आणि त्या निमित्तानं आयोजित केलेली चर्चासत्रं जगाच्या विविध भागांत होऊ लागली. आर्थिक कारणामुळे अनेक सदस्य अशा सभा आणि चर्चासत्रांना उपस्थित राहू शकत नव्हते. पण काही वेळेला आसपासच्या देशांतील तज्ज्ञ किंवा प्राध्यापक सरकारी किंवा विद्यापीठाचे अर्थसाहाय्य घेऊन त्यात सहभागी व्हायचा प्रयत्न करायचे.

प्रा. शिगेतो १९६२ मध्ये परिषदेचे सदस्य झाले. तेव्हापासून सात वार्षिक सभांमध्ये आणि त्या वेळी झालेल्या चर्चासत्रांमध्ये त्यांनी भाग घेतला. त्यांची १९७१ मध्ये परिषदेच्या कार्यकारी मंडळावर निवड झाली. परिषदेच्या अध्यक्षपदासाठी

त्यांच्या नावाची चर्चा सुरू आहे, असं त्यांच्या कानावर आलं होतं. परिषदेच्या सदस्यांमध्ये त्यांना बराच मान होता. अलीकडेच म्हणजे १९७६ च्या एप्रिलमध्ये त्यांना परिषदेचं परिपत्रक मिळालं. कार्यकारी मंडळाच्या नोव्हेंबर १९७५मध्ये झालेल्या बैठकीत पुढील वार्षिक सभा फिलिपीन्समध्ये घेण्यात यावी अशी सूचना करण्यात आली होती. परिषदेच्या बहुसंख्य सदस्यांनी त्याला अनुकूलता दर्शवली. आणि फिलिपीन्सची राजधानी मनिलातील प्रसिद्ध व सर्वांत जुन्या फिलिपीन्स विद्यापीठात ती आयोजित करायची शिफारस केली. आज आलेल्या परिषदेच्या परिपत्रकात त्यावर शिक्कामोर्तब केल्याचं व सभा आणि चर्चासत्र १२ ते १४ जुलै १९७६ दरम्यान मनिलात भरणार असल्याचं नमूद केलं होतं. मनिला टोकियोपासून फार दूर नाही. शिवाय त्या सभेचं आणि चर्चासत्राचं संयोजन प्रा. शिगेतोंचे घनिष्ट मित्र, परिषदेच्या कार्यकारी मंडळाचे सदस्य आणि फिलिपीन्स विद्यापीठाच्या इतिहासविभागाचे प्रमुख डॉ. राऊल पांगालांगान करणार होते. प्रा. शिगेतोंनी आपण कार्यक्रमास हजर राहणार असल्याचे स्वागतसमितीस कळवलं.

मनिलाचे उपनगर क्वेझॉन सिटी इथल्या विद्यापीठाच्या प्रशस्त आवारातल्या बोकॅबो हॉलमध्ये दोन्ही कार्यक्रम होणार होते. त्या वर्षी परिषदेच्या सातशे नव्वद सदस्यांपैकी दोनशे त्रेसष्ठ सदस्यांनी आपण सहभागी होणार असल्याचे कळवले होतं. त्यांपैकी बहुतांश दक्षिणपूर्व, पूर्व व दक्षिण आशिया आणि प्रशांत विभागातील, तर मोजकेच आफ्रिका, युरोप व अमेरिका खंडांतील होते. वार्षिक सभेच्या पूर्व-संध्येस, ११ जुलैला विद्यापीठाचे कुलगुरू व शिक्षणमंत्रालय यांच्या वतीने सर्व सदस्यांना खास भोजन समारंभाला आमंत्रित केलं होतं. त्या वेळी प्रा. शिगेतो आणि प्रा. पांगालांगान यांची भेट झाली.

"राऊल, तीन वर्षांनी भेटतोय आपण! कसं चाललंय तुझं?"

"उत्तम, तू काय म्हणतोस सांग, इयेनागा?"

"माझं ठीक चाललंय!"

पाच-दहा मिनिटं गप्पा झाल्यावर प्रा. पांगालांगाननी विचारलं,

"इयेनागा, नवीन काही लिहायला घेतलं आहेस?"

त्यावर थोडा विचार करून प्रा. शिगेतो म्हणाले,

"तसं पाह्यलं तर घेतलंय; पण म्हणावं तसं संशोधन झालं नाही अजून. आणि ते होईल की नाही याची शाश्वतीही नाही."

"असं का म्हणतोस, इयेनागा?"

"राऊल, मला नानकिंगचा विषय गेली दोन वर्षं खूप भेडसावतोय. मी बरीच माहिती व संदर्भ मिळवलेत, पण मनासारखं काम झालेलं नाही. त्यात

अडचणीही खूप आहेत!''

"का बरं?''

प्रा. शिगेतोंनी आपली खंत प्रा. पांगालांगान यांच्या जवळ व्यक्त केली. ते ऐकल्यावर प्रा. पांगालांगान म्हणाले,

"राऊल, एक विलक्षण योगायोग आहे. तुझ्या समस्येवर आपण तोडगा काढू शकतो.''

"ते कसं काय?''

"हे पाहा, चार-पाच महिन्यांपूर्वी मी शांघायच्या फुदान विद्यापीठात एका व्याख्यानमालिकेसाठी गेलो होतो. तेथे वेन-यू नावाच्या साठीच्या बाई मला भेटल्या. त्या एका चर्चासत्रासाठी नानकिंगहून शांघायला आल्या होत्या...''

प्रा. राऊल पांगालांगान संध्याकाळी साडे-सात वाजता विद्यापीठाच्या अतिथिगृहातील भोजनकक्षात पोचले. तेथं साठीच्या एक चिनी बाई सोडल्या तर अन्य कोणी नव्हतं. त्यांच्यापासून दूर एकटंच जेवायला बसणं सभ्यतेला धरून नव्हतं, म्हणून ते त्या बाईंजवळ गेले व म्हणाले,

"हॅलो, मी प्रा. राऊल पांगालांगान मनिलाहून आलोय.''

"हॅलो, मी वेन-यू नानकिंगहून आलेय.''

"मी इथं बसलो तर चालेल?''

"हो, अगदी बेलाशक. मलाही कोणी कंपनी नाही.''

एक नोकर येऊन त्यांच्या भोजनाची ऑर्डर घेऊन गेला.

"मी फिलीपीन्स विद्यापीठात इतिहासाचा प्राध्यापक आहे. इथं एका व्याख्यानमालेत चार व्याख्यानं देण्यासाठी आलोय.''

"असं का? छान. मी इथं एका चर्चासत्रासाठी आलेय. त्याचा विषय आहे. 'अनाथांच्या उच्चशिक्षणाच्या समस्या.' मी नानकिंगमध्ये अनाथ मुलामुलींच्या शिक्षणासाठी एक संस्था चालवते. तुम्ही नानकिंगच्या अत्याचारांबद्दल ऐकलं असेलच. त्या भीषण हत्याकांडामुळं अनाथ झालेल्या मुलामुलींसाठी मी १९४७ पासून काम करतेय.''

"अरे वा! नानकिंग हे प्रकरण इतिहासाच्या प्राध्यापकांना एक कोडं वाटतं. त्याची गूढता मती गुंग करते. तुम्ही तेव्हापासून या कार्याला वाहून घेतलंय, हे खरंच कौतुकास्पद आहे.''

"नानकिंगचा हिंसाचार मी माझ्या डोळ्यांनी पाहिलाय. केवळ नशीब बलवत्तर म्हणून मी वाचले. जपानी अत्याचारांना सुरुवात झाली, तेव्हा काही मोजक्या

परदेशी नागरिकांनी तेथे आंतरराष्ट्रीय सुरक्षा क्षेत्र स्थापून माझ्यासारख्या अडीच लाख निराधारांना आश्रय दिला. मी त्या सुरक्षा क्षेत्रात स्वयंसेविकेचं काम करत होते. तेव्हा मी केवळ वीस वर्षांची होते. तेव्हा मी तिथं जे पाहिलं, अनुभवलं त्याचं विस्तृत वर्णन मी रोजनिशीत लिहिलंय. युद्ध संपल्यानंतर मी काही ऐतिहासिक पुरावे, कागदपत्रं मिळवली. त्यांवर आधारित एखादं पुस्तक लिहावं, असे मला वाटायचं. पण जपानी कागदपत्रं, ऐतिहासिक संदर्भ मिळणं कठीण म्हणून मी तो विचार डोक्यातून काढून टाकला.''

प्रा. पांगालांगान यांच्याकडून हे समजल्यावर प्रा. शिगेतो खूपच उल्हसित झाले, "राऊल, खरं सांगतो आहेस तू हे? मी त्या बाईंची भेट घेण्यासाठी काहीही करायला तयार आहे. तुझ्याकडं त्यांचा पत्ता आहे का?''

"हो. त्यांनी मला आपले कार्ड दिलंय ना. मी त्यांच्याशी लगेचच संपर्क साधतो आणि काय तोडगा काढता येतो हे पाहतो.''

त्यानंतर दोन महिन्यांनी प्रा. शिगेतोंना प्रा. पांगालांगान यांचं पत्र आले.

"प्रिय इयेनागा,

जुलैमध्ये आपली चर्चा झाल्यानंतर मी श्रीमती वेन-यू यांच्याशी पत्रव्यवहार केला. त्यांना तुझ्याबद्दल आणि तुझ्या उपक्रमाबद्दल थोडक्यात कल्पना दिली. त्यादेखील तुला भेटायला उत्सुक आहेत. अर्थात तुम्हा दोघांची भेट कुठे घडवून आणावी, या संभ्रमात मी पडलो होतो. पण परवाच मला श्रीमती वेन-यूंचं पत्र आलं. अनाथांच्या शिक्षणासाठी काम करणाऱ्या आशियायी सेवाभावी संस्थांची विभागीय परिषद १८ ते २१ नोव्हेंबर दरम्यान दक्षिण कोरियात सेऊल इथं होणार आहे. त्या परिषदेचं श्रीमती वेन-यूंना आमंत्रण आलंय. त्यांनी ते स्वीकारलंय. परिषद संपल्यावर काही बैठकांसाठी त्या २७ नोव्हेंबरपर्यंत तिथंच राहणार आहेत. त्या वेळी त्या तुला भेटू शकतील. त्यांच्यासोबत त्यांनी आजवर जमा केलेले संदर्भ, कागदपत्रे यांची आणि त्यांच्या रोजनिशीची प्रत असेल. या सर्व प्रतींचं इंग्रजी भाषांतर केलेलं आहे. ते सारं तुझ्याकडे सुपूर्द करायला त्या तयार आहेत. तूदेखील तुझ्याकडच्या तशा कागदपत्रांची प्रत आणि त्यांचं इंग्रजी भाषांतर त्यांना द्यावंस, अशी त्यांची इच्छा आहे. त्यांच्या मते तुम्ही दोघांनी आपापल्या दृष्टिकोनातून नानकिंग या विषयावर

स्वतंत्रपणे पुस्तक लिहावं. मला त्यांची सूचना व्यवहार्य वाटतीय. तुझी कागदपत्रांची देवाणघेवाण करायची इच्छा असली, तर तू मला तसं कळव. माझ्या मते तू सेऊलला जावंस. अशी सुवर्णसंधी पुन्हा मिळणं कठीण. तुझा होकार आल्यानंतर पुढच्या तयारीसाठी मी श्रीमती वेन-यू यांच्याशी संपर्क साधेन.

तुझ्या उत्तराची वाट पाहतोय.

तुझा मित्र,
राऊल''

प्रा. शिगेतोंनी त्यावर थोडा विचार केला. त्यांच्याकडची बरीच कागदपत्रं इंग्रजीत होती. बाकीच्यांचं त्यांनी इंग्रजीत भाषांतर केलं होतं. कारण त्यांना नानकिंगवरचं पुस्तक इंग्रजीतच लिहायचं होतं आणि जपान व्यतिरिक्त अन्य कोणत्या तरी देशातील एखाद्या नामांकित प्रकाशनसंस्थेमार्फत प्रकाशित करायचे होते. एकाच विषयावर दोन लेखकांनी पुस्तक लिहायला त्यांचा मुळीच आक्षेप नव्हता. कारण प्रत्येक लेखकाचा दृष्टिकोन आणि विषयाची मांडणी वेगवेगळी असणार होती. प्रा. शिगेतोंनी आपण सेऊलला जायला तयार आहोत, असे प्रा.राऊल पांगालांगानना लगेचंच कळवलं.

सेऊल, २२ नोव्हेंबर १९७६

सेऊलच्या तोग्येरो रस्त्यावरील से-जाँग हॉटेलात पोचण्यासाठी प्रा. शिगेतो उपनगरी रेल्वेनं म्यूंग-दाँग स्टेशनवर उतरले. त्या स्टेशनच्या पश्चिमेकडील बाहेर जाण्याच्या मार्गातून तोग्येरो रस्त्यावरून दोन मिनिटं चालत गेल्यावर डावीकडे से-जाँग हॉटेल होतं. ठरल्याप्रमाणे सकाळी बरोबर साडे-नऊ वाजता प्रा. शिगेतो हॉटेलच्या स्वागतकक्षात पोचले. तिथं साठीच्या एक चिनी बाई त्या दिवशीच्या 'चोसून-इल्बो' ची इंग्रजी आवृत्ती चाळत होत्या. त्यांच्याजवळ जाऊन प्रा. शिगेतोंनी अदबीने विचारले,

''आपणच श्रीमती वेन-यू का?''

''हो, मीच. तुम्ही प्रा. शिगेतो ना?''

''हो, मीच इयेनागा शिगेतो.''

''चला, आज आपल्या भेटीचा योग आला तर! प्रा. पांगालांगान यांच्या चिकाटीचं कौतुक वाटतंय. त्यांच्यामुळेच हा योग येतोय!''

''आपण माझ्या मनातलं बोललात! मीदेखील आपल्या भेटीसाठी खूप

उत्सुक होतो.''

"चला, आपण माझ्या खोलीत बोलत बसू.''

ती दोघं लिफ्टनं तिसऱ्या मजल्यावर आले. श्रीमती वेन-यू उंच व सडपातळ बांध्याच्या होत्या. त्यांचे जवळजवळ सारे केस चंदेरी झालेले होते. त्यांनी फिकट तपकिरी रंगाचा जाड स्वेटर आणि काळी पँट घातलेली होती. त्यांच्या चेहऱ्यावर वर्षानुवर्षे मौलिक समाजकार्य केल्यामुळे एक प्रकारची प्रसन्नता व तेज आले होते. त्यांच्या चालण्यात, बोलण्यात व हालचालींमध्ये आत्मविश्वास दिसत होता. त्यांच्या शांत, प्रगल्भ व्यक्तिमत्त्वानं प्रा. शिगेतो प्रभावित झाले होते.

वेन-यूंची खोली लहानच होती. खोलीत टेबलावर चार-पाच पुस्तकं, दोन फाइल्स आणि एक ब्रीफकेस होती. एक फळांची प्लेट टेबलावर होती. खोलीत पसारा नव्हता. सामान व्यवस्थित लावलेलं होतं. त्या छोट्या टेबलाच्या दोन बाजूंना दोन खुर्च्या होत्या.

"बसा, प्रा. शिगेतो. मला प्रा. पांगालांगाननी तुमच्याबद्दल कळवलं होतं, तेव्हापासून तुम्हाला भेटायची उत्सुकता लागून राहिली होती. तुम्ही मुद्दाम मला भेटायला टोकियोहून इकडं आलात, फार आनंद झाला. आपण दोघं एकाच ध्येयानं पछाडलो आहोत, ते म्हणजे नानकिंगचे अत्याचार जगासमोर आणणं!''

दिवसभर त्यांची चर्चा चालूच राहिली. दुपारी एकच्या सुमारास ते जवळच्या एका छोट्या उपाहारगृहात लंच घेऊन आले. संध्याकाळी सात वाजता प्रा. शिगेतो त्यांचा निरोप घेऊन निघाले. त्या वेळी वेन-यू त्यांना म्हणाल्या,

"प्रा. शिगेतो, तुम्हाला या कागदपत्रांत किंवा माझ्या रोजनिशीत माझ्या नावाचा उल्लेख कुठं आढळणार नाही. मी मुद्दाम ती खबरदारी घेतली आहे. माझी अशी शंका आहे, की कोणीतरी जाणूनबुजून नानकिंगचा इतिहास जगासमोर येऊ नये, यासाठी प्रयत्न करत आहे.''

"तुम्हाला त्या बाबतीत काही अनुभव आला आहे?''

"गेल्या नोव्हेंबरमध्ये मला हाँगकाँगहून प्रकाशित होणाऱ्या 'द फार-ईस्ट क्रॉनिकल' या प्रसिद्ध नियतकालिकाच्या संपादकांचे पत्र आलं, की नानकिंगच्या चाळिसाव्या स्मृतिदिनानिमित्त त्यांना एक खास अंक प्रकाशित करायचा आहे; त्यासाठी मी नानकिंग सुरक्षा क्षेत्रावर एक लेख लिहावा. मी त्यांना माझा होकार कळवला; पण त्यानंतर दीडेक महिन्यांनी मला त्यांचं आणखी एक पत्र आलं. त्यात त्यांनी मला कळवलं, की मी तो लेख लिहायची तसदी घेऊ नये; कारण त्यांनी तो खास अंक प्रकाशित करायचा निर्णय रद्द केला आहे. त्याचं काहीही कारण त्यांनी दिलं नाही. पण मी माझ्या हाँगकाँगमधल्या खास परिचयातील एका पत्रकारामार्फत

चौकशी केली. त्यानं मला सांगितलं, की काही व्यक्तींकडून त्यांच्या वृत्तपत्रसमूहाच्या संचालकांवर खूप दबाव आणला गेला आणि त्यांना तो खास अंक प्रकाशित करण्यापासून परावृत्त करण्यात आलं.''

''तुम्ही मुळीच चिंता करू नका. मी तुमच्या नावाचा उल्लेख कोणाजवळही करणार नाही. मीदेखील माझ्या संशोधनाच्या बाबतीत काटेकोरपणे गुप्तता पाळली आहे. काही प्रभावशाली जपानी व्यक्ती नानकिंगचा खरा इतिहास प्रकाशात येऊ नये यासाठी दबावतंत्र वापरतात, हे माझ्याही कानावर आलं आहे.''

''ठीक आहे, प्रा. शिगेतो. पुन्हा एकदा तुमचे आभार मानते.''

''खरंतर मला आपले आभार मानण्यासाठी शब्द सुचत नाहीत. जर माझा हा प्रयत्न यशस्वी झाला, तर त्याचे सारे श्रेय मी तुम्हाला देईन!''

दुसऱ्या दिवशी सकाळी सव्वादहा वाजता सुटणाऱ्या विमानाने प्रा. शिगेतो श्रीमती वेन-यूंनी दिलेले मौल्यवान कागदपत्र घेऊन टोकियोला जायला निघाले. दुपारी अडीच वाजता ते टोकियोच्या नरिता आंतरराष्ट्रीय विमानतळावर पोचले. कस्टमचे सोपस्कर पार पाडण्यासाठी ते रांगेत उभे होते. त्यांचा नंबर आल्यावर कस्टम अधिकाऱ्याने त्यांचा पासपोर्ट व कस्टमचा फॉर्म पाहिला व त्यांना तो म्हणाला,

''तुमच्या बॅगेत काय आहे?''

''माझे कपडे आणि काही कागदपत्रं.''

''कृपया बॅग उघडता?''

प्रा. शिगेतोंना शंका आली, की आपण काय घेऊन आलो आहोत, याचा सुगावा जपानच्या सरकारी अधिकाऱ्यांना लागला आहे की काय? पण त्यांनी आपली भीती चेहऱ्यावर न दाखवता शांतपणे बॅग उघडली. त्या कस्टम अधिकाऱ्यानं बॅग तपासायला सुरुवात केली. कागदपत्रं, पुस्तकं अन् कपडे याशिवाय काहीही बॅगेत दिसत नव्हतं. बॅग तपासता तपासता तो अधिकारी म्हणाला,

''हल्ली आम्हाला स्फोटकांची खूप बारकाईनं तपासणी करण्याचे आदेश आले आहेत. बरं, जाहीर करण्यासारखं अन्य काही आहे तुमच्याजवळ?''

''मुळीच नाही. आणि माझ्यासारख्या प्राध्यापकाकडं स्फोटकं कुठून येणार?''

''आपण प्राध्यापक आहात? मला माफ करा हं. आपली मी एवढ्या बारकाईनं तपासणी केली.''

''अहो, ते तर तुमचे कर्तव्यच आहे!''

प्रा. शिगेतो तिथनं निघताना मनातल्या मनात म्हणाले,''माझ्याजवळ जाहीर

करण्यासारखं बरंच काही आहे आणि ते खूप विस्फोटकही आहे.''

त्यानंतर प्रा. शिगेतो पुस्तकाच्या तयारीला लागले. त्यासाठी त्यांना दोन ते अडीच वर्षं लागणार होती. सर्वप्रथम कागदपत्रांचा सखोल अभ्यास करून घटनाक्रम तयार करायचा होता, त्याची विभागणी वेगवेगळ्या प्रकरणांत करायची होती, पुराव्यांचं विश्लेषण करायचं होतं आणि आपले निष्कर्ष मांडायचे होते. हे सारे त्यांना विद्यापीठातलं अध्यापनाचं काम सांभाळून करायचं होतं. ऑक्टोबर १९७७ मध्ये त्यांना पाठ्यपुस्तक महामंडळाचे अभ्यासक्रम आणि पाठ्यपुस्तक तयार करण्याच्या संदर्भात पत्र आलं. सहसा प्रा. शिगेतो अशा जबाबदाऱ्या स्वीकारत नसत. पण हा प्रस्ताव ही एक चालून आलेली संधी आहे, या दृष्टिकोनातून त्यांनी त्याचा विचार केला आणि आपला होकार कळवला.

जपानी सैनिकांच्या युद्धगुन्हेगारीबाबत जपानमध्ये दोन मतप्रवाह होते. एकाच्या मते त्यावर पांघरूण घालून तो कटू इतिहास विसरून जावा, तर दुसऱ्याच्या मते आपल्या चुका कबूल करून ज्या देशातील जनतेवर अत्याचार करण्यात आले, त्याची माफी मागावी आणि पापक्षालन करावं. सत्याला सामोरं न जाता ते 'नरो वा कुंजरो वा' भूमिका धरणारे इतिहासतज्ज्ञ हतबल झाले होते. प्रा.शिगेतो यांनी या बाबतीत आपली मतं मांडली नव्हती; पण गेल्या दोन-तीन वर्षांतील त्यांच्या संशोधनामुळे आता त्यांनी आपली भूमिका स्पष्ट करायचे ठरवले. इतिहास अभ्यासक्रम व पाठ्यपुस्तक समितीच्या बैठकीत त्यांनी आपले विचार स्पष्टपणे मांडले. समितीचे इतर सदस्य त्यांच्यापेक्षा वयानं लहान आणि अनुभवाने अगदीच कमी होते. प्रा. शिगेतोंच्या नावाचा दबदबा असा होता, की ते त्यांच्याशी असहमत होणं शक्यच नव्हतं. मनोमनी जरी त्यांना प्रा. शिगेतोंचे विचार व भूमिका पटली नाही, तरी उघडपणे ते तसं बोलणं अशक्य होतं. जपानी समाजामध्ये वडिलधाऱ्यांचा व उच्चपदस्थांचा शब्द शिरोधार्य मानण्याची प्रथा इतकी दृढ झालेली आहे, की ते जे सांगतात ते निमूटपणे ऐकले जाते.

रेल्वे ताशीमायेन स्टेशनवर येऊन थांबली. प्रा. शिगेतो विचारांच्या तंद्रीतून जागे झाले. स्टेशनवरून घरी पोचण्यासाठी त्यांना हिकारीगाओका रस्त्यानं सात-आठ मिनिटं चालत जावं लागे. चालताना पण त्यांच्या डोक्यात पाठ्यपुस्तक महामंडळाकडून अन् शिक्षण मंत्रालयाकडून आलेल्या सूचनांचाच विचार घोळत होता. त्या संध्याकाळी श्रीमती योकितो यांच्याही लक्षात आलं, की आज प्राध्यापक काहीसे अस्वस्थ आहेत, त्यांचं जेवणाकडंही धड लक्ष नाही.

दुसऱ्या दिवशी सकाळी आपल्या कार्यालयात गेल्यानंतर प्रा. शिगेतोंनी एक पत्र लिहायला घेतलं.

"माननीय सचिव
शिक्षण मंत्रालय,

आपले दिनांक १८ जून १९७८ चे पत्र (संदर्भ क्रमांक-पाठ्यपुस्तक/इति./ २६३-७८) मिळाले. माझ्या अध्यक्षतेखाली तज्ज्ञांच्या समितीने सुचवलेल्या ११वी व १२ वीच्या इतिहासाच्या पाठ्यपुस्तकात मंत्रालयाने आमूलाग्र फेरबदल केले असून विपर्यस्त व चुकीचा तपशील त्यात घुसडला आहे. त्याचबरोबर त्यातील खरा व वस्तुनिष्ठ तपशील काढून टाकला आहे. तरुण पिढीस खर्‍या इतिहासापासून वंचित ठेवण्याचा मंत्रालयाचा हा खटाटोप निंदनीय आहे. मंत्रालयाच्या या हस्तक्षेपाचा निषेध व्यक्त करण्यासाठी मी समितीच्या अध्यक्षपदाचा राजीनामा देत आहे.

समितीने सुचवलेले पाठ्यपुस्तक जर छापले नाही, तर मला जपानी जनतेच्या वतीने सरकारविरुद्ध न्यायालयात धाव घ्यावी लागेल. सरकारला पेचात टाकणारे हे कटू पाऊल मला उचलायची वेळ तुम्ही येऊ देणार नाही, अशी अपेक्षा व्यक्त करतो.

आपला नम्र,
इयेनागा शिगेतो

जपानच्या शिक्षण क्षेत्रात काम करणार्‍यांना 'दैनिक माईनिची शिंबून' मधील ती बातमी वाचून आश्चर्याचा धक्का बसला. तसेच समाजाच्या विविध स्तरांतून हळहळही व्यक्त करण्यात आली.

'इतिहासाच्या प्राध्यापकांच्या घरावर दरोडा. प्राध्यापकांवर खुनी हल्ला.'

"टोकियो, ता २५ जून. टोकियोचे उपनगर तोशीमायेन येथे राहणारे टोकियो विद्यापीठातील इतिहासविभागात काम करणारे प्रा. इयेनागा शिगेतो यांच्या घरात शनिवार ता. २३ जूनच्या पहाटे अज्ञात चोरट्यांनी चोरी करायच्या उद्देशाने प्रवेश करून बराच ऐवज लंपास केला. त्या वेळी झालेल्या झटापटीत प्रा. शिगेतो यांच्यावर चोरट्यांनी खुनी हल्ला केला असावा, असा पोलिसांनी अंदाज वर्तविला आहे. ही दुर्घटना घडली, त्या वेळी प्रा. शिगेतो घरात एकटेच होते. त्यांचे स्वतंत्र घर हिकारीगाओका या रस्त्यावर आहे. त्यांच्या पत्नी श्रीमती योकितो शुक्रवारी क्योटो येथील आपल्या धाकट्या बंधूंकडे राहायला गेल्या होत्या. चोरट्यांनी घरातील टी. व्ही., कॅमेरा, घड्याळे, व्ही. सी. आर. असा अंदाजे एक लाख येन किमतीचा

ऐवज लंपास केला आहे. शनिवारी सकाळी वर्तमानपत्र टाकणाऱ्या मुलाला घराचे दार उघडे दिसले व खिडकीतून घरातील सामान अस्ताव्यस्त पडलेले दिसले. काहीतरी गैरप्रकार झाला असल्याच्या शंकेमुळे त्याने लागलीच ताशीमायेन पोलीस स्टेशनवर जाऊन ही गोष्ट पोलिसांच्या निदर्शनास आणून दिली. त्यानंतर ही दुर्घटना उघडकीस आली.

प्रा. शिगेतो यांच्या डोक्यावर कठीण वस्तूचा प्रहार केल्याचे शवविच्छेदनात आढळून आल्याचे पोलिसांनी आमच्या प्रतिनिधीला सांगितले. मृत्युसमयी प्रा. शिगेतो यांचे वय ५८ वर्षांचे होते. मूळचे ओसाकाचे प्रा. शिगेतो १९५५ सालापासून टोकियो विद्यापीठाच्या इतिहास विभागात अध्यापन करत होते. 'एक अभ्यासू व्यक्तिमत्त्वाचा मनमिळावू सहकारी आपण गमावला' , या शब्दांत इतिहास-विभागप्रमुख प्रा. कोनोए यांनी आपल्या भावना व्यक्त केल्या. प्रा. शिगेतो यांच्या अकाली निधनाबद्दल जपानच्या शिक्षणक्षेत्रात हळहळ व्यक्त केली जात आहे. प्रा. शिगेतो यांच्या पश्चात त्यांच्या पत्नी, विवाहित कन्या, जावई व अडीच वर्षांचा नातू असा परिवार आहे.''

इन्कायच्या बैठकीसाठी सर्व सदस्य जमले होते. अध्यक्षांनी सुरुवात केली, ''शिगेतोच्या निधनाच्या बातमीला वर्तमानपत्रांनी बरीच प्रसिद्धी दिल्याचं आपणा सर्वांच्या लक्षात आले असेलच. त्याच्या मृत्यूबाबत आपल्याला जे भासवायचं होतं, त्याबाबत कोणीही शंका उपस्थित केलेली नाही. पोलीस लवकरच त्या प्रकरणावर पडदा पाडतील, अशी मी व्यवस्था केली आहे. मागच्या बैठकीत आपण हे पाऊल उचलायचे की नाही, याबाबत आपल्यात एकमत नव्हतं. आपण त्या बैठकीत बहुमताने जो निर्णय घेतला तो योग्यच होता याची, आज मी आपल्याला जे सांगणार आहे, ते ऐकल्यावर खात्री पटेल.''

''नवीन कोणती माहिती हाती आली आहे?'' एका सदस्यानं विचारलं.

''शिगातोच्या घराची कसून तपासणी केल्यावर अतिशय महत्त्वपूर्ण कागदपत्रांची एक बॅग मिळाली. तिच्यामध्ये आपल्या राष्ट्रीय पुराभिलेख कार्यालयातील काही गोपनीय कागदपत्रांचे आणि फोटोंचे फोटो मिळालेत. शिगेतोने नानकिंगवर लिहायला घेतलेल्या पुस्तकाचे हस्तलिखितही मिळाले. ते पुस्तक व फोटो जर प्रकाशित झाले असते, तर फार मोठी हानी झाली असती.''

''गोपनीय कागदपत्रांचे फोटो शिगेतोकडे आले कसे?''

''मी त्याचा तपास केला. मला समजलंय, की पुराभिलेख कार्यालयाचा व्यवस्थापक शिगेतोचा विद्यार्थी होता. शिगेतो १९७४ च्या एप्रिल-मे मध्ये वारंवार

तिथं जायचा. त्याच वेळी त्यानं ते फोटो घेतले असणार, यात शंका नाही.''

''पुढं असा प्रकार होणार नाही, याची खबरदारी घेण्यासाठी कोणती पावले उचलावी लागतील?''

''मी सध्याच्या व्यवस्थापकाची बदली साप्पोरोला करायची उपाययोजना केली आहे. त्याच्या जागी आपल्या विश्वासाच्या व्यक्तीची नेमणूक होईल, अशीही खबरदारी घेतली आहे.''

''पण तेवढ्यानं भागणार नाही.''

''अर्थातच! आपल्या विश्वासातील व्यक्तीच्या सहकार्याने सर्व आक्षेपार्ह कागदपत्रं व फोटो अतिशय गुप्ततेत नष्ट करण्यात येतील.''

''हे उत्तम. तसं केलं तर कायमचाच प्रश्न मिटेल.''

''काही अंशी. पण चिंतेत टाकणारी आणखी एक गोष्ट आपल्या निदर्शनाला आणायची आहे. शिगेतोच्या बॅगेत एका चिनी महिलेची रोजनिशी आणि तिचं इंग्रजी भाषांतर सापडलं. मी ते बारकाईने वाचलं. नानकिंग आंतरराष्ट्रीय सुरक्षा क्षेत्रात ती महिला काम करत होती, हे ती रोजनिशी वाचल्यावर स्पष्ट झालं. दुर्दैवाने तिच्या नावाचा उल्लेख कोठेच नाही. शिगेतोच्या हस्तलिखितात तिच्या रोजनिशीचा विस्तृत उल्लेख आहे, पण कुठं तिच्या नावाचा उल्लेख नाही. ती रोजनिशी शिगेतोकडे कशी आली, याचं कोडं उलगडत नाही. तो कधीच चीनला गेला नव्हता. त्याचा अधूमधून परदेशी प्रवास व्हायचा, हे मात्र त्याच्या पासपोर्टवरून दिसून येतंय. त्याला ती रोजनिशी कशी मिळाली आणि ती व्यक्ती कोण आहे, याचा मी शोध घेतोच आहे. ती व्यक्ती सापडली, की मी त्या व्यक्तीबाबत योग्य ती उपाययोजना करेन.''

''गेल्या आठवड्यातली कामगिरी महत्त्वाची होती. ती तुम्ही चोख पार पाडलीत. आता त्या चिनी महिलेचा शोध घेऊन तिचाही कायमचा बंदोबस्त करणं आवश्यक आहे.''

नानकिंग, जुलै १९७८

प्रा. शिगेतोंच्या निधनाची बातमी जागतिक इतिहास परिषदेच्या इतर जपानी सदस्यांनी परिषदेच्या अध्यक्षांना कळवली. त्यांनी कार्यकारी मंडळाच्या वतीनं एक शोकसंदेश श्रीमती शिगेतोंना पाठवला. ती बातमी जेव्हा प्रा. राऊल पांगालांगान यांना समजली, तेव्हा त्यांना अतिशय वाईट वाटलं. त्यांची आणि प्रा. शिगेतो यांची वीस वर्षांची मैत्री होती. त्यांनी श्रीमती वेन-यूंना ती दुःखद बातमी कळवली. त्यांनाही ती ऐकून खूप वाईट वाटलं. त्यांना दोन वर्षांपूर्वी सेऊलमधे झालेली भेट

आठवली. प्रा. शिगेतोंचे नानकिंगवर पुस्तक लिहायचे स्वप्न अपुरंच राहिलं होतं. त्यांना प्रा. शिगेतोंवरील खुनी हल्ल्यामागं काही घातपाताची शक्यता असावी की काय, अशी शंकाही आली. पण त्या शंकेचा त्या स्वत: पाठपुरावा करू शकणार नव्हत्या.

जुलैच्या २९ तारखेच्या नानकिंगहून प्रसिद्ध होणाऱ्या दैनिक 'यांगत्से वानाबा' मध्ये त्यांच्या वाचनात एक छोटी बातमी आली.

'नानकिंग सुरक्षा क्षेत्रातील कार्यकर्त्यांना आवाहन.'

"नानकिंग, ता. २८ : नानकिंग येथील जपानी अत्याचारांच्या वेळी आंतरराष्ट्रीय सुरक्षा क्षेत्रात बहुमोल कामगिरी पार पाडलेल्या कार्यकर्त्यांच्या अनुभवावर आधारित एक ग्रंथ संकलित करण्याचा उपक्रम सिंगापूर येथील शिंग-ली प्रकाशनसंस्थेनं हाती घेतला आहे. अशा कार्यकर्त्यांची बैठक ता. ४ ऑगस्ट या दिवशी सकाळी दहा वाजता तियानफेंग हॉटेलमध्ये होणार आहे. नानकिंगमधील अशा कार्यकर्त्यांना किंवा त्यांच्या कामाची सखोल माहिती असलेल्या व्यक्तींना या बैठकीस हजर राहण्याचे आवाहन शिंग-ली प्रकाशनसंस्थेने केले आहे.''

वेन-यूंनी ही बातमी वाचल्यावर त्यांना त्या उपक्रमाबद्दल कुतूहल वाटलं. केवळ उत्सुकतेपोटी तिथं हजर राहावे, असं त्यांनी ठरवलं. अर्थात त्यांना त्यांच्या अनुभवांवर स्वतंत्र पुस्तक लिहायची इच्छा असल्यामुळे त्या प्रकाशनसंस्थेच्या उपक्रमात सहभागी व्हायचे नाही, असे त्यांनी आधीच ठरवलं होतं. त्या चार तारखेला दहाच्या सुमारास वेन-यू तियानफेंग हॉटेलवर पोचल्या. तिथल्या एका छोट्या सभागृहात बैठक होणार असल्याचं त्यांना समजलं. त्या सभागृहात पंधरा-सोळा व्यक्ती जमल्या होत्या. त्या सर्वांना वेन-यू ओळखत होत्या. वेन-यूंनी त्या सर्वांची विचारपूस केली. इतक्यात करड्या रंगाचा सूट घातलेली व हातात ब्रीफकेस असलेली पन्नाशीची एक व्यक्ती त्या कक्षात आली व स्टेजवरील टेबलामागील खुर्चीवर स्थानापन्न झाली. त्या गृहस्थांनी आपल्या कोटाच्या खिशातून चष्मा काढून डोळ्यांवर चढवला, स्मितवदनानं उपस्थितांकडे एक कटाक्ष टाकला. त्या सर्वांना उद्देशून ते गृहस्थ म्हणाले,

"सन्माननीय बंधू-भगिनींनो, सर्वप्रथम आपण इथं हजर राहण्याची तसदी घेतल्याबद्दल मी शिंग-ली प्रकाशन संस्थेतर्फे आपले मन:पूर्वक आभार मानतो. आपणा सर्वांना आजच्या बैठकीचं प्रयोजन काय आहे, याची कल्पना आहेच. आपण सर्व एका ऐतिहासिक पण क्लेशकारक घटनेला साक्षी होतात. नानकिंगमध्ये

जपानी सैनिकांनी...'' अशी सुरुवात करून नानकिंगमधे घडलेले अत्याचार जगासमोर येणे अत्यावश्यक आहे, आपण प्रकाशनसंस्थेचे वरिष्ठ व्यवस्थापक असून आपले नाव लिम हॉंग कून आहे असेही त्यांनी सांगितलं. त्यांनी सर्वांना आपले अनुभव लिहून ते संस्थेकडं पाठवायची विनंती केली. त्याबद्दल प्रकाशनसंस्था प्रत्येकाला भरघोस मानधन देईल, याचा त्यांनी वारंवार उल्लेख केला. शेवटी ते म्हणाले,

''जर तुमच्यापैकी कोणी त्या वेळी रोजनिशी लिहिली असेल, तर ती जशीच्या तशी प्रकाशित केली जाईल आणि त्यासाठी यथायोग्य मानधनही दिले जाईल.''

बैठक संपण्यापूर्वी काही प्रश्नोत्तरं झाली. तेथील उपस्थितांपैकी बऱ्याच जणांनी अनुभव लिहायचं मान्य केलं. त्यांच्या नावांची यादी मिस्टर लिम हॉंग कून यांनी तयार केली. बैठक संपत आली होती. सर्व उपस्थित निघून गेले; पण वेन-यू मात्र रेंगाळत होत्या. त्या मिस्टर कून यांच्याजवळ जाऊन म्हणाल्या,

''माझ्याबरोबर जिनलिंग कॉलेज सुरक्षा क्षेत्रात काम केलेली एक मैत्रीण सध्या शियामेनमध्ये राहतेय. तिचं नाव चुआ ऑंग. माझी आणि तिची भेट तीन वर्षांपूर्वी झाली होती. आम्ही दोघी सुरक्षा क्षेत्रात काम करायचो, तेव्हा ती रोजनिशी लिहायची. आमच्या शेवटच्या भेटीच्या वेळी ती मला म्हणाली, की तिला तिच्या अनुभवांवर आधारित पुस्तक लिहायची इच्छा आहे. पण ते लिहिण्यासाठी तिला जपानमधील काही ऐतिहासिक दाखले मिळवायचे होते. तिच्या ओळखीच्या मलेशियातील एका गृहस्थामार्फत तिनं जपानमधील कोणा इतिहासाच्या प्राध्यापकाशी संपर्क साधला होता. त्याचं पुढे काय झालं, मला ठाऊक नाही.''

हे ऐकल्यावर मिस्टर कून खूपच उल्हसित झाले.

''त्यांचा पत्ता आहे तुमच्याकडे? मी शियामेनला जाऊन त्यांची भेट घेऊ इच्छितो.''

''मला शोधावा लागेल. मी उद्या सकाळी तुम्हाला फोन करू?''

''छे, छे! फोन कशाला? मी स्वतः तुमच्या घरी येईन. तुमचा पत्ता मला द्याल?''

''हो. हे घ्या माझे कार्ड. सकाळी नऊ वाजता येऊ शकाल?''

''नक्कीच!''

ज्या उत्सुकतेनं मिस्टर कून 'नानकिंग रोजनिशी' शोधायच्या मोहिमेला लागले होते, त्यावरून वेन-यूंना त्यांच्या हेतूची शंका आली. त्यात अलीकडेच कळलेली प्रा. शिगेतोंची बातमी. वेन-यू केवळ सावधच झाल्या नव्हत्या, तर मिस्टर कूनची दिशाभूल करायची त्यांनी ठरवलं.

दुसऱ्या दिवशी सकाळी नऊ वाजायच्या आधीच त्यांच्या घराची बेल वाजली. दारात मिस्टर कून उभे होते.

"गुड मॉर्निंग मिसेस वेन-यू. काय मिळाला पत्ता?"

"हो, मिळाला ना. आत तरी या. चहा आणते, बसा." वेन-यू आत गेल्या. मिस्टर कून खूप उतावीळ झाल्यांचे त्यांनी आत गेल्यावर पडद्याच्या आडून हळूच पाहिले. कधी एकदा तो पत्ता हाती येतो, असे त्यांना झालं होतं. वेन-यू बाहेर आल्या. एक कागद मिस्टर कूनना देत त्या म्हणाल्या,

"चुआचे काही वर्षांपूर्वी पत्र आलं होतं, त्यावर पत्ता मिळाला. चुआ शियामेनला एकटीच राहते. तिने कधी लग्नाचा विचारच केला नाही."

"त्यांचं वय काय असेल?"

थोडा विचार करून वेन-यू म्हणाल्या,

"चुआ माझ्यापेक्षा जवळजवळ पंधरा वर्षांनी मोठी, म्हणजे पंचाहत्तरच्या आसपास असेल."

"ठीक, तुमचा मी खूपच आभारी आहे. चला, निघतो मी." असं म्हणून मिस्टर कून उठले.

"अहो, दोन मिनिटं बसा. मी चहा आणते." असे म्हणून वेन-यू आत गेल्या. त्या आत जाताना मिस्टर कूनच्या चेहऱ्यावरील नापसंतीची छटा त्यांच्या नजरेतून सुटली नाही.

मिस्टर कून त्याच दिवशी दुपारच्या विमानानं शांघायला व तिथून विमान बदलून शियामेनला गेले. शियामेन हे चीनच्या पूर्व किनाऱ्यावरील एका बेटावरील पावसाळी व वादळी हवेसाठी प्रसिद्ध असलेलं ऐतिहासिक शहर. मिस्टर कूननी जिनयान हॉटेलसाठी टॅक्सी केली. ते हॉटेलवर पोचले, तेव्हा रात्रीचे साडेनऊ वाजले होते. आपल्या खोलीत त्यांनी फोनवरून जेवण मागवलं. दुसऱ्या दिवशी सकाळी नऊ वाजता ते श्रीमती चुआ आँग यांचा पत्ता असलेला कागद घेऊन हॉटेलच्या स्वागतकक्षात गेले. तिथल्या एका तरुणीला त्यांनी विचारलं,

"मला गुलांगयू भागात जायचंय. कसं जाता येईल तिथं?"

"गुलांगयूला? तुम्हाला आधी टॅक्सीनं फेरी टर्मिनलला जावं लागेल. तिथून गुलांगयू बेटाकडं जायला दर पंधरा-वीस मिनिटांनी फेरी सुटते. तिथं गेल्यावर तुम्ही चालत तुम्हाला हव्या त्या ठिकाणी जाऊ शकता. लहान आहे गुलांगयू बेट."

"ठीक. थँक्स!"

मिस्टर कून गुलांगयू बेटावर पोचले. त्यांनी सोबतचा पत्ता दोन-तीन वेळा

रस्त्यांवरील दुकानात विचारून श्रीमती चुआ आँग यांचे घर शोधून काढले. पण तेथे जाऊन त्यांनी पाहिलं तर घराला भलंमोठं कुलूप. आता काय करावं या संभ्रमात असताना घराजवळील एका चिनी औषधांच्या दुकानाकडं त्यांचं लक्ष गेलं. ते त्या दुकानात गेले. जवळजवळ साऱ्या दुकानात भल्यामोठ्या लालसर द्रव्याच्या बाटल्यांमध्ये साप, सरडे, घोरपड असे प्राणी आणि मोठ्या प्राण्यांचे वेगवेगळे अवयव भरून ठेवलेले होते. काही वनौषधी आणि प्राण्यांच्या अवयवांवर प्रक्रिया करून तयार केलेली उग्र वासाची औषधे यांच्या संमिश्र दर्पामुळे त्यांना तिथं उभं राहवेना. सांबराची शिंगं भरून ठेवलेल्या एका डब्यामागं एक वृद्ध बसलेला होता. त्याच्या चेहऱ्यावर सुरकुत्यांचं जाळं पसरलेलं होतं. त्याच्याजवळ जाऊन त्याला मँडरिन चिनी भाषेत मिस्टर कूननी विचारलं,

"शेजारच्या घरातील श्रीमती चुआ आँग बाहेरगावी गेल्या आहेत काय? मला त्यांना भेटायचं होतं."

"तुम्ही कोण?"

"मी लिम हाँग कून. माझं त्यांच्याकडं एक महत्त्वाचं काम होतं."

"आता ते काम होणार नाही."

"का बरं?" जरा आश्चर्यानं मिस्टर कूननी विचारलं.

"एक वर्षांपूर्वी चुआ गेली. अन्ननलिकेचा कर्करोग झाला होता. त्याची सुरुवात झाली त्या वेळी माझी औषधे घे, म्हणालो; पण तिनं ऐकलं नाही. पुढं तो बळावला. शस्त्रक्रिया केली पण ती यशस्वी झाली नाही." त्या गृहस्थास चुआच्या निधनापेक्षा आपली औषधे तिनं नाकारली, याचीच जास्त खंत वाटत असल्याचे त्याच्या बोलण्यावरून अन् हावभावांवरून वाटत होतं.

"अरेरे, वाईट झालं! त्यांचे कोणी नातेवाईक इथं राहत नाहीत?"

"कोणी असेल तर ना!"

"त्या कुठं काम करायच्या?"

"शियामेन विद्यापीठाच्या मुलींच्या वसतिगृहांची अधिक्षिका होती ती, तेरा - चौदा वर्षांपूर्वी निवृत्त झाली होती. थोडंफार निवृत्ती वेतन मिळायचं, त्यावर तिचं भागायचं. बरं, आत काळ्या मुंग्या प्रक्रिया करायला ठेवल्यात, त्यांना बरण्यांमध्ये भरायचंय," असं म्हणून तो वृद्ध गृहस्थ उठला. संभाषण संपवायचा त्याचा हेतू स्पष्ट होता. मिस्टर कून म्हणाले,

"शेवटचा एकच प्रश्न विचारतो. घराचं अन् घरातल्या सामानाचं काय झालं?"

"घर लिआँग पो-पो चे आहे. चुआ गेल्यावर त्यानं घरातलं सारं सामान जुनं

सामान विकत घेणाऱ्याला विकलं, घर रिकामं केलं आणि एका बिल्डरला विकलं. तेही मोडकळीसच आलं होतं. तो बिल्डर तेथे आता चारमजली इमारत बांधणार आहे म्हणे!''

"धन्यवाद. तुम्हाला त्रास दिल्याबद्दल क्षमस्व!'' असे म्हणून मिस्टर कून बाहेर पडले. दुकानातल्या उग्र वासामुळं कधी एकदा तेथून निघतो, असं त्यांना झालेलं; पण चुआच्या बाबतीत माहिती मिळवायचा तोच एक मार्ग होता.

टोकियो, ऑगस्ट १९७८

"शिगेतोच्या घरी सापडलेली रोजनिशी कोणाची याचा तपास लागला. शियामेनची चुआ आँग हिची ती रोजनिशी होती. ती इतिहासाच्या एका जपानी प्राध्यापकाच्या संपर्कात होती, हेदेखील मला समजलं. सुदैवाची गोष्ट म्हणजे एक वर्षापूर्वी तिचं निधन झालंय. तिला कोणीही वारस नाही. तिच्या घरातील सामान ज्या व्यक्तीनं विकत घेतलं, त्यालाही आम्ही शोधले. त्यानं फक्त फर्निचर व भांडी-कुंडी ठेवली. त्या घरातील कागदपत्रांचा काही उपयोग होणार नसल्यानं त्यानं ती जाळून टाकल्याचं मी पाठवलेल्या व्यक्तीस सांगितलं. तिची रोजनिशी त्यात असणार, असा निष्कर्ष आपण काढायला हरकत नाही.''

इन्कायच्या अध्यक्षांनी दिलेली ही माहिती ऐकून इतर सदस्यांना हायसे वाटले. वेन-यूंनी त्यांची मोठ्या शिताफीनं दिशाभूल केली होती. चुआ आँगचे निधन झाल्याचं त्यांना त्यांच्या शियायेनमधील शाळेत काम करणाऱ्या एका माजी विद्यार्थ्यानं कळवलं होतं. त्या बातमीचा त्यांनी ही दिशाभूल करण्यासाठी यथायोग्य उपयोग करून घेतला होता.

न्यूयॉर्क, जानेवारी १९७९

जानेवारीच्या दुसऱ्या आठवड्यात प्रा. राऊल पांगालांगान न्यूयॉर्कमधल्या सुप्रसिद्ध कोलंबिया विद्यापीठात पोचले. विद्यापीठानं त्यांना व्हिजिटिंग फेलोशिप देऊ केली होती. पुढच्या तीन वर्षांसाठी ते प्रत्येक वर्षी चार महिने कोलंबिया विद्यापीठात संशोधकांना मार्गदर्शन करण्यासाठी आणि खास व्याख्याने देण्यासाठी जाऊन वास्तव्य करणार होते. त्यांचा दक्षिण-पूर्व व पूर्वआशियायी राष्ट्रांच्या इतिहासाचा गाढा अभ्यास लक्षात घेऊन विद्यापीठाच्या इतिहासविभागप्रमुखांनी त्यांना आमंत्रित केलं होतं. त्या वेळी इतिहासविभागात आठ विद्यार्थी पीएच.डी.साठी संशोधन करत होते. त्यांपैकी एक होता क्लिव्हलँडहून आलेला तिशीचा संशोधक-विद्यार्थी मायकेल ग्रीनवुड. त्याचा संशोधनाचा विषय होता- 'चीनमधील राष्ट्रवादी सरकारचा ऱ्हास व

साम्यवादाचा उदय आणि विकास : एक चिकित्सक अभ्यास'. त्याच्या संशोधनासाठी त्याला प्रा. पांगालांगान यांचे मार्गदर्शन लाभले होते. त्यांची त्या अनुषंगाने वारंवार चर्चा चालत असे.

"मायकेल, तू परवा दिलेल्या तिसऱ्या प्रकरणाचा कच्चा मसुदा वाचला. तुझं काम चांगलं झालंय, पण त्यात काही किरकोळ त्रुटी आहेत. हे पहा, पृष्ठ क्रमांक पस्तीसवर तू म्हणतोस, की १९३७ च्या सुमारास राष्ट्रवादी कुओमिनतांग सरकार व नुकत्याच उदयास आलेल्या साम्यवादी चळवळीच्या पुरस्कर्त्यांमधील संघर्षाचा जपानने फायदा उठवला. यात थोडी सुधारणा करायला हवी. साम्यवादी चळवळीचे नेते व कुओमिनतांग सरकार यांच्यात जपानचा हल्ला थोपवून धरण्यावर एकमत हेते. त्यांच्यात्यांच्यात चकमकी होत होत्या; पण त्यांनी जपानविरुद्ध संयुक्त आघाडी उघडायचा निर्णय घेतला होता. अर्थात ती आघाडी प्रबळ नव्हती, हा भाग वेगळा. पण तू या बाबतीत अधिक संदर्भ मिळव."

"ठीक आहे सर, मी शोधतो तसे संदर्भ."

"खरं म्हणजे आज इयेनागा असता, तर तुझ्या संशोधनाला खूप मदत झाली असती. तो खूप चांगला होता!"

"कोण सर?"

"अरे, टोकियो विद्यापीठातील माझा मित्र इयेनागा शिगेतो. माझ्याच वयाचा होता. गेल्या जूनमध्ये काही दरोडेखोरांनी त्याच्या घरात घुसून त्याचा खून केला. खूप वाईट झालं!"

"त्यांचा चीनजपान संबंधाचा खास अभ्यास होता?"

"हो. त्यानं नानकिंगवर बरंच संशोधन केलं होतं. त्यावर पुस्तक लिहायचं त्याचं स्वप्न अपुरं राहिलं. माझ्या मते आता त्या विषयावर अधिकारवाणीने फक्त एकच व्यक्ती पुस्तक लिहू शकते. ती म्हणजे श्रीमती वेन-यू!"

"पुढेमागे त्या विषयावर लिहायची माझी इच्छा आहे. कोण आहेत या बाई?"

"अरे, त्या नानकिंगला असतात. सामाजिक कार्यकर्त्या आहेत. त्यांनी नानकिंगचे अत्याचार अनुभवले आहेत. त्यांची आणि माझी योगायोगानं शांघायमध्ये तीन वर्षांपूर्वी भेट झाली होती. तुला त्यांचा पत्ता देऊन ठेवतो. कधी गरज पडली, तर त्यांच्याशी जरूर संपर्क साध!"

◆ ◆ ◆

७. बोस्टन, सप्टेंबर १९९९

'बोस्टन कॉमन'या मैदानाजवळून जियांगचं अपहरण केल्यानंतर त्याला घेऊन जाणारी फोर्ड क्लब वॅगन व्हॅन वेगानं बोस्टनच्या उत्तरेकडे असणाऱ्या उपनगर वेकफिल्डच्या दिशेनं चालली होती. भीतीनं थरकाप उडालेल्या जियांगला दरदरून घाम फुटला होता. आता पुढं काय वाढून ठेवलंय, याच्या चिंतेनं तो पुरता भेदरून गेला होता. ते अपहरणकर्ते-देखील काही बोलत नव्हते. त्याला व्हॅनमध्ये खेचून त्याचे डोळे व तोंड बंद केल्यावर काही वेळाने त्यांच्यापैकी एकानं मोबाइलवरून त्यांच्या सूत्रधाराला 'सर, काम फत्ते झालं आहे. लवकरच पार्सल घेऊन आपल्याकडे येत आहे', असा मोघम निरोप दिला होता. कोण असावा त्यांचा सूत्रधार? जियांगला कशाचाच उलगडा होत नव्हता.

जवळजवळ पाऊण तासाने व्हॅनची गती कमी झाल्याचं जियांगला जाणवलं थोड्या वेळाने व्हॅन थांबली. एका अपहरण-कर्त्यानं जियांगच्या डोळ्यांवरची पट्टी सोडली आणि तोंडावरची चिकटपट्टी काढली. ती काढताना जियांगला खूप वेदना झाल्या, पण त्या त्यानं सहन केल्या. व्हॅन एका गॅरेजमध्ये थांबली होती. गॅरेजचं शटर बंद होते. गॅरेजला एक दार होतं. ते अपहरणकर्ते जियांगला घेऊन त्या दारातून एका छोट्या खोलीत गेले. ते गॅरेज म्हणजे एका बंगल्याचा भागच होता, असं जियांगला समजलं. त्या छोट्या खोलीतून ते त्याला एका भव्य दिवाणखान्यात घेऊन गेले. तिथं उंची फर्निचर होतं. तिथल्या एका खुर्चीवर त्यांनी जियांगला बसवलं. त्या अपहरणकर्त्यांनी आपल्या चेहऱ्यावरचे

मास्क काढले होते. त्यांच्या राकट चेहऱ्यांकडं पाहून जियांगच्या लक्षात आलं, की आपण अतिशय क्रूर गुन्हेगारांच्या तावडीत सापडलो आहोत. आता त्यांचा सूत्रधारही तसाच क्रूर असणार, याची त्याला खात्री झाली. त्या अपहरणकर्त्यांपैकी एकजण दिवाणखान्यास लागून असलेलं एक दार उघडून आतल्या व्यक्तीला उद्देशून म्हणाला,

"सर, आणलं आहे त्याला."

"ठीक आहे. तुम्ही निघा."

ते दोघं अपहरणकर्ते चेहऱ्यावर कसलेही हावभाव न दर्शवता जियांगकडे एक कटाक्ष टाकून गॅरेजकडे निघून गेले. त्याच्यावर लक्ष ठेवायला त्यांच्यापैकी एकजणही थांबला नाही, याचं त्याला आश्चर्य वाटलं. कदाचित त्यांच्या सूत्रधारासोबत त्याचे आणखी साथीदार असावेत. इतक्यात आतल्या खोलीतली व्यक्ती दिवाणखान्यात आली. तिला पाहताच जियांगच्या आश्चर्याला पारावार राहिला नाही. ती व्यक्ती होती विल्सन वाँग!

"विली, तुम्ही इथं? आणि मला... माझं अपहरण कशासाठी? हे सारं काय चाललं आहे..." जियांग पूर्णपणे चक्रावून गेला होता.

"सगळं सांगतो, जियांग. तू आता कसलीही चिंता करू नकोस. तू सुखरूप आहेस, हे महत्त्वाचं."

"पण मला कसला धोका होता?"

"गेले चार-पाच दिवस तुझ्या पाळतीवर काही लोक आहेत. तुझ्यावर पाळत ठेवली जाणार, याची मला शंका होती. म्हणून मीदेखील तुझ्या सुरक्षिततेसाठी माझ्या माणसांकरवी तुझ्यावर बारकाईने लक्ष ठेवून होतो. आज संध्याकाळी 'बोस्टन कॉमन'च्या कोपऱ्यावर तुझ्यावर हल्ला होणार होता. तुझं अपहरण होणार होतं. त्यांचा बेत यशस्वी होण्यापूर्वी आम्ही तुझ्या सुरक्षिततेसाठी तुझं तथाकथित अपहरण केलं. आम्हाला दुसरा पर्याय नव्हता."

"पण माझ्यामागं कोण लोक लागले आहेत विली? त्यांना माझ्याकडून काय मिळवायचंय?"

"सारं काही सांगतो, जियांग. बरं, तुला काही ब्रँडी किंवा बीयर हवी? तू खूप भेदरून गेला आहेस."

"ब्रँडी चालेल. पण आधी एक ग्लास पाणी हवंय." जियांगच्या तोंडाला केव्हाची कोरड पडली होती. विलीनं शेजारच्या स्वयंपाकघरातून पाण्याची बाटली आणली. दिवाणखान्याच्या एका बाजूला लाकडी चकचकीत पॉलिश केलेलं कपाट होतं. त्याचं एक दार विलीनं उघडलं. आत उंची मद्याच्या बऱ्याच बाटल्या होत्या.

त्यांच्यातील 'व्ही.एस.ओ.पी.' कुरव्हॉसिए कोनियाकची बाटली काढून ती दोन ग्लासमध्ये विलीनं ओतली. दरम्यान जियांगने पाण्याची बाटली जवळजवळ संपवली होती.

"हे घर आमचे सदस्य मिस्टर पिंग यांचं आहे. सध्या ते सहकुटुंब केनियाच्या मसाईमारा भागात 'सफारी'साठी गेले आहेत. बरं, हे घे. चियर्स!"

"चियर्स!" जियांगनं कोनियाकचा एक मोठा घोट घेतला. त्याला जरा तरतरी आली.

"जियांग," विलीनं सांगायला सुरुवात केली, "नानकिंगमधील अत्याचारांच्या कथा जगासमोर येऊ नयेत यासाठी कोणीतरी जाणूनबुजून प्रयत्न करतंय, याची तुला कल्पना आहेच. पूर्वी नानकिंग प्रकाशात आणण्याचा ज्यांनी प्रयत्न केला, त्यांनी एकतर आपला विचार बदलला किंवा..." विलीनं जियांगला ती गोष्ट कशी सांगायची याचा विचार केला; पण तो पुढं म्हणाला, "त्यांचा काही ना काही उपाययोजना करून आवाज बंद केला गेला."

"परवा प्रा. मिंग यांनी या गोष्टीचा थोडक्यात उल्लेख केला होता. पण आता पुढे काय करायचे? मला आता संशोधनाचा विषय बदलावा लागेल?"

"नाही, जियांग. आम्ही तुझ्या पाठीशी आहोत. तो विषय तुझ्या जिव्हाळ्याचा आहे. त्या विषयावर लिहिण्याची तुझ्यात क्षमता आहे. तू तुझी जिद्द सोडू नकोस. अर्थात एसीए तुझ्यावर जबरदस्ती करणार नाही. मिस्टर जॅक लींना या साऱ्या प्रकाराची कल्पना आहे. त्यांनी तुला निरोप पाठवला आहे. हे पाहा, हा एसएमएस वाच." असे म्हणून विलीनं त्याचा मोबाइल खिशातून काढला. त्याची काही बटनं दाबली आणि जियांगला त्याच्यावर आलेला संदेश वाचायला दिला. जियांगनं तो वाचला,

"जियांग, तू आमचा भ्रमनिरास करणार नाहीस, अशी अपेक्षा आहे. संपूर्ण एसीए तुझ्या पाठीशी आहे- जॅक ली"

"पण विली, तुम्ही चोवीस तास मला संरक्षण देऊ शकत नाही. मी इथून गेल्यावर काय? मी जर हे संशोधन चालू ठेवलं, तर कोणत्याही क्षणी माझ्यावर खुनी हल्ला होऊ शकतो!"

"जियांग, आम्ही या साऱ्या परिणामांचा बारकाईने विचार केला आहे. त्यातून मार्ग काढण्यासाठी एक योजनाही आखली आहे. थांब, सांगतो तुला. पण आधी तुझी कोनियाक संपव."असं म्हणून विलीनं आपला ग्लास रिकामा केला. दोघांच्या ग्लासमध्ये अजून थोडी थोडी कोनियाक ओतली आणि त्यानं सांगायला सुरुवात केली.

"जियांग, थोड्याच वेळात जवळजवळ तुझ्या वयाचा जेफरी चॅन हा चिनी अमेरिकन तरुण तू आहेस असं भासवून बकमिन्स्टर हॉटेलवर पोचेल. तो हुबेहूब तुझ्यासारखा दिसत नाही, पण त्यानं तुझ्यासारखेच कपडे घातले आहेत, शिवाय थोडाफार मेकअप करून तुझ्यासारखं दिसण्याचा प्रयत्न केला आहे. अमेरिकन लोकांना सगळे चिनी एकसारखेच वाटतात. तो हॉटेलवर पोचल्यावर स्वागतकक्षात किल्ली घेता घेता तिथल्या कर्मचाऱ्याला म्हणेल, की तो संध्याकाळी नीलँड स्ट्रीटवरील 'शिचुआन' या उपाहारगृहात जेवायला गेला होता. येता येता त्याला एखादा चित्रपट पाहायची इच्छा झाली, म्हणून तो केंडॉल स्क्वेअर सिनेमा थिएटरकडं परस्पर गेला. तिथं त्यानं 'टर्मिनेटर' हा सिनेमा पाहिला आणि तो त्याला आवडला, असंही तो म्हणेल. नक्कीच हॉटेलमधला एखादा कर्मचारी तुझ्या हालचालींवर लक्ष ठेवत असणार. तुझी बातमी लगेच तुझ्या पाळतीवर असणाऱ्या गँगकडे जाईल."

"पण माझं अपहरण करताना त्यांनी पाहिलं नसेल?"

"नाही. माझ्या माणसांना मी ती खबरदारी घ्यायला सांगितलं होतं. तुझ्या पाळतीवरचे लोक तू बोस्टन कॉमनजवळून चालत जाताना तुला ओलांडून त्या मैदानाच्या उत्तरेकडच्या विंटर स्ट्रीटच्या कोपऱ्यावर तू तिथं पोचण्याची वाट पाहत होते. तू त्यांच्या दृष्टिक्षेपात पडायच्या आधीच माझ्या माणसांनी तुझं अपहरण केलं. जेफरीनं हॉटेलमध्ये केलेल्या वक्तव्यावरून त्यांना वाटेल, की तू बोस्टन कॉमनजवळून टॅक्सीनं सिनेमा थिएटरकडं गेला असावास. त्यामुळेच तू विंटर स्ट्रीटच्या कोपऱ्यापर्यंत पोचला नाहीस."

"तुम्ही फार बारकाईनं विचार करून सारी योजना आखलेली दिसतेय."

"हो. पुढं ऐक तर खरं. आज रात्री किंवा उद्या सकाळी तुझ्या हॉटेलच्या खोलीत त्या गँगचे गुंड शिरतील आणि जेफरीला दम भरतील. नानकिंगचा विषय डोक्यातून काढला नाहीस, तर तुझी धडगत नाही असं त्याला धमकावतील."

"पण जेफरीला ते काही मारहाण तर करणार नाहीत?"

"ती शक्यता नाकारता येत नाही. पण आम्ही त्या बाबतीत खबरदारी घेतली आहे. तुझ्या खोलीजवळ दोन खोल्यांमध्ये आमचे लोक आहेत. तुझ्या खोलीत छोटे मायक्रोफोन लावले आहेत. शिवाय जेफरीच्या चष्म्यात पण एक सूक्ष्म मायक्रोफोन आहे. त्याच्या खोलीत काय चाललं आहे, यावर बारकाईनं लक्ष ठेवलं जाईल. कोणत्याही क्षणी जेफरी सांकेतिक भाषेत आमच्या माणसांना संदेश देऊ शकतो किंवा त्यांना सतर्क करू शकतो."

"बरं, उद्या प्रा. ग्रीनवुड यांच्या भेटीचे काय? आणि आता पुढे मी काय करायचं?"

"सारं काही सांगतो. आता रात्री किंवा उद्या सकाळी काय होतं, यावर पुढच्या हालचाली आपण ठरवू. आमच्या अंदाजानुसार आज तुझ्या पाळतीवरचे गुंड हात हलवत परत गेले असतील. ते तू हॉटेलवर पोचला आहेस की नाहीस, याची खात्री करून घेतील व उद्या सकाळी तुझ्या खोलीवर जातील. समजा, जर जेफरीला प्रा. ग्रीनवुडना भेटायला जायचं असेल, तर तुझ्याऐवजी तो त्यांना भेटेल. त्याला नानकिंगविषयी बरीच माहिती आहे. तू त्याच्याशी फोनवरून बोल. उद्या आपण पुढं कोणती पावलं उचलायची, यावर चर्चा करू. आज आपण इथंच राहायचंय." जियांगनं फोन करून जेफरीला काही सूचना केल्या. नानकिंगचं पुढं काय करायचं, या विचारानं त्याला रात्रभर झोप लागली नाही.

दुसऱ्या दिवशी सकाळी सात वाजता बकमिन्स्टर हॉटेलमधल्या जियांगच्या खोलीच्या दारावर टकटक झाली.

"रूम सर्व्हिस, मिस्टर चेंग. मॅनेजरनी आपल्यासाठी खास न्याहारी पाठवली आहे." बाहेरून आवाज आला. जेफरीनं काय ओळखायचं, ते ओळखलं. त्यानं दार उघडलं. त्याचबरोबर तीन धष्टपुष्ट अमेरिकन गुंड त्याच्या खोलीत घुसले. त्या सर्वांनी हॉटेलच्या कर्मचाऱ्यांसारखा गणवेष परिधान केला होता. त्यांच्यापैकी एकानं जेफरीवर पिस्तूल रोखलं. दुसऱ्यानं खोलीचं दार बंद केलं. घाबरल्याचा आव आणत जेफरी म्हणाला,

"तुम्ही कोण..? हे पिस्तूल माझ्यावर का रोखलंय? तुम्हाला काय हवंय?" त्याची बोबडी वळली आहे, हे त्या गुंडांनी ओळखलं.

"चूप बैस. आवाज करू नकोस. आम्ही काय सांगतो, ते लक्ष देऊन ऐक. तू नानकिंगवर संशोधन करायला घेतलं आहेस?" त्या पिस्तूलधाऱ्या गुंडानं जेफरीला विचारलं.

"हो, मी लिस्बन विद्यापीठात त्या विषयावर संशोधन करून डॉक्टरेट करायचं ठरवलंय."

"तो विचार डोक्यातून काढून टाक. नानकिंगविषयी कोणाजवळ एक शब्दही बोलू नकोस. नाहीतर तुला जिवंत ठेवणार नाही. जगाच्या पाठीवर तू कुठंही गेलास, तरी आमचे हस्तक तुझा शोध घेऊन तुझा आवाज कायमचा बंद करतील."

"पण... पण.. हे कशासाठी? मी काय चूक केली?" कपाळावरचा घाम पुसल्याचं नाटक करत जेफरी चाचरत म्हणाला.

"ते तू आम्हाला विचारू नकोस. आम्हाला फालतू प्रश्न आवडत नाहीत. फक्त आम्ही जे काही सांगत आहोत, ते निमूटपणं ऐक!"

"ठीक आहे... पण ते पिस्तूल कृपा करून दूर करा. चुकून गोळी उडाली तर..."

''चूप बैस. आणि हे पाहा, आजच्या या प्रकाराची कोणाजवळही वाच्यता करू नकोस. नाहीतर तुझ्याऐवजी तुझी शवपेटी मकावला पाठवली जाईल.''

''ठीक आहे. पण आज मला हार्वर्ड विद्यापीठात एका प्राध्यापकांना भेटायला जायचंय. मी त्यांना जर भेटलो नाही, तर त्यांना काहीतरी शंका येईल.''

''तू त्याला भेट, पण त्याच्याशी जास्त बोलू नकोस. कोणत्याही परिस्थितीत तू उद्या न्यूयॉर्कला नि परवा मकावला जाणार आहेस. तोपर्यंत आम्ही तुझ्या पाळतीवर असू. आज संध्याकाळी हॉटेलमधूनच लिस्बन विद्यापीठाला संदेश पाठवून तुझा संशोधन करायचा विचार तू रद्द केला आहेस, असं कळव. तू तो पाठवला आहेस की नाहीस, याची आम्ही खात्री करून घेऊ.''

''हो. नक्कीच मी आता सरळ मकावला जाईन. मी तिथंच एखादी नोकरी मिळते का हे पाहीन. आंतरराष्ट्रीय संबंध आणि त्यांचा इतिहास यांचा मी धसका घेतलाय. खरं सांगतो तुम्हाला, मी या संशोधनाच्या फंदात आता मुळीच पडणार नाही!'' जेफरी कळकळीचं नाटक करत, घाबरल्याचा आव आणत म्हणाला.

''ठीक आहे. केवळ आमच्या शब्दांवरच निभावलं, हे चांगलं झालं. नाहीतर आम्ही आज तुझी बोटं छाटायच्या तयारीनंच आलो होतो.'' असं म्हणून त्यानं आपल्या खांद्याच्या पिशवीतील धारदार सत्तूर बाहेर काढला. ते पाहून जेफरी म्हणाला,

''नाही, नाही. मी तुझ्या शब्दाबाहेर नाही. मला माझ्या संशोधनापेक्षा माझा जीव महत्त्वाचा आहे. आता आयुष्यात पुन्हा नानकिंगचं नाव काढणार नाही...''

प्रा. मायकेल ग्रीनवुड सकाळी आठ वाजता आपल्या कार्यालयात पोचले. त्यांनी आपल्या पी. ए. ला कार्यालयात बोलावून घेतलं.

''मेरलिन, आज अकराच्या सुमारास लिस्बन विद्यापीठातील एक संशोधक-विद्यार्थी माझ्याशी चर्चा करायला येणार आहे.''

''हो सर, मी मघाशीच आपला आजचा कार्यक्रम संगणकावर पाहिला. त्याचं नाव आहे जियांग चेंग.''

''पण मेरलिन, काल रात्री मला कुलगुरूंचा फोन आला होता. त्यांनी मला तातडीनं एका महत्त्वाच्या चर्चेसाठी सकाळी अकरा वाजता बोलावलंय. चर्चा दोन-तीन तास चालेल. आज माझं लंच त्यांच्याबरोबरच होईल. दुपारी अडीच वाजता एम.ए.च्या विद्यार्थ्यांचं चर्चासत्र आहे. मी त्या संशोधकाची भेट घेऊ शकणार नाही. तू त्याला तसा निरोप दे.''

''ठीक आहे, सर.''

''त्याच्या हॉटेलचं नाव विचारून घे. जमल्यास मी रात्री त्याला फोन

करेन.'' ते फोनवर त्याच्याशी बोलणार नसावेच. पण त्याची भेट नाकारताना त्याचं थोडंफार समाधान व्हावं हा त्यामागचा हेतू असावा, असा मेरलिननं विचार केला.

प्रा. ग्रीनवुड व जियांग यांच्या भेटीची वेळ ठरली होती, बरोबर सव्वा अकरा वाजता. त्यापूर्वी पाच-सहा मिनिटं जेफरी त्यांच्या कार्यालयात पोचला. त्यानं त्यांच्या पी. ए. ला आपली ओळख सांगितली.

"मिस्टर चेंग, दुर्दैवानं प्रा. ग्रीनवुडना आज एका अतिशय महत्त्वाच्या बैठकीसाठी कुलगुरूंनी पाचारण केलं आहे. ते तुमची भेट घेऊ शकत नाहीत, याबद्दल त्यांनी तुम्हाला दिलगिरी कळवायला सांगितलं आहे.''

"अरेरे! त्यांची भेट झाली असती, तर बरं झालं असतं. पाहू आता पुढं कधी तो योग येतो का. ठीक आहे, निघतो मी!''

"तुम्ही कोणत्या हॉटेलवर उतरला आहात? शक्य झाल्यास सर तुम्हाला रात्री फोन करतील.''

"मी केनमूर चौकातील बकमिन्स्टर हॉटेलवर उतरलो आहे. उद्या सकाळी मला न्यूयॉर्कला जायचं आहे.''

"ठीक आहे. मी सरांना तसं सांगते.''

आपण खूप नाराज झालो आहोत, असा भाव चेहऱ्यावर दर्शवीत जेफरी तिथून निघाला. तिथून तो सरळ वायड्नर ग्रंथालयाकडे गेला. तिथल्या स्वागत कक्षातील तरुणीला तो म्हणाला,

"गुडमॉर्निंग, मी जियांग चेंग. मला या ग्रंथालयाचं तात्पुरतं सदस्यत्व ग्रंथपाल मिसेस फ्लेकनी दिलं होतं. हे माझं कार्ड तुम्ही कृपया त्यांना द्याल का? मी त्यांना भेटणार होतो. पण वेळेअभावी आता ते शक्य नाही. मी जाण्यापूर्वी त्यांच्याशी फोनवर बोलेन.''

"ठीक आहे. मी त्यांना तुमचा निरोप कळवते.''

जेफरी तिथून बाहेर पडला आणि जवळच्या लिंडेन स्ट्रीटवरील एका सँडविच बारमध्ये जाऊन त्यानं टर्की सँडविच आणि कॉफी मागवली. सँडविच खाऊन, कॉफी पिऊन झाल्यानंतर त्यानं तेथील सार्वजनिक फोनवरून मिसेस पॉलिन फ्लेक यांचा नंबर फिरवला. तो लागल्यावर तो म्हणाला,

"हॅलो, मिसेस फ्लेक. मी जियांग चेंग बोलतोय. गेल्या आठवड्यात मी आपल्याला भेटलो होतो.''

"हो, आठवलं. मकावचा चेंग ना?''

"बरोबर. मी माझे कार्ड तुमच्या साहाय्यिकेकडे दिलं आहे. उद्या मी इथून

जातोय. जाण्यापूर्वी तुमचे आभार मानण्यासाठी फोन केला.''

"थँक्स! कसं काय झालं तुझं काम?''

"ठीक झाले नाही. तो विषय फार गुंतागुंतीचा वाटतोय. प्रा. ग्रीनवुड यांची भेटही होऊ शकली नाही. मी तो विषय डोक्यातून काढून टाकला आहे. संशोधनासाठी आवश्यक ती माहिती मिळणं कठीण दिसतंय. मी आता मकावला जाणार आहे. तिकडे एक नोकरी मिळायची शक्यता आहे. घरची परिस्थिती बेताचीच असल्यामुळं मी नोकरीला प्राधान्य द्यायचं ठरवलंय.''

"असं? ठीक आहे. चला, गुडलक आणि गुड बाय!''

तो गेल्या गेल्या मिसेस फ्लेकनी आपल्या कार्यालयाबाहेर जाऊन त्या वेळी टोकियोत किती वाजले असतील, याचा विचार न करता मिस्टर निशिमुरांना फोन केला.

"निशिमुरा-सान, पॉलिन बोलतेय.''

"बोल पॉलिन, तिकडची काय बातमी आहे?''

"तुम्ही उचललेल्या पावलांचा परिणाम दिसून आला. प्रा. ग्रीनवुडनी त्याची भेट घ्यायचं टाळलं. त्यानं नानकिंगचा विषय डोक्यातून काढून टाकायचा निर्णय घेतला आहे. मकावला जाऊन नोकरी शोधणार, असं म्हणत होता.''

"हे मला अपेक्षितच होतं. तुझ्या सतर्कतेबद्दल धन्यवाद. तुझी या वर्षीची सुटी कधी घेणार आहेस?''

"ख्रिसमसच्या सुमारास, निशिमुरा-सान.''

"कुठं जायचा विचार आहे?''

"अजून ठरवलं नाही; पण इथिओपियातील अक्सुम व लालिबेला येथील प्राचीन चर्चेस पाहायची खूप इच्छा आहे.''

"ठीक. या वर्षीच्या तुझ्या या ट्रिपचा सर्व खर्च इन्काय करेल, बोनस म्हणून!''

"थँक्स निशिमुरा-सान!''

सँडविच आणि कॉफी संपवून जेफरी लिंडेन स्ट्रीट व मॅसॅच्युसेट्स ॲव्हेन्यूच्या कोपऱ्यावर टॅक्सीसाठी उभा राहिला. दुरून एक टॅक्सी येताना त्याला दिसली. त्यानं हात केल्यावर ती थांबली.

"बकमिन्स्टर हॉटेलकडं जायचंय.'' जेफरी टॅक्सीत बसल्या बसल्या म्हणाला. ड्रायव्हरनं मीटरचे बटन दाबले आणि टॅक्सी केनमूर चौकाच्या दिशेला वळवली. वाटेत रेमिंग्टन स्ट्रीटच्या सिग्नलजवळ टॅक्सी थांबली, तेव्हा ड्रायव्हरनं मागं वळून

जेफरीला विचारलं,

"काय म्हणाला ग्रीनवुड?"

जेफरीनं आश्चर्यचकित झाल्याचं नाटक केलं. त्यानं ड्रायव्हरला प्रतिप्रश्न केला,

"तुम्हाला कसं ठाऊक मी.."

"ए, फालतू बडबड बंद कर. प्राध्यापक काय म्हणाला ते सांग."

"माझी अन् त्यांची भेट झालीच नाही. त्यांना एका महत्त्वाच्या बैठकीसाठी ऐनवेळी जावं लागलं."

"बरं झालं. सकाळचं लक्षात आहे ना?"

"हो, हो. मी तो विषय कायमचा डोक्यातून काढून टाकलाय."

"ठीक. आजच ई-मेल पाठवायला विसरू नकोस. उद्यापर्यंत ते संदेश लिस्बनला पोचले नाहीत, तर काय होईल, कल्पना आहे ना?"

"मुळीच विसरणार नाही. तुम्ही तिकडं हवंतर खात्री करून घ्या."

त्या दिवशी सकाळी विली आणि जियांग बाहेर लंच घेऊन आले. दुपारी तीन वाजेपर्यंत त्यांना जेफरीच्या संदेशाची अपेक्षा होती. विलीचा मित्र फ्रान्सिस तो घेऊन येणार होता. त्यावर त्यांची पुढची चाल ठरणार होती. अपेक्षेप्रमाणे सव्वा-तीन वाजता फ्रान्सिस तिथं पोचला. जेफरीनं अतिशय सावधगिरीनं त्या दिवशीच्या सर्व घडामोडी थोडक्यात लिहून पाठवल्या होत्या. विली आणि जियांग यांनी त्या काळजीपूर्वक वाचल्या.

"जियांग, जेफरीनं त्याच्या पाळतीवरील लोकांना जे काही सांगितलं, ते त्या परिस्थितीत त्याला सांगणंच भाग होतं. पण त्यामुळे तुझ्या अभ्यासक्रमाचं आणि शिष्यवृत्तीचं काय होणार, हा मोठा प्रश्न उद्भवला आहे. अर्थात तुझा संशोधनाचा विषय बदलून तुझा पुढील अभ्यासक्रम व संशोधन चालू ठेवायची तुला मुभा आहे. पण तुला आता न्यूयॉर्कहून मकावला जाणं भाग आहे. काही दिवसांनी तू पुन्हा लिस्बनला जाऊ शकतोस. तुझ्या प्रवासासाठी एसीए मदत करेल. पण खरा प्रश्न आहे, की 'नानकिंग' चं पुढे काय करायचं?"

त्यावर काहीसा गंभीर झालेला जियांग म्हणाला,

"विली, आपल्या चिनी बांधवांवर नानकिंगमध्ये जे अमानुष अत्याचार करण्यात आले, ते जगासमोर आणण्याचा माझा निर्धार आता अधिकच दृढ झाला आहे. तो अंधारात ठेवण्यासाठी काही लोक हट्टाला पेटले असले, तरी आता मी देखील हट्टाला पेटलो आहे! कितीही अडचणी येओत किंवा कितीही कष्ट पडोत, मी 'नानकिंग' चा पाठपुरावा करणारच. मग त्यासाठी माझा जीव धोक्यात घालावा

लागला किंवा माझ्या करियरवर पाणी सोडावं लागलं, तरी त्याची मला पर्वा नाही!''

हे ऐकल्यावर विली आश्चर्यचकित झाला. जियांगचा नि:संदिग्ध निर्धार त्याला अपेक्षित नव्हता.

''जियांग, आम्हाला तुझा अभिमान वाटतो. मी आजच मिस्टर जॅक ली यांना ही बातमी कळवतो. बरं, आता आपल्याला पुढच्या तयारीला लागायला हवं. त्यासाठी मी काही पूर्वतयारी करून ठेवली आहे.''

''ठीक, विली. एकंदरीत जेफरीला काही शारीरिक इजा झाली नाही, ही समाधानाची गोष्ट. पण प्रा. ग्रीनवुडनी भेट नाकारण्यामागं काहीतरी काळंबेरं असावं''

''शक्यता नाकारता येत नाही. बरं, ते बाजूला राहू दे. आता उद्या आपण काय काय करायचं, ते पाहू. सकाळी आठच्या ग्रेहाउंडने जेफरी न्यूयॉर्कला जाईल. तिथंही त्याच्यावर पाळत ठेवली जाईल. आपण रात्री दहाच्या फ्लाइटनं न्यूयॉर्कला जाऊ. जेफरी उद्या तेथे पोचल्यावर बकिंगहॅम हॉटेलमध्येच आपण अतिशय सावधगिरीनं तुझी नि त्याची अदलाबदल करू. तू उद्याच तुझ्या सध्याच्या क्रेडिट कार्डाधारे मकावचे तिकीट काढ. एसीए तुला त्याचे पैसे देईल. आता थोड्या वेळानं इथूनच तुझ्या मार्गदर्शकांना व लिस्बन विद्यापीठाला ई-मेल पाठव.''

''ठीक आहे, विली. पण मी मकावला गेल्यानंतर पुढं काय करायचं?''

''मी सगळ्या गोष्टींचा सखोल विचार करून ठेवला आहे. तू मकावला गेल्यानंतर अंदाजे दोन आठवड्यांनी 'मकाव पोस्ट डेली' मध्ये ताईपा येथील आव्हेनिदा पाद्रे तोमास पेरेरावरील शेंग-कुंग इंटरनॅशनल स्कूलमध्ये शिक्षकाची जागा भरायची जाहिरात तुझ्या पाहण्यात येईल. त्या जागेसाठी तू अर्ज कर. तुझी निवड झाल्यानंतर...''

विलीला मध्येच थांबवत जियांग म्हणाला,

''पण माझी निवड होईलच, हे कशावरून तुम्ही गृहीत धरता?''

''अरे, त्या शाळेच्या संचालक मंडळाच्या अध्यक्षा मिसेस तिशा लाऊ यांचे बंधू एसीएचे सदस्य आहेत. त्यांची सॅन डिएगो येथे फोर्ड कंपनीच्या गाड्या विकायची एजन्सी आहे.''

''बरं, नोकरी मिळाल्यावर पुढं काय करायचं?''

''सुरुवातीचे दोन-तीन महिने तू खरोखरच तिथं शिक्षक आहेस, असं भासव. नंतर हळूहळू तुझ्या संशोधनाला सुरुवात कर. आता त्या बाबतीत आपल्याला खूप सावधगिरी बाळगायला हवी. सुरुवात कुठून आणि कशी करायची, याचा विचार करायला आपल्याला खूप अवधी आहे.''

''पण नोकरी आणि संशोधन यांचा मेळ कसा घालायचा?''

"तुला शाळेची संस्था वेळोवेळी अभ्यासरजा देईल. त्याची मी व्यवस्था करतो."

"पण माझ्या पाळतीवर असणाऱ्या लोकांना मी परदेशप्रवास करतोय, याचा सुगावा लागला; तर पुन्हा ते माझ्यामागे लागतील." जियांग चिंताग्रस्त होत म्हणाला.

"तुझ्या पुढच्या हालचाली तुझ्यावर लक्ष ठेवणाऱ्यांच्या निदर्शनाला येणार नाहीत, यासाठी मी एक युक्ती लढवली आहे. हे पाहा, या पाकिटात काय आहे."

विलीनं दिलेल्या जाड तपकिरी पाकिटात एक अमेरिकन पासपोर्ट व एक क्रेडिट कार्ड होतं. पासपोर्ट उघडल्यावर जियांगला त्यामध्ये त्याचा फोटो दिसला पण खाली नाव होते-'जेफरी चॅन'

"हा पासपोर्ट तू मकावला गेल्यानंतर तुला प्रवास करावा लागेल, त्या वेळी वापरायचा. त्या पासपोर्टमध्ये काही देशांचे व्हिसा व कस्टम इमिग्रेशनचे शिक्केही आहेत. चिनी वंशाच्या एका अमेरिकन उद्योगपतीचा तू मुलगा आहेस, असं भासवायचं. संशोधनाचा सर्व खर्च एसीए करणार आहे. त्यासाठी हे क्रेडिट कार्ड वापर. तुला एसीएकडून दरमहा मानधन मिळेल. ते किती हवं, ते तूच ठरवायचं."

"ठीक आहे, विली." आपल्या नव्या अमेरिकन पासपोर्टकडे पाहत जियांग म्हणाला, "माझे नवे नाव 'जेफरी चॅन' हे पूर्णपणे चिनी वाटत नाही."

"अगदी बरोबर! एक तुझ्या लक्षात आलं असेल, की कित्येक वर्षांपूर्वी जे चिनी लोक चीनच्या बाहेर, विशेषत: अमेरिका, इंग्लंड, सिंगापूर किंवा हाँगकाँग अशा ठिकाणी स्थायिक झाले, त्यांनी स्वत:चं चिनी नाव वापरण्याऐवजी पाश्चात्त्य नावं धारण केली, पण आडनाव मात्र बदललं नाही. आता माझंच पाहा ना! बरं नावाचं बाजूला राहू दे. तू आता अमेरिकन लोक ज्या प्रकारे इंग्रजी बोलतात किंवा इंग्रजी शब्दांचा उच्चार करतात, ते आत्मसात कर. चल, आता ई-मेल पाठवायचं काम आधी करून टाक."

"ठीक आहे, विली."

जियांगने विलीचा लॅप-टॉप सुरू केला. त्याला वायरलेस इंटरनेटची सुविधा होती. ते दोन्ही संदेश टाइप करताना जियांगला एका बाजूला आपण आपल्या करियरवर पाणी सोडत असल्याचा खेद वाटत होता, तर दुसऱ्या बाजूला नानकिंग-प्रकरणाचा पाठपुरावा करायचा आपला निर्धार दृढ होतोय, याचं समाधानही वाटत होतं.

♦ ♦ ♦

८. नानकिंग, जून १९९९

यिदान सायकलवरून उतरली आणि बंगल्याच्या छोट्या फाटकातून आत गेली. तिनं सायकल नेहमीच्या ठिकाणी म्हणजे लाकडी जिन्याच्या खाली लावली. सायकलच्या हँडलला जोडलेल्या तारेच्या बास्केटमधील बॅग तिनं आपल्या खांद्याला लावली व जिना चढू लागली. इतक्यात खालून आवाज आला,

"काय गं यिदान, वेळ केलास आज?"

"हो काकू, आज ग्रंथालयात जरा जास्त वेळ बसले. परीक्षा जवळ येतेय ना!"

"बरं, बरं. चालू दे तुझा अभ्यास. मी आपलं सहजच विचारलं. भेटू जेवायच्या वेळी."

"हो, काकू. बरोबर सात वाजता मी खाली येते. लिलींग काय करतेय?"

"ती गेलीय खेळायला चुंताओकडे. येईल इतक्यात."

"बरं, खाली आल्यावर भेटेन तिला."

यिदानला अकरा वर्षांच्या लिलींगचा खूप लळा होता. यिदान वरच्या खोलीच्या दारात पोचली. खिशातल्या किल्लीने खोलीचं दार उघडून ती आत गेली. पंचवीस बाय वीस फुटांची ती खोली एकट्या यिदानसाठी पुरेशी होती. त्या खोलीत सामानही मोजकंच होतं. एक कॉट, एक अभ्यासाचं टेबल, तीन खुर्च्या, एक छोटा टी-पॉय आणि जुनं लाकडी भलंमोठं कपाट एवढंच फर्निचर तिथं होतं. खोलीच्या एका बाजूला टेबलवर गॅसची शेगडी, चहाचे कप, ग्लास व चहाचं साहित्य अशा मोजक्याच

वस्तू होत्या. खोलीला लागूनच टॉयलेट-बाथरूम होतं.

तेवीस वर्षांची, मध्यम उंचीची, गोल चेहऱ्याची आणि खांद्यापर्यंत लांब सुळसुळीत रेशमी केस असलेली यिदान नानकिंग ट्रेनिंग कॉलेजमध्ये बी. एड. चा अभ्यासक्रम करत होती. तिचे वडील मिस्टर झु-फाय साहाय्यक सत्र-न्यायाधीश होते. सध्या त्यांची नेमणूक चीनच्या दक्षिणेला कुनमिंग इथल्या जिल्हा न्यायालयात झाली होती. त्यांची दर तीन-चार वर्षांनी बदली व्हायची. यिदानला एक धाकटा भाऊ होता. तो कुनमिंगच्या शाळेत बारावीला होता. यिदानचं शालेय शिक्षण तिच्या वडिलांच्या बदलीच्या ठिकाणी झाले. पण तिच्या उच्च शिक्षणाचे बदल्यांमुळे हाल होऊ नयेत, म्हणून तिला नानकिंगमध्येच ठेवलं होतं. मिस्टर झु-फाय यांचं तिथं वडिलोपार्जित घर होतंच. त्याचा खालचा भाग त्यांनी मिस्टर कोंगना भाड्यानं दिला होता; पण वरची प्रशस्त खोली आपल्याकडेच ठेवली होती. मिस्टर कोंग एका खाजगी रुग्णालयात व्यवस्थापक होते. ते व त्यांच्या पत्नी ली-वै खूपच प्रेमळ होते. त्यांचा आणि मिस्टर झु-फाय यांच्या कुटुंबाचा खूपच घरोबा होता. घरमालक-भाडेकरू असे त्यांचे संबंध नव्हते. कोंग व ली-वै यांना चौदा वर्षांचा स्यिंग हा मुलगा व अकरा वर्षांची लिलींग अशी दोन अपत्ये. यिदानला लिलींग खूप आवडायची. सुटीच्या दिवशी लिलींग यिदानच्या वरच्या खोलीतच असायची. यिदान रोज संध्याकाळी त्यांच्याकडंच जेवायची. सकाळी ती कॉलेजमध्ये नाश्ता आणि दुपारचे जेवण घेत असे. गेली पंधरा वर्षे ते कुटुंब त्यांचे भाडेकरू होते.

यिदाननं चहासाठी किटलीत पाणी भरलं आणि ती गॅसवर ठेवली. आज शनिवार होता, त्यामुळे कॉलेजमध्ये लेक्चर्स नव्हती. शनिवारी सकाळी ती फक्त ग्रंथालयात अभ्यासासाठी जाई आणि दुपारी तीन-चारच्या सुमारास खोलीवर परतत असे. पाणी उकळायला वेळ होता. यिदाननं खोलीत नजर टाकली. बरेच दिवस बारकाईनं साफसफाई झाली नव्हती. तशी रोज ती खोली झाडून टापटिप ठेवायची; पण महिन्यातून एकदा तरी कोळीष्टकं काढून, फर्निचर सरकवून बारकाईनं सफाईचं काम करायला तिला आवडायचं. चहा झाल्यावर सफाईचे काम करायचं तिनं ठरवलं. पाणी उकळलं होतं. भल्यामोठ्या काचेच्या ग्लासमध्ये तिनं अर्धा चमचा 'वुलाँग' चहाची पत्ती टाकली. ग्लास गरम पाण्यानं काठोकाठ भरला. एका बाजूला चहा घेता घेता तिनं अर्ध्या तासात खोली साफसूफ केली. आपलं पुस्तकांचं-कपड्याचं कपाटही आतून व्यवस्थित साफ करून लावावं, असं तिनं ठरवलं. ते झाल्यावर तिचं लक्ष कपाटातल्या कुलूप लावलेल्या मोठ्या ड्रॉवरकडे गेलं. ड्रॉवर उघडून किती दिवस झाले, हे तिला आठवेना. तिनं तिच्या किल्लीच्या जुडग्यातली ड्रॉवरची किल्ली घेऊन तो उघडला आणि त्यातलं पिवळ्या रेशमी कापडात जाड

लाल दोऱ्यानं बांधलेलं बाड काढून टेबलावर ठेवलं. त्याची लाल दोरी सोडून आतील रोजनिशी, कागदपत्रांच्या दोन फाइल्स आणि एक जाड तपकिरी रंगाचे पाकिट काढून कॉटवर ठेवलं. ज्यात ते सारे बांधलं होतं, ते रेशमी कापड तिनं झटकून स्वच्छ केलं. ड्रॉवर ओल्या कापडाने पुसून स्वच्छ केला. सुकण्यासाठी तिनं थोडा वेळ तो उघडाच ठेवला. फाइल्स आणि पाकीट पुन्हा त्या कापडात ठेवलं; पण ती रोजनिशी ठेवण्यापूर्वी ती काही क्षण रेंगाळली.

ज्या ज्या वेळी यिदान त्या कागदपत्रांना हाताळत असे, त्या त्या वेळी ते तिला भूतकाळात घेऊन जात. गेल्या चार वर्षांत तिनं त्यातलं प्रत्येक पान कित्येक वेळा मन लावून वाचलं होतं. प्रत्येक फोटो निरखून पाहिला होता. ती रोजनिशी कितीही वेळा तिनं वाचली असली, तरी पुन:पुन्हा तिला वाचावीशी वाटे. यिदान भान हरपून ती रोजनिशी हातात घेऊन खिडकीशेजारच्या खुर्चीवर बसली व तिनं पहिलं पान उलटलं...

१० डिसेंबर

'कॉलेजच्या साऱ्या आवारात भीतीचे सावट पसरलंय. जपानी सैनिक नानकिंगवर कोणत्याही क्षणी हल्ला करणार, हे आता स्पष्ट झालंय. शहरात सर्वत्र गोंधळाचं वातावरण आहे. वसतिगृहातील आम्हा चाळीस मुलींना व्हॉत्रीन मॅडम धीर देत आहेत. आम्हा सर्वांना संरक्षण देईन, असे त्या म्हणत आहेत; पण ते त्यांना शक्य होईल की नाही, याची शंका वाटते. मी शियानला घरीदेखील जाऊ शकत नाही. तिकडं आई-बाबा, लिम आणि वाँग कसे आहेत, हे कळायचा काहीच मार्ग नाही. त्यांच्या चिंतेने आणि जपानी सैनिकांच्या भीतीने रात्री झोपही लागत नाही. आज सकाळी कोणीतरी मॅडमना सांगितलं, की शांघायमध्ये जपानी सैनिकांनी तरुणींना पळवून त्यांच्यावर अत्याचार करायचा चंग बांधला आहे. ते ऐकल्यापासून त्यासुद्धा काळजीत पडल्या आहेत. आज त्यांनी आम्हा सर्वांना एकत्र बोलावून सांगितलं, की काहीही झालं तरी कॉलेजच्या आवाराच्या बाहेर पाऊल टाकायचं नाही. त्यांनी सर्वांना सांगितले, की जॉन रेब नावाच्या एका दयाळू जर्मन सद्‌गृहस्थांनी नानकिंगमधील निरपराध रहिवाशांना संरक्षण मिळावं, म्हणून काही हालचाली सुरू केल्या आहेत.'

जॉन रेबना बाहेर काहीतरी गडबड चालू असल्याची शंका आली. खिडकीतून गलका ऐकू येत होता. पंचावन्न वर्षांचे, उंचे पुरे, जवळजवळ पूर्ण टक्कल पडलेले जॉन रेब उठून त्यांच्या पहिल्या मजल्यावरच्या कार्यालयाच्या खिडकीजवळ गेले. त्यांनी डोळ्यांवरचा चष्मा नीट मागं सरकवला अन् बाहेर पाह्यले. वीस-पंचवीस युरोपियन आणि अमेरिकन लोकांचा घोळका त्यांच्या कार्यालयाजवळ आला होता.

बहुतेकांजवळ बॅगा होत्या. ते एका ट्रकमध्ये चढत होते. त्यांच्यापैकी चौघेजण घाईघाईनं जॉन रेब यांच्या कार्यालयात आले. ते सर्वजण जर्मन होते. रेब त्या सर्वांना ओळखत होते. त्यांच्यापैकी एकाला रेबनी विचारलं,

"फ्रेडरिक, काय गडबड आहे?"

"जॉन, चल तयारी कर निघायची. आम्हाला आत्ताच समजलंय, की जपानी सैन्य सुचौपर्यंत येऊन ठेपलं आहे. कोणत्याही क्षणी नानकिंगवर हल्ला होणार, यात शंका नाही. यांगझीच्या किनाऱ्यावर बोट तयार आहे. चल, वेळ घालवू नकोस!"

त्यावर शांतपणे जॉन रेबनी उत्तर दिलं,

"मला नानकिंग सोडायचं नाही."

"अरे, काय वेडबिड लागलंय की काय तुला?"

फ्रेडरिकनं जॉन रेब यांची समजूत काढायचा खूप प्रयत्न केला, पण तो निष्फळ ठरला. जॉन रेब आपल्या निर्णयाशी ठाम होते. आपल्या पत्नी व मुलांना त्यांनी दोन महिन्यांपूर्वीच जर्मनीला पाठवून दिलं होतं.

गेली तीस वर्षं जॉन रेब चीनमध्ये 'सीमेन्स' या प्रसिद्ध जर्मन कंपनीच्या शाखेचे प्रमुख व्यवस्थापक होते. त्यांचं नानकिंगशी अतूट नातं जुळलं होतं. त्या शहरावर, तिथल्या रहिवाशांवर त्यांचा जीव जडला होता. त्या शहरातल्या निरपराध व निष्पाप रहिवाशांना एका कठीण प्रसंगाला तोंड द्यावं लागणारं, हे स्पष्ट झालं होतं. युद्धाच्या छायेत वावरणारे ते रहिवासी हवालदिल झाले होते. अशा प्रसंगी त्यांना वाऱ्यावर सोडून जाणं जॉन रेबना शक्यच नव्हतं. गोरगरीब आणि पददलितांचा कळवळा असलेले जॉन रेब समाजवादी विचारसरणीचे होते. जर्मनीमध्ये नाझी पक्षाची स्थापना करण्यात आली, तेव्हा त्या पक्षाने समाजवादाचा मुखवटा धारण केला होता. 'आम्ही कष्ट करणारे सैनिक आहोत, कामगारांचे मित्र आहोत. कष्टकऱ्यांचे कैवारी आहोत, कोणत्याही कठीण समयी आम्ही त्यांच्या हालअपेष्टा दूर करू,' असा वरकरणी प्रचार नाझी पक्षाच्या वतीनं सुरू होता. त्यावर विश्वास ठेवून १९२३ साली जॉन रेब नाझी पक्षाचे सदस्य झाले. त्यानंतर दोन वर्षांतच त्यांची नाझी पक्षाचे चीनमधील प्रतिनिधी अशी नियुक्ती करण्यात आली.

नानकिंगमध्ये १९३७ मधे जवळजवळ शंभर पाश्चात्त्य नागरिक होते. त्यांच्यापैकी बरेच उद्योगधंद्यांत गुंतलेले, तर काही शिक्षणक्षेत्रात व वैद्यकीय क्षेत्रात काम करत होते. नानकिंगवर जपानी फौजा चढाई करणार, हे १९३७ च्या जुलै-पासून स्पष्ट झाले होते. ऑगस्टपासून जपानी हवाई दल अधूनमधून हवाई हल्ले करत होते. नोव्हेंबरच्या चोवीस तारखेस जॉन रेबनी नानकिंगमध्ये राहिलेल्या

२५-३० पाश्चात्त्य नागरिकांना बैठकीसाठी बोलावले. त्यांच्यापैकी जवळजवळ सर्वजण नानकिंगच्या रहिवाशांना वाऱ्यावर सोडून जायचे नाही या मताचे होते. जॉन रेब यांच्याप्रमाणे त्यांच्याही नानकिंगशी ऋणानुबंध जडला होता.

"नानकिंगवर केव्हाही जपानी फौजा हल्ला करणार, यात शंका नाही. चिनी सैनिकांमध्ये तो हल्ला थोपवून धरण्याची कितपत क्षमता आहे, याबद्दल मी साशंक आहे. आपण परदेशी असल्याने जपानी अधिकारी आपल्यावर हल्ला करायचे आदेश देणार नाहीत. याचा फायदा शहरात एक आंतरराष्ट्रीय सुरक्षाक्षेत्र निर्माण करून त्यात जास्तीतजास्त रहिवाशांना आसरा देऊ."

जिनलिंग महिला कॉलेजच्या अमेरिकन प्राचार्या विल्हेल्मीना उर्फ मीनी व्हॉट्रीन म्हणाल्या, "माझा जॉनच्या प्रस्तावाला संपूर्ण पाठिंबा आहे. या सुरक्षा क्षेत्रासाठी मी जिनलिंग कॉलेजचा परिसर खुला करायला तयार आहे. माझ्या वसतिगृहात सध्या चाळीस मुली आहेत, पण कॉलेजच्या इतर प्रशस्त इमारतींचा आसऱ्यासाठी उपयोग करून घेता येईल." एक्कावन्न वर्षांच्या प्राचार्या व्हॉट्रीन १९१२ पासून चीनमध्ये राहायच्या. त्या अविवाहित होत्या. त्यांचं चिनी भाषेवर उत्तम प्रभुत्व होतं.

उपस्थितांनी जॉन रेब यांच्या प्रस्तावाला पाठिंबा दर्शवला. त्यांच्यात बहुतांश अमेरिकन नागरिक होते. काहीजण जर्मन, डॅनिश आणि रशियनही होते. पण सर्वांची भूमिका एकच होती. नानकिंगच्या जनतेला धीर द्यायचा, त्यांना मदत करायची आणि शक्य होईल तेवढं संरक्षण द्यायचं! त्या रात्री जॉन रेबनी सुरक्षा-क्षेत्राचा प्रस्ताव स्वत: टाइप केला. त्याचा गोषवारा त्यांनी तारेने नाझी पक्षाचे नेते, जर्मनीचे राष्ट्रप्रमुख ॲडॉल्फ हिटलर यांना आणि जर्मन सरकारच्या चीनमधील वकिलातीला तारेने कळवला. त्याला उत्तर आलं नाही; पण कसं कोण जाणे, जपानी हवाई दलाने नानकिंगवर हल्ले करताना फक्त चिनी सैनिकी तळांना लक्ष्य केलं. प्रस्तावित सुरक्षाक्षेत्र शहराच्या मध्यभागी होतं. त्यामध्ये प्रामुख्याने नानकिंग विद्यापीठ, जिनलिंग महिला कॉलेज, अमेरिकन दूतावास आणि काही सरकारी इमारतींचा समावेश करण्यात आला. सुरक्षाक्षेत्राची संकल्पना अमलात आणण्यासाठी चोवीस पाश्चात्त्य नागरिकांची जॉन रेब यांच्या अध्यक्षतेखाली एक आंतरराष्ट्रीय समिती स्थापण्यात आली.

अपेक्षेप्रमाणे जपानी सैन्याने १३ डिसेंबरला नानकिंग ताब्यात घेतलं आणि शरणार्थी सैनिक व निरपराध नागरिक यांची कत्तल सुरू केली. हवालदिल जॉन रेब आपला जीव धोक्यात घालून जपानी सैन्याचे नानकिंगमधील प्रमुख अधिकारी कर्नल ओवाडा यांना भेटायला गेले. त्यांना सुरक्षाक्षेत्राचा प्रस्ताव समजावून सांगितला.

त्यांचं सारं ऐकून घेतल्यावर कर्नल ओवाडा म्हणाले, ''हे सुरक्षाक्षेत्र वगैरे आम्ही मान्य करू शकत नाही. युद्धाची वेळ आहे. शत्रू कुठंही लपू शकतो. साऱ्या शहरात आम्हाला मुक्त संचार करायचा आहे. तुम्ही म्हणता आहात, की तुमच्या त्या सुरक्षाक्षेत्रात जपानी सैनिकांनी प्रवेश करू नये. तुमच्या या मागण्या अवास्तव आहेत. हे सुरक्षाक्षेत्राचं खूळ डोक्यातून काढून टाका आणि नानकिंगमधून पळ काढा. आम्ही कोणाच्याही सुरक्षेची हमी देऊ शकत नाही.'' हे ऐकल्यावर जॉन रेब गडबडून गेले नाही. त्यांना हे उत्तर अपेक्षितच होतं. ते म्हणाले,

''कर्नल, मी नाझी पक्षाचा चीनमधला प्रतिनिधी आहे. जपान-जर्मनीमध्ये सध्या जे सहकार्य चालू आहे, त्याचा तुम्हाला विसर पडलेला दिसतो. पंचवीस नोव्हेंबर १९३६ चा जपान-जर्मनी यांचा साम्यवादी चळवळीविरोधी सहकार्याचा करार दोन्ही राष्ट्रं अमलात आणण्यासाठी झटत आहेत. तुम्हाला आमचा प्रस्ताव मान्य नसेल, तर मी फ्युरर हिटलरपर्यंत जाऊ शकतो. आमची मागणी मुळीच अवास्तव नाही. केवळ निरपराध, आधारहीन नागरिकांना आम्ही त्या क्षेत्रात आश्रय देऊ इच्छितो. तिथं चिनी सैनिक लपले असल्याची तुम्हाला शंका आली, तर तुम्ही तपासणीपथक पाठवून शहानिशा करून घेऊ शकता.''

हे ऐकल्यावर कर्नल ओवाडा बुचकळ्यात पडले. थोडावेळ विचार करून ते म्हणाले, ''ठीक आहे, मी वरिष्ठांशी सल्लामसलत केल्यानंतर तुम्हाला आमचा निर्णय कळवतो.''

त्यानंतर दोन दिवसांनी कर्नल ओवाडांनी जॉन रेबना निरोप पाठवला अन् कळवलं, की आंतरराष्ट्रीय सुरक्षा क्षेत्रास, जपानी अधिकारी मान्यता देत आहेत; तसंच त्याच्या अबाधिततेचं उल्लंघन केलं जाणार नाही, याचीही ते सर्वतोपरी दक्षता घेतील. हे समजल्यावर जॉन रेब यांचा जीव भांड्यात पडला. त्यांनी आंतरराष्ट्रीय समितीची तातडीनं बैठक बोलावली.

''मंडळी, आनंदाची बातमी आहे. जपानी अधिकाऱ्यांनी आपला प्रस्ताव मान्य केला आहे. आता आपल्याला तयारीला लागायला हवं. कोणत्याही क्षणी हजारो लोक आश्रयासाठी सुरक्षाक्षेत्रात येतील. धान्य, औषधं, पांघरुणं यांचा साठा करून ठेवायला हवा, स्वयंसेवकांची पथकं स्थापायला हवीत.''

पन्नासहजार जपानी सैनिक नानकिंगच्या कत्तलीच्या तयारीला लागले होते. त्याचवेळी मानवतेनं प्रेरित झालेले फक्त चोवीस दयावंत लोक नानकिंगच्या लाखो निरपराध आणि निष्पाप रहिवाशांच्या सुरक्षेच्या मोहिमेवर निघाले होते.

१५ डिसेंबर

'जपानी फौजांनी नानकिंगचा ताबा घेऊन संपूर्ण शहर आपल्या हुकमतीखाली आणलंय, असं मॅडम सांगत होत्या. शरण आलेल्या हजारो चिनी सैनिकांची कत्तल सुरू आहे. जपानी सैनिकांची साऱ्या शहरात दहशत पसरली आहे. लूटालूट आणि जाळपोळ तर ते करतच आहेत; पण दिसेल त्या स्त्रीवर ते बलात्कार करत सुटलेत. सार्वजनिक ठिकाणी दिवसाढवळ्या सामूहिक बलात्काराच्या अन् ते झाल्यानंतर बलात्कारित मुलींच्या शरीरात संगिनी खुपसून त्यांना ठार मारल्याच्या बातम्या ऐकून आम्ही सर्वजणी भेदरून गेलो आहोत. मॅडम आम्हाला धीर देत आहेत. जिनलिंग कॉलेजचा सारा परिसर आंतरराष्ट्रीय सुरक्षाक्षेत्रात समाविष्ट केल्यामुळं केवळ इथंच सुरक्षितता आहे. हा सारा परिसर फक्त महिलांना आश्रय देण्यासाठी वापरायचा, असं सुरक्षासमितीनं ठरवलंय. साऱ्या परिसराला आता छावणीचं स्वरूप आलंय. मॅडम रात्रंदिवस देखरेख करत आहेत. त्यांना अजिबात विश्रांती मिळत नाही तरीदेखील त्यांचा धीर खचलेला नाही. त्यांना मदतीची गरज आहे. मी आजपासून इथे स्वयंसेविका म्हणून काम करू लागले आहे.'

नानकिंगच्या मध्यवर्ती भागात चुनशांग मार्गावर जिनलिंग महिला कॉलेजची १९१३ साली स्थापना करण्यात आली. जवळजवळ दीड चौरस मैलाच्या परिसरात यथावकाश भव्य इमारती उभ्या राहिल्या. चिनी वास्तुशिल्पकलेतील साऱ्या इमारतींवर चिनी संस्कृतीची छाप होती. भव्य प्रशासकीय कार्यालय, व्याख्यानांचे कक्ष, वसतिगृह, प्राचार्य आणि प्राध्यापकनिवास या सगळ्या इमारतींचं नियोजनबद्ध बांधकाम चालू असतानाच साऱ्या परिसरात फुलांचे वाफे, कारंजे, खेळाचं मैदान तयार करायचं काम चालू होतं. ठिकठिकाणी मोठमोठ्या वृक्षांच्या रोपांची लागवड केली जात होती. सदतीस सालाच्या सुमारासही तो सारा परिसर अतिशय रम्य आणि मोहक दिसत होता. जेव्हा त्या परिसरात दहा हजार महिला आश्रयाला आल्या, तेव्हा मात्र त्या परिसरावर भीतीचं सावट पसरलं. जपानी अत्याचारांच्या बातम्या तिथं पोहोचल्यावर तिथल्या राहणाऱ्यांच्या जिवाचा थरकाप उडे. सगळ्या परिसरात फक्त महिलांना आश्रय दिला असला, तरी श्रमाची कामं करण्यासाठी काही पुरुष कामगार तिथं राहत होते.

व्हॉत्रीन मॅडम नुकत्याच आश्रयास आलेल्या एका दहा वर्षांच्या मुलीची समजूत काढत होत्या. रडूनरडून तिचे डोळे लालभडक झाले होते. तिची तिच्या आईवडिलांपासून ताटातूट झाली होती. एका दयाळू गृहस्थानं तिला जिनलिंग कॉलेजमध्ये आणून सोडलं होतं. इतक्यात एक नोकर तिथं धावत आला आणि म्हणाला, ''मॅडम, लवकर गेटकडे चला, जपानी सैनिक गेटपाशी आले आहेत.

गेट उघडा म्हणत आहेत. काय करायचं?''

मॅडम तातडीनं तिकडं गेल्या.

''काय हवंय तुम्हाला?'' त्यांनी जरा रागावूनच त्यांना विचारलं.

''इथं चिनी सैनिक लपले आहेत, असं आम्हाला समजलंय. संपूर्ण परिसराची तपासणी करायची आहे. लौकर गेट उघडा.'' त्या जपानी सैनिकांचा म्होरक्या म्हणाला.

''इथं एकही चिनी सैनिक नाही. फक्त थोडे पुरुषनोकर आहेत. बाकी सगळ्या महिला आहेत.''

''आमचा तुमच्यावर विश्वास नाही. आम्हाला खात्री करून घ्यायचे आदेश मिळाले आहेत. गेट उघडा, नाहीतर आम्हाला ते तोडावे लागेल.''

''ठीक आहे.'' मॅडमचा नाइलाज झाला. त्यांनी एका नोकराला गेट उघडायला सांगितलं. वीस जपानी सैनिक आत आले. त्यांनी पूर्ण परिसर फिरून पाहिला आणि आठ पुरुषनोकरांना मॅडमच्या कार्यालयाकडे आणलं. काही जपानी सैनिक अजूनही परिसरात फिरत होते.

''या आठजणांची चौकशी करावी लागेल. हे वेश बदललेले सैनिकच आहेत, यात शंका नाही.''

''मुळीच नाही. हे सारे माझे कर्मचारी आहेत. त्यांची नावं...'' असं म्हणून मॅडमनी प्रत्येकाचं नाव सांगितलं.

''तुम्ही खोटं बोलत आहात. त्यांच्या हाताला बंदुका धरून घट्टे पडले आहेत. त्यांच्या खांद्यावरही घट्टे आहेत. हे नक्कीच सैनिक असणार.''

''नाही. त्यांच्या खांद्यावर हातावर श्रमाची कामं करून घट्टे पडले आहेत. गेली कित्येक वर्षे ते इथं काम करत आहेत.''

मॅडम त्या म्होरक्याची समजूत काढत होत्या, त्याची विनवणी करत होत्या; पण तो काही ऐकायला तयार नव्हता. ते आठही नोकर भीतीनं थरथर कापत होते. त्यांचे हात-पाय दोरखंडांनी बांधले होते. जपानी सैनिक त्यांना घेऊन गेल्यावर पुढे काय होणार याची त्या आठही जणांना आणि मॅडमनाही खात्री होती. त्या डोळ्यांत पाणी आणून त्या म्होरक्याचा गैरसमज दूर करायचा प्रयत्न करत होत्या. इतक्यात त्यांना खिडकीतून काही मुलींचा आरडाओरडा ऐकू आला. काही जपानी सैनिक दहा-बारा मुलींना ओढून गेटबाहेर घेऊन जायचा प्रयत्न करत होते. ज्या मुली त्यांना प्रतिकार करत होत्या, त्यांना ते सैनिक बंदुकीच्या दस्त्यानं मारत होते. एकंदरीत सारा प्रकार व्हॉत्रीन मॅडमच्या चटकन ध्यानात आला. त्यांना त्यांच्या कार्यालयात खोट्या सबबीखाली गुंतवून ठेवायचं आणि दरम्यान काही सैनिकांनी दहा-बारा देखण्या तरुणींना पळवून न्यायचं, अशी त्यांची योजना होती!

"सोडा त्या मुलींना! काय चालवलंय तुम्ही?" मॅडमनी आवाज उंचावून रागानं त्या म्होरक्यास विचारल्यावर त्यानं जोरात मॅडमच्या श्रीमुखात दिली. त्याच्या धक्क्यानं मॅडम संतापाने थरथरू लागल्या. काय बोलावं ते त्यांना सुचेना. इतक्यात जॉन रेब समितीचे सदस्य प्रा. लेविस स्मिथ आणि मिशनरी प्लमर मिल्स यांच्या सोबत तिथं आले. मॅडमनी त्यांना झाला सांगितला. त्यावर जॉन रेब त्या म्होरक्याला खडसावून म्हणाले,

"त्या मुलींना आणि या नोकरांना सोड, नाहीतर तुझ्या कमांडरकडे मी आत्ताच्या आत्ता जातो. तुला मी तसा सोडणार नाही. कर्नल ओवाडांनी मला आश्वासन दिलंय, की सुरक्षाक्षेत्रातील सर्वांना संरक्षण दिलं जाईल."

त्यांचा रागरंग पाहून त्या म्होरक्यानं नमतं घेतलं आणि मुलींना व नोकरांना सोडायचे आदेश दिले.

'आज मला आणि दहा मुलींना जपानी सैनिक बंदुकीचा धाक दाखवून पळवून नेत होते. एका नालायक सैनिकानं माझ्या शरीराशी घाणेरडा चाळा केला. मी त्यांचा अत्याचार सहन करण्यापेक्षा जीव द्यायचं ठरवलं होतं. आम्ही त्यांच्या विकृत वासनेचे बळी होणार, हे निश्चित होतं. पण जॉनअंकल देवासारखे तिथं अवतरले आणि त्यांनी सर्वांची सुटका केली. ते त्याच वेळी तेथे पोचले नसते तर..'

२० डिसेंबर

'आज मॅडम सांगत होत्या, की जॉनअंकल खूप अस्वस्थ आहेत. त्याचं कारण...'

सोळा डिसेंबरला सकाळी जॉन रेब सुरक्षाक्षेत्राच्या दक्षिणेकडील नानकिंग विद्यापीठाच्या आवारात देखरेख करत होते. त्या वेळी एक स्वयंसेवक धापा टाकत त्यांच्याजवळ आला व म्हणाला,

"अंकल, खूप चिनी सैनिक सुरक्षाक्षेत्रात आलेत. ते यांगझी पार करू शकले नाहीत, म्हणून अडकून पडले. आता जपानी सैनिक त्यांना ठार मारणार, हे उघड असल्यामुळं ते आश्रयासाठी सुरक्षाक्षेत्रात आलेत. त्यांचं काय करायचं?"

हे ऐकल्यावर जॉन रेब गोंधळून गेले. सुरक्षाक्षेत्र फक्त नानकिंगच्या रहिवाशांसाठी खुलं ठेवू, असं आश्वासन जॉन रेबनी जपानी अधिकाऱ्यांना दिलं होतं. त्या सैनिकांनी युद्धातून माघार घेतली होती, त्यांच्याजवळ शस्त्रास्त्रं नव्हती. त्यांना मानवतेच्या दृष्टिकोनातून आश्रय देणं आवश्यक होतं. ते त्या सैनिकांच्या म्होरक्याला भेटायला गेले. त्यांच्या सोबत समितीचे सदस्य जेम्स मॅक्कॅलम् हेही होते.

"कृपा करून आम्हाला संरक्षण द्या. आम्ही आमची शस्त्रास्त्रे खाली ठेवली

आहेत. आम्ही लढाईत भाग घेऊ शकत नाही. तुम्ही आम्हाला आश्रय दिला नाही तर, आमची कत्तल केली जाईल, यात शंका नाही.'' डोळ्यांत पाणी आणून कळवळून तो म्हणत होता. जॉन रेब यांचं मन हेलावून गेलं. त्याला काय उत्तर द्यावं, हे त्यांना कळेना. त्यांनी मिस्टर मॅक्‌कॅलम्‌ना विचारलं, ''जेम्स, यांना आश्रय देऊ या?''

''जॉन, जपानी अधिकाऱ्यांना खरं समजलं तर आपण अडचणीत येऊ; पण त्यांना आश्रयाची गरज आहे, हेही तितकंच खरंय. काय करावं कळत नाहीये!''

''या क्षणी त्यांना येथून बाहेर जायला सांगणं म्हणजे त्यांना मृत्यूच्या दारात नेऊन सोडण्यासारखंच आहे. मला असं वाटतं, की त्यांना आश्रय द्यावा. मी स्वत: जपानी अधिकाऱ्यांना भेटून त्यांना अभय द्यायची विनंती करतो.''

''ठीक आहे. प्रयत्न करून पाहायला काहीच हरकत नाही.''

जॉन रेबनी त्या चिनी सैनिकांना ठेवून घेतलं. त्यांनी एक खुलासेवार पत्र जपानी सैन्यतळप्रमुखांना पाठवलं. त्यात त्यांनी म्हटलं, की ''युद्धविषयक आंतरराष्ट्रीय कायद्याच्या तरतुदी आणि प्रथा-विशेषत: १९२९ चा जिनिव्हा करार-जो जपानने मान्य केल्यामुळे त्यावर बंधनककारक आहे-यांच्यानुसार युद्धातून माघार घेतलेल्या नि:शस्त्र सैनिकांना मानवतावादी दृष्टिकोनातून वागणूक देणे हे जपानी अधिकाऱ्यांचं कर्तव्य आहे. ज्याअर्थी तुम्ही त्यांना लक्ष्य बनवू शकत नाही, त्याअर्थी आम्ही त्यांना आश्रय दिला, तर तुम्ही त्याबद्दल आक्षेप घेऊ नये.''

त्यानंतर जॉन रेब स्वत: त्या बाबतीत चर्चा करण्यासाठी जपानी सैन्याच्या तळावर गेले; पण त्यांची वरिष्ठ अधिकाऱ्यांशी भेट होऊ शकली नाही. दुसऱ्या दिवशी त्यांना एका वरिष्ठ अधिकाऱ्याचा निरोप आला, की त्या चिनी सैनिकांना सुरक्षाक्षेत्रात आश्रय देण्यास जपानी अधिकारी आक्षेप घेणार नाहीत. हे समजल्यावर जॉन रेब यांनी सुटकेचा नि:श्वास टाकला. आपण जवळजवळ दीडहजार शरणार्थी सैनिकांचा जीव वाचवू शकलो, याचं त्यांना समाधान वाटलं. पण ते फार काळ टिकलं नाही. दोनच दिवसांनी जपानी सैनिकांच्या तुकड्या चिनी सैनिकांचा शोध घेण्यास सुरक्षाक्षेत्रात अवतरल्या. त्यांच्या प्रमुखाला जॉन रेब म्हणाले,

''नि:शस्त्र चिनी सैनिकांना संरक्षण दिलं जाईल, असे आश्वासन मला तुमच्या अधिकाऱ्यांनी दिलं आहे. तुम्ही चिनी सैनिकांचा शोध कशासाठी घेत आहात?''

त्या प्रमुखाने जॉन रेब यांच्या प्रश्नाकडे दुर्लक्ष केले.

त्या जपानी सैनिकांनी प्रत्येक चिनी व्यक्तीची बारकाईने तपासणी करायला सुरुवात केली. चालूनचालून पायाला आलेले पायाचे फोड, बंदुकींच्या वापराने हातावर पडलेले डाग व घट्टे, खांद्यांवर ओझं वाहिल्यानं पडलेल्या खुणा आणि

सैनिकी गणवेशाची टोपी घातल्यानं पडलेली कपाळावरची खूण यांच्यावरून त्यांनी पंधरा-सोळाशे लोकांना वेगळं केलं. त्यांच्यामध्ये सुरक्षाक्षेत्रातील कित्येक कामगारांना पाहिल्यावर जॉन रेब म्हणाले, "माझ्या या कामगारांना तुम्ही का वेगळं केलंय?"

"ते कामगार नसून चिनी सैनिक आहेत."

"अहो, कष्टाची कामं करून त्यांच्या हाता-खांद्यावर घट्टे पडले आहेत. त्यांना कृपा करून सोडून द्या."

"तुम्ही आमच्या कामात अडथळा आणू नका. आम्हाला कसलाही धोका पत्करायचा नाही."

जॉन रेब यांचा नाइलाज झाला. जास्त हुज्जत घातली तर जपानी अधिकारी सुरक्षाक्षेत्राची मान्यता काढून घेतील, अशी त्यांना भीती वाटली. जपानी सैनिकांनी त्या सर्वांचे शंभरा-शंभराचे गट केले, त्यांना दोरखंडांनी बांधले आणि यांगझीच्या दिशेला चालायचे आदेश दिले. जॉन रेब आणि समितीचे इतर काही सदस्य हतबल होऊन मृत्यूकडे वाटचाल करणाऱ्या त्या लोकांकडे पाहत राहिले.

"जेम्स, मला जपानी अधिकाऱ्यांचा कावा आता कळला. त्यांना त्या सर्व चिनी सैनिकांना पकडून मारायचंच होतं. सुरक्षाक्षेत्रात त्यांना ठेवून घेतल्यानं त्यांचा शोध घेणं जपान्यांना सोपं झालं. त्यांना ठेवून घेतलं नसतं, तर त्यांच्यापैकी काहीजण आता पळून जाण्यात यशस्वी झाले असते. मला तो निर्णय घेतल्याबद्दल पश्चात्ताप होत आहे. त्यामुळे आपले कित्येक कर्मचारीही प्राणास मुकले."

"जॉन, त्यात तुमची मुळीच चूक नव्हती. तुम्ही उदात्त हेतूनं त्यांना आश्रय दिला. जपानी अधिकाऱ्यांचा हेतू आपल्याला समजणं शक्यच नव्हतं. तुम्ही वाईट वाटून घेऊ नका."

त्या साऱ्या प्रकाराने जॉन रेब पुढे खूप दिवस अस्वस्थ होते. आपला निर्णय चुकीचा होता की बरोबर होता, हा प्रश्न त्यांना वारंवार भेडसावत राहिला.

२२ डिसेंबर

'कॉलेजच्या आवारात आश्रय घेतलेल्या सर्वांसाठी आमच्या वसतिगृहाच्या स्वयंपाकघरात जेवण तयार केलं जातं. जेवण म्हणजे जवळजवळ रोज सकाळी आणि संध्याकाळी एकेक मोठा कटोरा भात दिला जातो. त्यात कधी थोडीशी सुकी मासळी किंवा ज्या मिळतील त्या भाज्या आणि मीठ याशिवाय काहीही नसतं. केवळ जगण्यासाठी आवश्यक एवढंच अन्न मिळतं, अन् तेही मोठ्या मुश्कीलीनं...'

एव्हाना सुरक्षाक्षेत्रात आता अडीच लाख लोक निवाऱ्यासाठी येऊन ठेपले होते. त्या सर्वांना काय खाऊ घालायचं, या यक्षप्रश्नानं जॉन रेब आणि समितीचे

सर्व सदस्य हवालदिल झाले होते. ज्या वेळी सुरक्षाक्षेत्र निर्माण करायच्या प्रस्तावाला जपानी अधिकाऱ्यांनी हिरवा कंदील दाखवला, त्या वेळी जॉन रेब व समितीचे काही सदस्य नानकिंगच्या महापौरांकडे गेले. त्यांना सुरक्षाक्षेत्राची कल्पना समजावून सांगितली.

"काहीही करून जे लोक आश्रयासाठी आमच्याकडे येतील, त्यांच्या उदरनिर्वाहाचा प्रश्न सोडवायला तुम्ही आम्हाला मदत करावी. हा प्रश्न आम्हा सर्वांच्या आवाक्याबाहेरचा आहे."

"तुम्ही नानकिंगच्या रहिवाशांच्या सुरक्षिततेसाठी झटत आहात, ही फार मोलाची गोष्ट आहे. तुम्हाला ठाऊक आहे, की धान्याची आवक थांबली आहे. रेल्वेच्या मार्गावर जपानी सैन्याचा ताबा आहे. मी असा प्रसंग यदाकदाचित येणार हे गृहीत धरून तांदळाचा साठा करून ठेवला आहे. तुम्ही त्यातील बराचसा घेऊन जाऊ शकता; पण सध्या माझ्याकडे वाहतुकीसाठी एकही वाहन उपलब्ध नाही. आमची सारी वाहने चिनी सैन्याने लष्कराच्या वापरासाठी आपल्या ताब्यात घेतली आहेत."

"आम्ही वाहतुकीची व्यवस्था करतो; तुम्ही फक्त आम्हाला धान्य द्या."

जॉन रेबसह इतरांच्या सहा छोट्या गाड्यांतून सर्वांनीच महानगरपालिकेचे गोदाम ते सुरक्षाक्षेत्र अशा सकाळपासून संध्याकाळपर्यंत कित्येक फेऱ्या मारून धान्याचा साठा करून ठेवला. पण तो किती दिवस पुरेल, याची शाश्वती नव्हती. तो साठा संपल्यावर समितीच्या सदस्यांनी स्वतःच्या पैशांनी व्यापाऱ्यांकडून धान्य विकत घ्यायला सुरुवात केली. पण हवा तसा पुरवठा होत नव्हता. कधी कधी साध्या भाताचीही चणचण भासायची.

'कालचा संपूर्ण दिवस कोणाच्याही पोटात अन्नाचा कण गेला नाही. मॅडमसुद्धा उपाशी राहिल्या. त्यांच्या घरी जेवण होतं; पण आम्ही जेवलो नाही म्हणून त्याही जेवल्या नाहीत. आज काही पोती तांदूळ मिळेल, असा जॉनअंकल यांचा निरोप आला आहे. आम्ही मोठ्या मुली आणि बायका कसंबसं उपासमारीला तोंड देत आहोत; पण लहान मुलींकडे तेवढी सोशीकता कशी असेल? काल कित्येक मुलींनी कॉलेजच्या परिसरातील शेवंती, गुलाब, डेलिया, जास्वंदी अशी फुले तोडून खाल्ली, कोवळा झाडपाला खाल्ला. पोटाची खळगी भरायला त्यांच्याजवळ केवळ तेवढा एकच मार्ग शिल्लक होता.'

२३ डिसेंबर

'जसजसे दिवस जात आहेत, तसतसे स्त्रियांवरच्या अत्याचारांच्या भयंकर बातम्या सुरक्षाक्षेत्रापर्यंत येऊन पोचत आहेत. मॅडमनी आम्हाला कॉलेजच्या परिसराबाहेर

चुकूनही पाऊल टाकायचं नाही, अशी सक्त ताकीद दिली आहे. शहरात स्त्री-अत्याचारांना प्रतिबंध घालण्यासाठी सुरक्षासमितीचे सर्व सदस्य दिवसभर फिरत आहेत. आपल्या कार्यात ते यशस्वी झाले आहेत. जॉनअंकल तर रात्री धड झोपतही नाहीत...'

जॉन रेबनी सीमेन्स कंपनीचं कार्यालय आणि स्वत:चं घर, त्याचं आवार कंपनीच्या स्थानिक चिनी कर्मचाऱ्यांच्या अन् त्यांच्या कुटुंबीयांसाठी खुलं करून दिलं होतं. त्यांच्या स्वत:च्या घरात जवळजवळ शंभरजणांनी आश्रय घेतला होता. घराच्या आवारात तात्पुरत्या झोपड्या उभ्या केल्या होत्या. आवाराभोवती उंच संरक्षक भिंत होती. जेव्हा काही जपानी सैनिकांनी त्या भिंतीवर चढून आवारातल्या स्त्रियांवर बलात्कार करण्यासाठी प्रवेश करायचा प्रयत्न केला, तेव्हा जॉन रेब चिंतेत पडले. त्यावर त्यांनी एक उपाययोजना केली. काहीजण आळीपाळीने रात्री गस्त घालू लागले. त्यांना जपानी सैनिकांच्या संशयास्पद हालचाली आढळून आल्या, तर ते शिट्टी फुंकून जॉन रेबना संकेत देऊ लागले. त्याबरोबर ते उठून पळत बंगल्याच्या आवारात जात व जपानी सैनिकांना हुसकून लावत. असे प्रकार जवळ-जवळ रात्रभर चालत. त्यामुळे महिलांना संरक्षण मिळाले; पण जॉन रेब मात्र विश्रांतीला मुकले!

एव्हाना जपानी अधिकाऱ्यांमध्ये जॉन रेब यांच्या नावाचा दबदबा झाला होता. ते नाझी पक्षाचे वरिष्ठ सदस्य व चीनमधील प्रतिनिधी आहेत, हे समजल्यामुळे त्यांच्या उपक्रमात कोणी आडकाठी आणायला धजावत नव्हतं. रेबदेखील वेळोवेळी आपल्या नाझी सदस्यत्वाचा, जपान आणि जर्मनी यांच्यातील १९३६ च्या मैत्रीकराराचा उल्लेख करून जपानी अधिकाऱ्यांवर दबाव आणत होते. जपानी अधिकारी त्यांचा आदर राखायचे, तर चिनी आश्रित त्यांना देव मानायचे. रात्रंदिवस धडपड करून आश्रितांना व विशेषत: स्त्रियांना संरक्षण द्यायच्या त्यांच्या ध्येयानं समितीचे इतर सदस्य प्रभावित झाले होते, त्यांच्यापासून प्रेरणा घेत होते. त्यांच्यावर नाझी पक्षाचा शिक्का असल्यामुळे सुरुवातीला समितीचे काही सदस्य त्यांच्याकडे कलुषित नजरेनं पाहत. पण त्यांची तळमळ, त्यांचे कार्य पाहून त्यांचा दृष्टिकोन बदलला. त्यांनी रेब यांचे हात बळकट करायचा निर्धार केला. त्यांच्यापैकी एक होते अमेरिकन डॉक्टर रॉबर्ट विल्सन.

२४ डिसेंबर

'आजपासून मी डॉ. विल्सन यांच्या दवाखान्यात मदतीला जाऊ लागले. काल मॅडमनी आम्हाला सांगितलं, की डॉ. विल्सनना मदतीची खूप गरज आहे.

त्यांच्या दवाखान्याकडे जखमींचा लोंढा वाढतो आहे. मी त्यांच्या मदतीला जायची तयारी दाखवली. माझ्याप्रमाणे आणखी दहा मुली तिथं काम करायला तयार झाल्या. दवाखाना जिनलिंग कॉलेजच्या बाहेर असला, तरी सुरक्षाक्षेत्रातच असल्यानं, मॅडमना आमच्या सुरक्षिततेची चिंता नव्हती...'

डॉ. रॉबर्ट विल्सन यांचा जन्म नानकिंगमध्येच १९०४ साली एका मिशनरी कुटुंबात झाला होता. त्यांचं शालेय शिक्षणही नानकिंगमध्येच झालं. त्यानंतर त्यांना वैद्यकीय शिक्षणासाठी अमेरिकेला पाठवण्यात आलं. तिथला अभ्यासक्रम आणि उमेदवारी पार पाडल्यानंतर त्यांना कधी एकदा नानकिंगला जाऊ, असं झालं होतं. पण त्यात एक अडचण आली. न्यूयॉर्क इथल्या सेंट ल्युक हॉस्पिटलमध्ये उमेदवारी करण्यासाठी त्यांना हार्वर्ड वैद्यकीय संस्थेनं पाठवलं होतं. तिथं त्यांचा परिचय प्रमुख परिचारिका मार्जोरी हिच्याशी झाला. परिचयाचं रूपांतर प्रेमात आणि यथावकाश लग्नातही झाले. आपली पत्नी कदाचित नानकिंगला जाण्यास राजी होणार नाही, अशी त्यांना भीती वाटत होती. एकदा त्यांनी भीतभीत तिच्याजवळ हा विषय काढल्यावर मार्जोरी म्हणाली, "रॉबर्ट, जोपर्यंत तुझा सहवास मिळेल, तोपर्यंत जगाच्या पाठीवर कुठंही जायची माझी तयारी आहे!"

डॉ. रॉबर्ट आणि मार्जोरी १९३५ मध्ये नानकिंगला गेले. तिथं डॉक्टरांना नानकिंग विद्यापीठाच्या हॉस्पिटलमध्ये नोकरी मिळाली. त्यांचं सुरुवातीचं वर्ष-दीडवर्ष सुखात गेले; पण जसजसे युद्धाचे वारे वाहू लागले, तसतसे डॉक्टर व मार्जोरी हवालदिल झाले. त्यात १९३७ च्या मार्चमध्ये एलिझाबेथचा जन्म झाला. आता युद्ध अटळ आहे हे समजल्यावर मार्जोरी व एलिझाबेथ यांनी सुरक्षिततेच्या दृष्टिकोनातून अमेरिकेला जावं असं ठरलं. डॉक्टर मात्र नानकिंग सोडण्यास राजी नव्हते. युद्ध झालं तर इथंच राहून जखमींची शुश्रूषा करायचा त्यांचा निर्धार त्यांना नानकिंग सोडून जाऊ देत नव्हता. ऑगस्टपासून जपानी हवाईदलाच्या विमानांनी अधूनमधून नानकिंगवर बॉंबहल्ला करायला सुरुवात केली होती. त्यातून नानकिंग विद्यापीठाचं हॉस्पिटलही सुटलं नाही. हळूहळू तिथले चिनी डॉक्टर्स व कर्मचारी सुरक्षिततेच्या कारणामुळं नानकिंग सोडून जाऊ लागले. डॉ. विल्सन यांच्या त्यांना थोपवण्याच्या प्रयत्नांना यश आलं नाही.

डिसेंबरमध्ये नानकिंगचा ताबा घेतल्यानंतर जपानी सैनिकांनी शहरात लुटालूट सुरू केली. त्यांनी विद्यापीठाच्या हॉस्पिटललादेखील लक्ष्य केलं. पण सुरक्षाक्षेत्राची स्थापना झाल्यानंतर मात्र हॉस्पिटलला संरक्षण मिळालं. यथावकाश जखमींची तिकडे रीघ लागली. डॉ. विल्सन यांच्या मदतीला फक्त तीन परदेशी डॉक्टर्स होते. ते चौघे अहोरात्र शस्त्रक्रिया करण्यात मग्न असत. हॉस्पिटलला छावणीचं रूप आलं.

कारण उपचार करून बरं झालेल्यांना सोडलं, तर त्यांच्या जिवाला धोका पोचेल,
या कारणासाठी डॉक्टरनी त्यांनाही हॉस्पिटलमध्येच ठेवून घेतलं.

२६ डिसेंबर

'परवा हॉस्पिटलध्ये तांग शुनसान नावाच्या एका जखमीस उपचारासाठी
त्याच्या मित्रांनी आणून दाखल केलं. त्याच्यावर उपचार केल्यानंतर त्याच्या प्रकृतीत
सुधारणा झाली. त्याच्या पोटावर संगीन खुपसल्याच्या जखमा झाल्या होत्या. जपानी
सैनिकांनी त्याला जिवंत कसं ठेवलं, याचं मला राहूनराहून आश्चर्य वाटत होतं.
आज तो बोलण्याच्या परिस्थितीत होता. मी त्याच्या जखमांची मलमपट्टी करत
असताना त्याला सहजच विचारलं, की "तुला या जखमा कशा झाल्या?" त्यावर
त्यानं सांगितलेली सारी कथा ऐकून अंगावर शहारे आले...'

तांग एका बुटांच्या कारखान्यात काम करायचा. तो आणि त्याचे दोन
सहकारी नानकिंगच्या उत्तरेकडील शियाओमेंकू रस्त्यावरील एका कामगारवस्तीत
राहायचे. नानकिंगमध्ये हिंसाचार सुरू झाल्यानंतर त्यांनी घरात थोडाफार अन्नधान्याचा
साठा केला आणि घराचं दार काढून तिथं विटांची भिंत बांधून आत आश्रय घ्यायचं
ठरवलं. रात्रंदिवस ते घरात बसून बंदुकींच्या फैरींचे आवाज आणि लोकांचा आक्रोश
ऐकत होते. असे आठ-दहा दिवस गेल्यानंतर तांगला घराबाहेर पडावंसं वाटलं.
त्याच्या मित्रांनी त्याला त्यापासून परावृत्त करायचा प्रयत्न केला, पण कित्येक दिवस
सूर्यप्रकाश न पाहिलेला तांग त्यांचं ऐकायला तयार नव्हता. शिवाय त्याला जपानी
सैनिक दिसतात कसे, याचीही उत्सुकता लागून राहिली होती. शेवटी दाराच्या
ठिकाणी बांधलेल्या विटांची भिंत उतरवून तो बाहेर पडला. पाहतो तर जिकडंतिकडं
प्रेतांचे ढीग अन् रक्ताची थारोळी दिसत होती. तांग चालत चालत एका रस्त्याच्या
कोपऱ्यावर आला. रस्त्यावर चिटपाखरूही दिसत नव्हतं. सर्वत्र स्मशानशांतता
पसरली होती. आता घराकडं परतावं अशा विचारात असतानाच एक चिनी तरुण
त्याच्या दिशेनं पळत येताना दिसला. सात-आठ जपानी सैनिक त्याचा पाठलाग
करत होते. आता आपल्याला पकडणार, या भीतीनं तांगही त्या तरुणाबरोबर पळू
लागला. एका बोळात वळून त्यांनी तिथल्या एका मोठ्या कचराकुंडीत उड्या
मारल्या व डोक्यावर कचरा, गवताच्या काड्या झाकल्या. काही क्षणांतच जपानी
सैनिक तिथं येऊन पोचले. ते दोघं कुठे गायब झाले, या विचारात ते कचराकुंडीशेजारी
उभे राहिले. तांग आणि तो तरुण गुपचूप बसले होते. पण कडाक्याची थंडी अन्
जपानी सैनिकांची भीती यामुळे त्यांना कापरं भरलं. त्यांच्या थरथरण्यानं कचराकुंडीच
हलू लागली. एव्हाना एक सोडला तर इतर जपानी सैनिक तेथून दूर गेले होते. पण

जो तिथं थांबला होता, त्याच्या नजरेतून ती हलणारी कचराकुंडी सुटली नाही. त्यानं वरवरचा कचरा दूर केल्यावर ते दोघं त्याला दिसले. त्या तरुणाला पाहताच त्या सैनिकानं त्याचा शिरच्छेद केला आणि त्याचे शीर तो इतरांना दाखवायला घेऊन जाऊ लागला. त्यानं तांगला बाहेर यायला सांगितलं. भेदरलेला तांग पश्चात्तापदग्ध झाला होता. इतक्यात त्याच भागातून शेकडो चिनी लोकांना जपानी सैनिक हाकलत एका दिशेला घेऊन जाताना त्या सैनिकाला दिसले. त्यानं तांगला त्या घोळक्यात सामील व्हायला सांगितलं. नेमकं काय चाललंय, हे तांगला कळेना.

त्या सर्वांना जपानी सैनिक हाकलत हाकलत मुफू डोंगराच्या पायथ्याजवळ घेऊन गेले. तिथं दोन प्रचंड खंदक खणले होते. त्या आयताकृती खंदकांसमोर त्या सर्वांना उभे राहायचे आदेश दिले गेले. आता आपल्याला ठार मारणार की जिवंत पुरणार, हे तांगला कळेना. खंदकात उडी मारावी की काय, असा विचार करून त्यानं आत डोकावलं, तर ५०-६० प्रेतांचा लांडग्यांसारखी दिसणारी कुत्री फडशा पाडत होती. एक मशीनगनधारी सैनिक त्या सर्वांवर लक्ष ठेवून होता. थोड्याच वेळात अतिशय धारदार तलवारी घेतलेले काही सैनिक तेथे पोचले. जपानी सैनिकांच्या म्होरक्यानं त्या सर्व चिनी बंदिवानांना चार गटांत विभागलं. ते तलवारधारी सैनिक अन् त्यांचा म्होरक्या यांच्यात बरीच चर्चा झाली. त्यांच्या हावभावांवरून तिथं काय चाललंय, याचा अंदाज भेदरलेले चिनी करू लागले. खरा प्रकार नंतर त्यांच्या लक्षात आला. त्या चार तलवारधाऱ्यांमध्ये एक शर्यत लागणार होती; कमीतकमी वेळेत जास्तीत जास्त शिरच्छेद कोण करतो याची! त्यांच्या मदतीसाठी कापलेली डोकी मोजून त्यांचा ढीग करायला एकेक सैनिक दिला गेला. वेगवेगळ्या गटांतील बंदिवानांना खंदकांसमोर दोन रांगांत उभं राहण्याचे आदेश दिले. पहिल्या रांगेतील सर्वांचा शिरच्छेद झाल्यावर दुसऱ्या रांगेतील लोकांचा शिरच्छेद करायचा होता. तांग मागील रांगेत होता. त्याच्या समोरच्या रांगेत एक ७-८ महिने गरोदर असलेली महिला होती. तिला पाहताच काही जपानी सैनिक तिच्यावर बलात्कार करण्यासाठी तिला ओढून नेऊ लागले. तिनं प्रतिकार करताच चिडलेल्या एका सैनिकाने तिला भोसकलं अन् तिचं पोट फाडून हालचाल करत असलेला गर्भ बाहेर काढला आणि विकृत हसत त्याला खंदकातील कुत्र्यांच्या तोंडी दिला. शेकडो चिनी हतबलपणे ते निर्दय कृत्य पाहून गहिवरले, पण ते काहीही करू शकत नव्हते. इतक्यात शिरच्छेद करायला सुरुवात झाली. तलवारधारी सैनिक तांगसमोरच्या रांगेतील एकेकाचा शिरच्छेद करत पुढं सरकत होता. अगदी तांगच्या समोरील माणसाचा शिरच्छेद झाल्यावर त्याचं धड तांगच्या अंगावर पडलं. त्याचा फायदा घेऊन तांग त्या धडाबरोबर व त्याच्या आडोशाने मुद्दाम खंदकात पडला. शिरच्छेदाच्या

शर्यतीत आणि जल्लोषात मग्न असलेल्या जपानी सैनिकांच्या ते लक्षात आले नाही. त्या धडाच्या कपड्यांआड तांगनं आपलं डोकं लपवलं. थोड्याच वेळात इतर मृतदेह त्याच्या अंगावर पडले. काही वेळाने दुसरी एक शर्यत सुरू झाली. शिरच्छेद करण्याऐवजी गळा चिरून ठार मारायची ती शर्यत होती. खंदकामध्ये मृतदेह पडतच होते. ते होत असताना जपानी सैनिकाचं खिदळणं, त्यांचा जल्लोष व चिनी बंद्यांचा आक्रोश तांगच्या कानावर पडत होता.

''एका तासानं सारं शांत झालं. मी निपचित पडून काळीज कापीत होतो. दूरवर काही लोक विव्हळत असल्याचं मला ऐकू आलं. त्याचबरोबर दोन जपानी सैनिकांच्या बोलण्याचा आवाजही ऐकू आला. एक सैनिक जखमींच्या शरीरात संगीन खुपसून त्यांना ठार मारत होता. कोणीही जिवंत राहू नये, या उद्देशाने तो दिसेल त्या देहात संगीन खुपसत होता. माझ्या पोटावर तीन वार झाले; पण मी कसलीही हालचाल न करता पडून राहिलो. वेदना सहन होत नव्हत्या, पण जिवंत राहण्यासाठी गप्प बसणं आवश्यक होतं. रात्री सगळीकडं सामसूम झाल्यावर मी कसंबसं धडपडत घरापर्यंत गेलो आणि माझ्या मित्रांना पाहताच बेशुद्ध झालो.''

२ जानेवारी

'जपानी अधिकाऱ्यांनी नानकिंगच्या सर्व रहिवाशांना नोंदणी करण्याचे आदेश दिले आहेत. जे रहिवासी नोंदणी करतील त्यांनाच संरक्षण दिले जाईल असा फतवा त्यांनी काढला. नोंदणीसाठी शहरात ठिकठिकाणी नोंदणी केंद्रे उघडली आहेत. तिथं लोकांनी गर्दी केली आहे. कारण नोंदणीनंतर प्रत्येकाला ओळखपत्र दिलं जाईल आणि ज्याच्याजवळ ओळखपत्र नसेल, त्याला गोळी घालून ठार मारलं जाईल, असं त्यांनी जाहीर केलं आहे. सुरक्षाक्षेत्रातील सर्वांना नोंदणी करणं आवश्यक आहे. जिनलिंग कॉलेजमध्येही नोंदणीकेंद्र उघडले आहे. तिथं जपानी अधिकाऱ्यांबरोबर आलेल्या चिनी दुभाषाने मॅडमना बाजूला बोलावून सांगितलं की, नोंदणीचा फार्स चिनी सैनिकांना शोधण्यासाठी, तसंच देखण्या मुलींचा ठावठिकाणा जाणून घेण्यासाठी केला जातोय.

आज सकाळी जपानी अधिकाऱ्यांनी जिनलिंग कॉलेजच्या परिसराची बारकाईनं तपासणी केली. त्यांच्या अत्याचाराचे पुरावे त्यांना नष्ट करायचे आहेत, असं कोणीतरी सांगत होतं. तेरा डिसेंबरनंतर जपानी अधिकाऱ्यांनी सर्व परदेशी पत्रकार व वार्ताहारांना नानकिंग सोडायचे आदेश दिले. नानकिंगमध्ये मुक्तहस्ते अत्याचार करायचा त्यांचा निर्णय पूर्वनियोजित होता, हे त्यावरून सिद्ध होतं. ज्या वेळी सुरक्षाक्षेत्राचा प्रस्ताव जॉनअंकलनी जपानी अधिकाऱ्यांजवळ मांडला, त्या वेळी

त्यांना सांगण्यात आलं की, नानकिंगमध्ये काय घडामोडी घडतात, याची बाहेर कुठंही वाच्यता होता कामा नये. तसं झाल्याची जरा जरी शंका आली, तरी सुरक्षाक्षेत्राची मान्यता काढून घेतली जाईल; तसंच सर्व परदेशी नागरिकांना तातडीनं नानकिंग सोडायचे आदेश दिले जातील. मॅडम सांगत होत्या, की जॉनअंकल यांच्या मते जर बाहेरच्या जगाला इथं काय चाललंय हे समजलं, तर जपानच्या सरकारवर दबाव आणला जाईल. इथल्या मोकाट अधिकारी व सैनिकांच्या निर्दयतेला आळा घालता येईल, पण सुरक्षाक्षेत्रात आश्रय घेतलेल्यांच्या सुरक्षितेखातर त्यांना गप्प बसण्यावाचून पर्याय नाही. जॉनअंकल म्हणतात, की आज ना उद्या मी इथल्या अत्याचारांना वाचा फोडीन. ते स्वत: सविस्तर रोजनिशी लिहीत आहेत, असं मॅडम सांगत होत्या.

मीही रोजनिशी लिहितेय; पण तिचा पुढं काही उपयोग होईल की नाही, याची शाश्वती नाही. वसतिगृहातल्या माझ्या खोलीत एक जुनं लोखंडी कपाट आहे. त्याच्याखाली मी ही रोजनिशी लपवून ठेवत असते. आज जपानी अधिकारी तपासणीसाठी आले तेव्हा माझ्या जिवाची धाकधूक होत होती. खबरदारी म्हणून मी रोजनिशीत कुठंही माझ्या नावाचा उल्लेख केला नाही. पण जर त्यांच्या हाती ती पडली, तर आमच्या खोलीतल्या सहा जणींना ते ठार मारतील, अशी भीती वाटते. तरीदेखील मी हे धाडस करतेय त्याचं एकमेव कारण हे आहे, की इथं आज होत असलेल्या अत्याचाराचे पुरावे नष्ट होऊ नयेत. जॉनअंकल म्हणतात त्याप्रमाणे ते योग्य वेळी जगाच्या निर्दशनास यायला हवेत.'

नानकिंग, जून १९९९

यिदानने घड्याळात पाहिलं, सात वाजत आले होते. तिनं ती रोजनिशी आणि इतर कागदपत्रं पुन्हा रेशमी कापडात व्यवस्थित बांधले. ते बांधता बांधता तिच्या मनात विचार आला, की किती दिवस हे सांभाळून ठेवायचं? नानकिंगच्या अत्याचारांना साठ वर्षं पूर्ण होऊन गेली. जग त्यांना केव्हाच विसरून गेलंय. आता या कागदपत्रांचा, फोटोंचा आणि रोजनिशीचा उपयोग होईल की नाही, याची शंका वाटते. पण वेन यूंचे शेवटचे शब्द तिला आठवले आणि मनातले उलटसुलट विचार आपोआपच मागे पडले.

◆ ◆ ◆

९. बोस्टन, सप्टेंबर १९९९

प्रा. मायकेल ग्रीनवुड यांनी आपली 'फोर्ड ग्रॅनडा' गाडी बॅकमिन्स्टर हॉटेलच्या गाड्या लावायच्या जागेत लावली, तेव्हा रात्रीचे साडेअकरा वाजून गेले होते. त्यांनी गाडी लॉक केली आणि ते हॉटेलच्या स्वागतकक्षात गेले. तिथल्या रात्रपाळीच्या मॅनेजरला ते म्हणाले, ''इथं मिस्टर जियांग चेंग नावाचे कोणी गृहस्थ उतरले आहेत का?''

''एक मिनिट हं, सांगतो आपल्याला.'' असं म्हणून त्यानं संगणकाची काही बटणं दाबली आणि काही क्षणांतच तो म्हणाला,

''हो, पण उद्या सकाळी सात वाजता ते हॉटेल सोडणार आहेत. तशी आम्हाला पूर्वसूचना दिलीय.''

''त्यांना हे पाकीट तुम्ही ते जाण्यापूर्वी द्याल का?'' प्रा. ग्रीनवुडनी आपल्या कोटाच्या खिशातून एक पांढरे पाकीट काढले. त्यावर त्यांचे किंवा जियांगचे नाव नव्हते.

ते स्वीकारत तो मॅनेजर म्हणाला,

''ठीक आहे, मी त्यांच्या फोल्डरमध्ये ठेवतो. तुम्हाला त्यांच्याशी फोनवर बोलायचंय का?''

''नको. आता मी घाईत आहे. ते आराम करत असतील. फक्त ते पाकीट त्यांच्यापर्यंत पोचतं केलं तर बरं होईल. अरे हो, हे माझं कार्ड त्या पाकिटासोबत त्यांना द्या.''

ते पाहत मॅनेजर म्हणाला,

''ठीक आहे प्रा. ग्रीनवुड.''

"थँक्स, गुड नाइट!"

"गुड नाइट, सर!"

न्यूयॉर्क २५ सप्टेंबर १९९९

"जियांग, काल रात्री प्रा. ग्रीनवुड बॅकमिन्स्टर हॉटेलवर गेले होते. त्यांनी तुझ्यासाठी एक पाकीट तिथं ठेवलं. जेफरीनं सकाळी हॉटेल सोडलं. त्यावेळी मॅनेजरने प्रा. ग्रीनवुड यांचं व्हिजिटिंग कार्ड त्या पाकिटासोबत त्याला दिलं. ते त्यानं गुपचूपपणे मघाशी माझ्याकडं दिलं." विली जियांगला म्हणाला त्या रात्री विलीची अन् जियांगची निरोपाची भेट अकरा वाजता जियांगच्या खोलीत झाली होती.

हे ऐकताच जियांगला आश्चर्य वाटलं. त्यानं ते कार्ड पाहिलं आणि पाकीटही पाहिलं. त्यावर कोणाचंच नाव नव्हतं.

"सारं प्रकरण गूढ दिसतंय विली!"

"हो, पण पाहा तरी आत काय आहे?" विली उत्सुकतेनं म्हणाला. जियांगचीही उत्सुकता शिगेला पोचली होती. त्यानं अतिशय काळजीपूर्वक ते पाकीट उघडलं. त्याच्या आत कोणताही मायना किंवा पत्ता नसलेला एक पांढरा कागद होता. त्याच्या मधोमध फक्त दोन ओळींचा एक मजकूर टाइप केला होता. तो त्या दोघांनी अधीरतेने वाचला.

'श्रीमती वेन यू, रु मिंग शिक्षण संस्था,

हुनानलू मार्ग, नानकिंग.'

"कोण असाव्यात या बाई, विली?"

"काहीच बोध होत नाही. प्रा. ग्रीनवुड यांचं वागणं काहीसं गूढ वाटतंय ना? एकतर तुझी भेट घ्यायचं नाकारलंही; पण त्याच वेळी तुला ते मार्ग दाखवू पाहताहेत. काय समजायचं?"

"बरं, आता पुढं काय?"

"मला वाटतं, तू त्या बाईंचा शोध घ्यावास. रु मिंग शिक्षण संस्थेशी त्यांचा जवळचा संबंध असणार, यात शंका नाही. कदाचित त्यांना नानकिंगप्रकरणाची माहिती असावी. तू असं कर, नानकिंगला जा आणि त्यांच्या कार्याविषयी तू जाणतोस आणि त्यांच्याकडून तुला अधिक माहिती जाणून घ्यायची जिज्ञासा आहे, अशी काहीतरी बतावणी कर अन् पुढं काय होतंय ते पहा."

"ठीक आहे, विली."

"पण एक लक्षात ठेव, आता मकावला गेल्यानंतर लागलीच काहीही करू नकोस. चांगले दीड-दोन महिने जाऊ देत. तुझ्या पाळतीवर असलेल्या लोकांची

खात्री पटली पाहिजे की, तू खरोखरच संशोधनाचा नाद सोडून दिला आहेस.''

''मी नक्कीच ती खबरदारी घेईन विली.''

''ठीक आहे तर. गुड बाय मिस्टर जेफरी चॅन!''

नानकिंग, १६ डिसेंबर १९९९

मकाव विमानतळावरून सुटलेलं चायना सदर्न एअरलाइन्सचं विमान नानकिंगच्या लुकोऊ आंतरराष्ट्रीय विमानतळावर दुपारी एक वाजून पस्तीस मिनिटांनी उतरलं. 'जेफरी चॅन' ऊर्फ जियांग सामान घेऊन कस्टम इमिग्रेशनचे सोपस्कार पार पाडण्यासाठी रांगेत उभा राहिला. त्याचा नंबर आल्यावर त्यानं आपला अमेरिकन पासपोर्ट आणि इमिग्रेशनचा व्यवस्थित भरलेला फॉर्म इमिग्रेशन अधिकाऱ्यास दिला. त्याने तो बारकाईनं तपासायला सुरुवात केली. थोडावेळ तो पाहिल्यावर त्यानं विचारलं,

''मिस्टर चॅन, तुम्ही मकावमध्ये जवळजवळ तीन महिने काय करत होता, सांगू शकाल?''

''हो, सांगतो ना! तिथल्या आव्हेनिदा द अमिझादेवर माझ्या वडिलांच्या कॅसिनोचं बांधकाम चालू आहे. त्यावर देखरेख करण्यासाठी मला वडिलांनी मकावला तीन महिन्यांसाठी पाठवलं होतं.''

''तुम्ही चीनचा व्हिसा हाँगकाँगमध्ये दोन आठवड्यांपूर्वी घेतलात. व्हिसा अमेरिकेतच का घेतला नाही?''

''तसं पाहिलं तर माझा नानकिंगला यायचा विचार नव्हता. मकावमध्ये असताना इथल्या ऐतिहासिक स्थळांविषयी माहिती माझ्या वाचनात आली. ती पाहण्याची मला उत्सुकता लागून राहिली होती.''

''तुम्ही पुन्हा मकावला जाणार असं तुमच्या तिकिटावरून दिसतंय. अमेरिकेला कधी जाणार?''

''अजून इमारतीच्या वायरिंगचं काम बाकी आहे. त्याला दोन आठवडे लागतील. ते पुरे झाले की मगच अमेरिकेला जाईन.''

जियांगच्या खुलाशावर विश्वास बसल्यामुळे त्या अधिकाऱ्यानं पासपोर्टवर शिक्का मारून पासपोर्ट परत केला. मग जियांग टॅक्सी स्टँडकडे गेला.

''यिशीयुआन हॉटेल, झाँगशान रोड'' त्यानं टॅक्सी ड्रायव्हरला सांगितलं. टॅक्सी शहराच्या दिशेनं धावू लागली. नानकिंगला येताना जियांगच्या मनात संमिश्र भावना दाटल्या होत्या. तिथल्या रहिवाशांनी अनुभवलेले अत्याचार आणि जपानी सैन्याची निर्दयता वारंवार त्याच्या डोळ्यांसमोर येत होती. त्याचबरोबर आपल्या संशोधनात काही प्रगती होईल की नाही, याची साशंकताही त्याच्या मनात डोकावत

होती. नानकिंगची संरक्षक भिंत ओलांडून टॅक्सी शहराच्या मध्यवर्ती भागात पोचली. ऐतिहासिक वास्तू, आधुनिक रस्ते, इमारती आणि गाड्या यांमुळे शहरात सर्वत्र जुन्या काळातील संस्कृतीचा गोडवा होता तरीही त्याचबरोबर, अत्याधुनिकतेचं वारंही वाहत होतं. हॉटेलवर तो पोचला त्या वेळी साडेतीन वाजले होते. त्यानं सामान खोलीत ठेवलं. वॉश घेतला अन् लगेच तो बाहेर पडला. हॉटेलच्या दारातील टॅक्सी ड्रायव्हरला त्यानं हुनानलू मार्गावर जायचंय, असं सांगितलं. टॅक्सी सुरू झाल्यावर त्यानं ड्रायव्हरला रू मिंग शिक्षण संस्था त्या मार्गावर कुठंय? हे विचारलं. त्यावर ड्रायव्हर म्हणाला, ''मी हे नाव कधीच ऐकलेलं नाही.'' हुनानलू मार्गावर पोचल्यावर जियांगनं टॅक्सी सोडली. तिथल्याच एका औषधाच्या दुकानात व एका किराणा सामानाच्या दुकानात त्याने रू मिंग शिक्षण संस्थेची चौकशी केली, पण तिथल्या लोकांना ती कुठंय हे ठाऊक नव्हतं. शेवटी एका पुस्तकांच्या दुकानातल्या एका वयस्कर कर्मचाऱ्याने आपल्याला त्या संस्थेचे कार्यालय कोठे आहे, हे ठाऊक असल्याचं सांगितलं. त्यानं दुकानातून बाहेर येऊन तिथं कसं जायचं हे जियांगला सांगितलं. त्याचे आभार मानून जियांग तिकडे गेला. आठ-दहा मिनिटं चालल्यावर तो एका जुन्या दुमजली इमारतीसमोर पोचला. त्या इमारतीवर शिक्षण संस्थेच्या नावाची पाटी होती. जियांगनं आत जाऊन तिथल्या स्वागतकक्षातील तरुणीला विचारलं,

''मिसेस वेन यू इथं असतात?''

त्यावर ती तरुणी चमकली. ती म्हणाली, ''वेन यू चार वर्षांपूर्वीच निवर्तल्या. तुम्ही कोण आहात?'

''मी जेफरी चॅन. अमेरिकेहून आलोय. त्यांच्या कार्याविषयी मी ऐकलंय. त्यांना भेटायची खूप उत्सुकता होती. त्यांच्या निधनाची बातमी मला ठाऊक नव्हती.''

''तुम्ही असं करा- आमचे सचिव मिस्टर लिआँग यांना भेटा. चला, मी तुम्हाला त्यांच्याकडे घेऊन जाते.''

ती दोघं लाकडी जिना चढून पहिल्या मजल्यावर गेली. त्या तरुणीनं दार आत ढकललं. आत सत्तावन्न-अठ्ठावन्न वर्षांचे, पूर्ण टक्कल पडलेले, जाड भिंगाचा चष्मा असलेले एक गृहस्थ टेबलावर कागदांची आवराआवर करीत होते. जियांगनं घड्याळात पाहिलं, सव्वापाच वाजले होते. कार्यालय बंद व्हायची वेळ होत आली होती.

''सर, हे अमेरिकेहून आलेत. यांना तुम्हाला भेटायचंय.'' हे ऐकल्यावर मिस्टर लिआँगनी नाकावर घसरलेला चष्मा मागे ढकलून जियांगकडे पाहिलं अन्

म्हणाले, ‘‘या, बसा. कोण तुम्ही?’’

‘‘मी जेफरी चॅन. या ऐतिहासिक शहराला भेट देण्यासाठी आलोय. मिसेस वेन यू यांच्या समाजकार्याविषयी मी बरंच ऐकलं. त्यांचे कार्य जाणून घ्यायची जिज्ञासा आहे.’’

‘‘असं? वा छान! वेन यू यांनी ही संस्था १९४७ साली स्थापली. त्यामागे त्यांचा हेतू होता, की युद्धाच्या काळात अनाथ झालेल्या मुलांना मोफत शिक्षण द्यायचं. सुरुवातीला त्यांनी फक्त एक प्राथमिक शाळा सुरू केली. यथावकाश संस्थेला युद्धामुळेच बरीच प्रसिद्धी मिळाली, अर्थसाहाय्य मिळालं. हळूहळू संस्थेच्या कार्याची व्याप्ती वाढली. आज या जियांगसु प्रांतात संस्थेच्या पंचवीस प्राथमिक, माध्यमिक व उच्च माध्यमिक शाळा आणि सहा महाविद्यालये आहेत. अनाथ व गोरगरीब मुलामुलींना इथं मोफत शिक्षण दिलं जातं. चार वर्षांपूर्वी ताई गेल्या; पण त्यापूर्वी त्यांनी संस्थेला मिळालेला नावलौकिक पाहिला, तिची प्रगती पाहिली, ही समाधानाची गोष्ट. ही घ्या आमच्या संस्थेच्या कार्याचा आढावा घेणारी ही स्मरणिका. दोन वर्षांपूर्वी संस्थेची सुवर्णजयंती साजरी केली, त्या वेळी ती प्रकाशित करण्यात आली होती.’’

‘‘थँक्स, मी नक्कीच वाचेन ही स्मरणिका. बरं, वेन यूंचे कोणी नातेवाईक नानकिंगमध्ये असतात?’’

‘‘नाही. त्यांचे पती दहा वर्षांपूर्वी निवर्तले. त्यांना झु फाय हे एकच चिरंजीव. सध्या ते कुनमिंग इथं असतात. साहाय्यक सत्रन्यायाधीश आहेत ते. संस्थेच्या कार्यकारी मंडळाच्या बैठकीला शक्य असेल तेव्हा हजर राहतात. अरे हो, विसरलोच! झु फाय यांची मुलगी नानकिंगमध्येच असते. ट्रेनिंग कॉलेजमध्ये ती शिकतेय.’’

‘‘असं? तिचं नाव काय?’’

‘‘यिदान. ती ताईंच्या जुन्या घरातच राहते. घराचा खालचा भाग एका कुटुंबाला भाड्यानं दिला आहे. पहिल्या मजल्यावर ती राहते.’’

‘‘मी तिला भेटू शकतो?’’

‘‘हो. थांबा, तुम्हाला तिचा पत्ता लिहून देतो. इकडे येत असते अधूनमधून. मोठी चुणचुणीत मुलगी आहे ती.’’

मिस्टर लिआँगनी तिचा पत्ता जियांगला दिला. त्यांचे आभार मानून जियांग बाहेर पडला. टॅक्सी करून तो यिदानला भेटायला गेला. घराचं लाकडी फाटक उघडून आत गेल्यावर खालच्या मजल्यावरील घराचं दार उघडलं आणि चाळिशीच्या एका बाईंनी जियांगला प्रश्नार्थक मुद्रेनं विचारलं,

"कोण हवंय?"

"मला यिदानला भेटायचंय."

त्यावर त्याच्याकडं संशयानं पाहत त्या बाईंनी वरच्या मजल्याकडे तोंड करून हाक मारली, "यिदाऽऽन!"

यिदाननं खोलीचं दार उघडून खाली वाकून विचारलं,

"काय काकू?"

"तुला भेटायला कोणीतरी आलंय."

यिदाननं जियांगकडे काहीसं साशंकतेने पाहिलं.

"रू मिंग शिक्षण संस्थेचे सचिव मिस्टर लिआँग यांनी मला तुमची भेट घ्यायला सांगितलं."

ते ऐकल्यावर ती म्हणाली,

"असं असं! तुम्ही वरती या."

जियांग जिना चढून वरती गेला. यिदाननं त्याला खोलीत यायला सांगितलं. त्याला बसायला खुर्ची दिली.

"यिदान, माझं नाव जियांग चेंग. मी मकावहून आलोय." त्याला आपली खरी ओळख आणि तिच्या भेटीचे प्रयोजन तिच्यापासून लपवायचे नव्हतं

"असं? काय काम आहे माझ्याकडं?"

"मी मिसेस वेन यू यांच्याविषयी ऐकलंय. त्यांना नानकिंगमध्ये १९३७-३८ च्या सुमारास जे काही घडलं त्याबद्दल बरीच माहिती होती, असं मला समजलं. त्या विषयावर एक अभ्यासपूर्ण पुस्तक मी लिहायला घेतलंय. त्या बाबतीत तुमची काही मदत होऊ शकते का?"

"त्या वेळी आजी नानकिंग सुरक्षाक्षेत्रात होती. तिथं तिनं स्वयंसेविकेचं काम केलं. त्या वेळचे अत्याचार तिनं जवळून पाहिले, अनुभवलेही. पण तुम्ही हा विषय कसा काय निवडलात?"

हा प्रश्न ऐकल्यावर जियांगनं आपली पार्श्वभूमी, त्याच्या संशोधनात आलेल्या अडचणी यिदानला सविस्तरपणे सांगितल्या. ते ऐकल्यावर ती जरा विचारात पडली. तिला चार वर्षांपूर्वी आजी दवाखान्यात होती त्या वेळची आठवण झाली. वेन यूंना हृदयविकाराचा तीव्र झटका आला होता. दवाखान्यातील त्यांचा आठवा दिवस होता. त्या वेळी एकोणीस वर्षांची यिदान त्यांच्याजवळ होती. वेन यूंचा यिदानवर फार जीव होता. आजी म्हणाली होती,

'यिदान, माझ्या लाकडी कपाटात पिवळ्या रेशमी कापडात बांधलेली माझी रोजनिशी आणि इतर कागदपत्रं आहेत. मी तुला मागे नानकिंगचा इतिहास समजावून

घेऊन सांगितला आहेच. सदतीस-अडतीसच्या सुमारास नानकिंग शहर हिंसाचाराला बळी पडलं तेव्हा मी काय अनुभवलं, याबद्दलही तुला सांगितलंय. ते सारं जगासमोर यावं, ही माझी इच्छा माझ्या डोळ्यांदेखत पुरी व्हायची शक्यता दिसत नाही. चिनी प्रकाशन संस्था या विषयावरचं पुस्तक प्रकाशित करण्यास धजावत नाहीत. इंग्रजीत पुस्तक लिहावं इतकं त्या भाषेवर माझं प्रभुत्व नव्हतं. लिहिलं असतं तरी कोणी प्रकाशित केलं असतं की नाही, याचीही खात्री नव्हती. या विषयावर कोणी अभ्यासपूर्ण पुस्तक लिहिणारा संशोधक आढळला, हे सगळं तू त्याच्या स्वाधीन कर. निदान माझ्या पश्चात तरी माझी इच्छा पुरी झाली तरी चालेल मला. झु फाय त्याच्या कामात मग्न असतो. आता ही जबाबदारी मी तुझ्यावर सोपवतेय.'

"तुम्ही उद्या संध्याकाळी साडेचार वाजता मला भेटू शकाल? तोपर्यंत मी तुमच्या प्रस्तावावर विचार करून ठेवते. आजीने मला नानकिंगच्या बाबतीत बरंच काही सांगितलं होतं."

"अगदी आनंदानं, यिदान! तुमची मला या बाबतीत मदत झाली, तर फार चांगलं होईल. अद्याप माझ्या संशोधनाला दिशा मिळत नाही, त्याला आकार येत नाही. जर त्यात भरीव प्रगती होणार नसेल, तर तो विषय मला डोक्यातून काढून टाकावा लागेल."

"आपण या विषयावर उद्या बोलू." यिदान म्हणाली.

जियांग यिदानचा निरोप घेऊन निघाला. दुसऱ्या दिवशी सकाळी त्यानं नानकिंगचं वस्तुसंग्रहालय, हुतात्मा स्मारक व यांगझीचा परिसर यांना भेटी दिल्या. ठरल्याप्रमाणे साडेचार वाजता तो यिदानला भेटायला गेला. दरम्यान यिदाननं जियांगच्या प्रस्तावावर खूप विचार केला होता. आजीची इच्छा पुरी करायची जियांगमध्ये क्षमता आहे की नाही, याचा ती अंदाज घेत होती.

"या जियांग, बसा." जियांग बसला. यिदाननं काय ठरवले आहे, याचा तो अंदाज करू लागला. जियांगची नानकिंगवर लिहायची जिद्द, तळमळ तसंच त्याची शैक्षणिक पार्श्वभूमी आणि इंग्रजी भाषेवरचं प्रभुत्व यांनी यिदान भारावून गेली होती. त्या विषयावर लिहिण्यासाठी हा योग्य अभ्यासक आहे, याची तिला खात्री पटली होती.

"जियांग, तुमच्या उपक्रमास मी मदत करायचं ठरवलंय."

"खरंच की काय? फारच छान! तुम्ही फक्त आजींच्या आठवणी सांगा. मी त्या टेप करतो."

"त्याची काही गरज नाही. माझ्याजवळ आजीची रोजनिशी तसंच जपानी

प्राध्यापक शिगेतो यांचे संशोधन; जॉन रेब यांची रोजनिशी, नानकिंग अत्याचाराचे फोटो आहेत. ते सर्व मी तुमच्या स्वाधीन करेन.''

हे ऐकल्यावर जियांगचा त्यावर विश्वासच बसेना. त्या धक्क्यातून सावरल्यावर त्यानं विचारलं,

''जपानी प्राध्यापक शिगेतो कोण आहेत?''

''ते आता हयात नाहीत. त्यांनी १९७४ ते ७८ च्या सुमारास नानकिंगवर बरंच संशोधन केलं. ते प्रकाशित करण्यापूर्वीच त्यांचं निधन झालं होतं. पण त्यापूर्वी त्यांची आणि आजीची सेलऊमध्ये भेट झाली होती. त्या वेळी त्यांनी आपापल्या लिखाणाची व कागदपत्रांची देवाणघेवाण केली होती.''

''जॉन रेब यांची रोजनिशी तुमच्या आजींना कशी मिळाली?''

''पॅरिस येथे मुख्य कार्यालय असलेली 'काम्पासियाँ अँतरनॅसिओनेल' ही सेवाभावी संस्था जगाच्या विविध भागांत अनाथ मुलांच्या शिक्षणासाठी बरेच उपक्रम राबवते. तिच्यात काम करणाऱ्या अधिकाऱ्यांना आजीच्या सेवाभावी कार्याची माहिती कोणीतरी कळवली. त्यांनी १९८२ मध्ये तिला त्यांचा 'ज्युलेस पेयॉ देव्हुये अकंप्ली' हा पुरस्कार बहाल केला. त्याचा स्वीकार करण्यासाठी त्यांनी आजीला पॅरिसला यायचं आमंत्रण दिलं. त्या वेळी तिनं जॉन रेब व व्हॉत्रीन मॅडम यांचं पुढं काय झालं, याचा शोध घेतला. आपल्या रोजनिशीत तिनं त्याचा सविस्तर उल्लेख केला आहे. त्याच वेळी तिला जॉन रेब यांची रोजनिशी मिळाली. तुम्ही त्यांच्याविषयी ऐकलंय का?''

''हो. मला थोडीफार माहिती आहे.''

''बरं, आजीने आपल्या रोजनिशीत काही गोष्टी लिहायच्या टाळल्या आहेत. स्वत:चे नाव, तिच्या संस्थेचं नाव वगैरे संदर्भ जाणूनबुजून टाळले आहेत. ती रोजनिशी जपानी हस्तकांच्या हाती पडली, तर अनर्थ ओढवेल, यासाठी तिनं ही खबरदारी पहिल्यापासून घेतली.''

''ते मी समजू शकतो; पण पुस्तक प्रकाशित झालं तर त्यांचा आणि तुमचा नामनिर्देश केला तर चालेल, असं मला वाटतं.''

''हो. तुमचं पुस्तक प्रकाशित होणार असेल, तर आजीच्या नावाचा उल्लेख करायला हरकत नाही; माझा नाही केला तरी चालेल.''

''यिदान, तो बहुमोल ठेवा तुम्ही माझ्या स्वाधीन करणार आहात, याबद्दल तुमचे आभार कसे मानायचे, हे मला कळत नाही. केवळ तुमच्या मदतीमुळे मला या विषयावर अधिकारवाणीने लिहिणं शक्य होईल.''

''आता तुम्हाला सांगायला हरकत नाही. तुम्ही समर्थपणे त्या विषयावर

लिहू शकाल, याची मला खात्री पटली आहे. आजीची इच्छा कशी पुरी होईल, याची मला चिंता होती. एका अर्थी तुम्ही मला चिंतामुक्त केलं आहे.'' असं म्हणून यिदान उठली आणि तिनं कपाटातून तो संग्रह बाहेर काढला. जियांग त्याच्याकडे कुतूहलतेनं पाहू लागला. एक दुर्मीळ आणि मौल्यवान ठेवा आपल्या हाती आला आहे, या जाणिवेनं तो खूपच भारावून गेला.

''तुम्ही किती दिवस नानकिंगमध्ये राहणार आहात?'' असं यिदाननं विचारल्यावर तो भानावर आला.

''तसं काही नक्की नाही. कदाचित दोन आठवडे राहावे लागेल असं वाटतं. जिथं हिंसाचार झाला, ती ठिकाणे पाहायची आहेत. शिवाय सुरक्षाक्षेत्र जिथं होतं ती जागा, जॉन रेब यांचं स्मारक यांनाही भेटी द्यायच्या आहेत.''

''पूर्वीचं जिनलिंग कॉलेज सुरक्षाक्षेत्रातच होतं, त्या इमारतीतच माझं ट्रेनिंग कॉलेज आहे. तुम्हाला मी तो परिसर दाखवू शकते.''

''अरे वा! फारच छान. रविवारी मोकळ्या आहात तुम्ही? शिवाय रोजनिशी वाचल्यानंतर मला तुमच्या आजीविषयी काही विचारावंसं वाटलं, तर तुम्ही माझ्यासाठी वेळ काढू शकाल?''

''अगदी आनंदानं. रोज दुपारी चारनंतर मी मोकळीच असते.''

''चला, मी निघतो आता. केव्हा एकदा तुमच्या आजींची रोजनिशी वाचेन असं मला झालंय. हे सारं वाचायला मला वेळ अपुरा पडेल. तुमचे अगदी शतशः आभार.''

हॉटेलवर गेल्यानंतर जियांगनं सर्वप्रथम वेन यूंची रोजनिशी वाचायला घेतली. त्यातली जपानी अत्याचाराची वर्णनं थक्क करून सोडणारी होती. आजपर्यंत त्याला नानकिंगअत्याचारांची त्रोटक माहिती होती. आता त्याला त्यातले बारीक-सारीक तपशील वाचायला मिळत होते. रविवारी सकाळी तो यिदानला भेटायला गेला.

''यिदान, खरंच मी जे काही वाचतोय त्यावर विश्वास बसत नाही. पण तुमच्या आजींनी खूप मोठा धोका पत्करून ते सारं लिहायचं धाडस केलं, याचं मला राहून राहून आश्चर्य वाटतं. बरं, मी त्यांची रोजनिशी मुद्दाम आज येताना घेऊन आलोय. ही त्यातील २९ डिसेंबरची नोंद पाहा.''

''काय म्हटलंय आजीनं त्यात?''

''तुम्ही वाचून पाहा, मगच कळेल.'' जियांग म्हणाला.

यिदान तो मजकूर वाचायला लागली.

२९ डिसेंबर

'दहा-बारा दिवसांपूर्वी यान झी नावाची एक तरुणी आणि जुआन नावाची एक बाई आपल्या दोन वर्षांच्या मुलासह कॉलेजमध्ये आश्रयसाठी आल्या. यान झी खूप भेदरून गेली होती. तिच्यावर एकाच वेळी सहा जपानी सैनिकांनी अमानुष बलात्कार केला. जुआन यान झीच्या शेजारी राहायची. तिच्या नवऱ्याला जपानी सैनिकांनी ठार मारलं. यान झीचे आईवडील, भाऊ यांनाही मारून टाकलंय. जुआनचा मुलगा लिन फारच गोड आहे. मला त्याचा खूप लळा लागला आहे. त्या दोघींना कोणीतरी नानकिंगमधून पळून जायचा सल्ला दिला. मॅडम त्यांची समजूत काढायचा प्रयत्न करत आहेत. त्या त्यांना म्हणाल्या, की तुम्ही पळून जाताना जपानी सैनिकांनी पाहिलं, तर तुम्हाला बलात्कारासाठी डांबून ठेवतील. पण तरी त्या हट्टाला पेटल्या आहेत. नानकिंगमधून बाहेरगावी जाणाऱ्या मालगाडीने पळून जाण्याचा त्यांचा विचार आहे. मालगाडीच्या डब्याखाली दोरखंडानं बांधून घेऊन पळून जाण्याचा त्यांचा बेत चाललाय. मी पण त्यांना खूप समजावलं. शेवटी त्यांच्या हट्टापुढं मी हात टेकले. मला त्यांच्या सुरक्षिततेची चिंता वाटली. काल रात्री त्या स्टेशनकडं जायला निघाल्या, तेव्हा मी कॉलेजमधल्या दोन नोकरांना सोबत घेऊन त्यांच्याबरोबर स्टेशनवर जायचं ठरवलं. मॅडमना न सांगता मी हे धाडस करतेय त्याचं एकमेव कारण म्हणजे त्या दोघींची — विशेषत: छोट्या लिनची— मला खूप काळजी वाटत होती. रात्रभर साऱ्या नानकिंगमध्ये जपानी सैनिकांच्या तुकड्या गस्त घालत होत्या. त्यांचा डोळा चुकवून आम्ही लपतछपत हांगचुंग गेटमधून बाहेर पडून यांगझीच्या काठावरच्या झाडाझुडपांतून लपत उत्तरेला इचांग गेटजवळील एका गल्लीतून स्टेशनजवळ पोचतो. वेळोवेळी छोट्या लिनचे तोंड दाबून आम्हाला लपावं लागत होतं. कॉलेज सोडल्यापासून तो माझ्याजवळच होता. आम्ही सोबत मजबूत दोरखंड आणले होते. आधी त्या दोघींना आम्ही मालगाडीच्या एका डब्याखाली घट्ट बांधलं. नंतर लिनला जुआनच्या पोटाशी बांधलं. प्रवासादरम्यान त्यांना खाण्यासाठी मी काही जेवण त्यांच्या सोबत दिलं खरं; पण ते त्या केव्हा आणि कसं खाऊ शकतील, याची खात्री नव्हती. रेल्वे कुठं जाणार आहे, याची कोणालाच माहिती नव्हती. ती जिकडं जाणार असेल, तिकडं ते सर्वजण सुखरूप पोचावेत, यासाठी मी देवाची प्रार्थना करत होते. जमिनीपासून त्यांच्यात फक्त सहा इंच मोकळी जागा राहिली होती. प्रवासादरम्यान हादऱ्यांनी दोरखंड सैल झाला किंवा सुटला तर काय प्रसंग ओढवेल, याच्या चिंतेने माझ्या अंगावर शहारे आले. त्यांचा निरोप घेताना मला अश्रू आवरत नव्हते. शेवटी पहाटे चारच्या सुमारास मी आणि ते दोन नोकर कॉलेजवर परतलो. मॅडमना माझे हे धाडस समजलं, तर त्या

माझी चांगलीच खरडपट्टी काढणार, यात शंका नाही.'

"हा मजकूर मी पूर्वी वाचला आहे. किती मोठा धोका पत्करून त्या दोघींनी पळून जायचा निर्णय घेतला, याचं आश्चर्य वाटतं."

"आश्चर्य वाटण्यासारखी आणखी एक गोष्ट आहे." जियांग म्हणाला.

"कोणती?" यिदाननं विचारलं.

"यिदान, ते दोन वर्षांचे मूल म्हणजे माझे वडील!"

"खरंच की काय? तुम्हाला खात्री आहे? आणि जर हे खरं असेल, तर हा किती मोठा योगायोग आहे!"

"ते खरं आहे. माझ्या वडिलांचं नाव लिन, त्यांच्या आईचं नाव जुआन, तिच्या मैत्रिणीचं नाव यान झी. त्या दोघी त्यांच्यासह मालगाडीच्या डब्याला बांधून घेऊन नानकिंगहून पळून गेल्या, त्या वेळी ते दोन वर्षांचे होते. माझ्या वडिलांनी मला हे सांगितलं. आणि तुमच्या आजींनी माझ्या आजीला आणि वडिलांना नानकिंगहून सुरक्षित जागी जाण्यासाठी मदत केली होती, हा खरंच मोठा योगायोग आहे!"

जियांगला जेव्हा पहिल्यांदा लिननी आपल्या कौटुंबिक पार्श्वभूमीविषयी जवळजवळ पाच-सहा वर्षांपूर्वी माहिती दिली, त्याची जियांगला आठवण झाली. रविवारचा दिवस होता. सकाळी लिन आणि जियांग आठवड्याचा बाजार करून आले होते. चुननं आज रोस्ट पोर्क चॉप्सचा बेत केला होता. जेवण झाल्यावर लिननी थोडी वामकुक्षी घेतली. संध्याकाळी पाच वाजता ते जियांगला म्हणाले, "जियांग, चल आपण जरा फिरून येऊ. आज जरा जास्तच पोर्क चॉप्स खाल्ले. खूप दिवस झाले आपण ग्विया टेकडीवर फिरायला गेलो नाही. चल, तिकडं एक चक्कर टाकून येऊ."

ते दोघे सेनाडो चौकातून बसनं फ्लोरा गार्डनसमोर उतरले. तिथंच ग्विया टेकडीचं प्रवेशद्वार होतं. ग्विया टेकडी म्हणजे मकावमधील सर्वांत उंच ठिकाण. तिच्या माथ्यावर १७ व्या शतकात बांधलेल्या मॉन्टे किल्ल्याचे अवशेष जतन केले आहेत. त्याच्यासमोर भल्यामोठ्या तोफा होत्या आणि मागे टेकडीच्या पूर्वेस असलेल्या मकाव बंदराकडे जा-ये करणाऱ्या बोटींना मार्गदर्शन करणारं दीपगृह होतं. माथ्यावर 'अवर लेडी ग्विया चॅपेल' हे प्रार्थनागृह होतं. या साऱ्याभोवताली सुंदर हिरवळ, फुलांचे वाफे आणि काही जुने वृक्ष असलेला सुरेख बगीचा होता. त्यातून टेकडीवर आणि तिच्या भोवती जाणारे छोटे रस्ते होते. रोज सकाळी तिथं जॉगिंग करणाऱ्यांची व फिरायला किंवा 'ताई-ची' हा चिनी व्यायाम करणाऱ्यांची गर्दी होत असे. टेकडीच्या माथ्यावर जाण्यासाठी केबल कारही होती. पण तिचा वापर केवळ

वयोवृद्ध, लहान मुलं किंवा हौशी प्रवासी करत. जियांग आणि लिन टेकडी चढू लागले. माथ्यावर पोचल्यावर एका बाकावर ते बसले. टेकडीच्या पूर्वेचा सुंदर परिसर दिसत होता. दक्षिण चीनच्या उपसागरात मिसळून गेलेली झुजियांग नदी, अलीकडची वेगवान फेरी-बोटींची मकाव बंदरात चाललेली ये-जा, त्यांच्या वावरामुळं समुद्रात उठणाऱ्या पांढऱ्याशुभ्र फेसाळ लाटा; सारंच लिन आणि जियांगला मोहवत होतं. दोघं नि:शब्द होऊन काही काळ तसेच बसून होते. नंतर लिननंीच मौन तोडलं अन् म्हणाले,

"जियांग, आज तुझ्याशी एका विषयावर मोकळेपणानं बोलण्यासाठी मुद्दाम तुला इकडं घेऊन आलोय. तू आता वीस वर्षांचा झाला आहेस. तुला आपल्या कुटुंबाविषयी काही महत्त्वाची माहिती असणं गरजेचं आहे, असं मला वाटतं."

"कोणत्या बाबतीत बाबा?" जियांगनं उत्सुकतेनं विचारलं. त्या वेळी जियांगनं कॉलेजच्या पहिल्या वर्षात प्रवेश घेतला होता.

"जियांग, तुला शाळेमध्ये 'चीनचा आधुनिक इतिहास' हा विषय होता. त्यामध्ये एका प्रकरणात चीन व जपान यांच्यातील युद्धाविषयी तू थोडंफार वाचलं असशील. त्यात खऱ्या इतिहासाचं विडंबन केलं आहे. सदतीस सालच्या डिसेंबरमध्ये जपानी सैन्यानं नानकिंगवर आक्रमण करून शहर आपल्या ताब्यात घेतलं. तसं करताना त्यांनी तिथल्या रहिवाशांवर अनन्वित अत्याचार केले..."

लिननी जियांगला त्या सुमारास नानकिंगमध्ये नेमकं काय घडलं, हे थोडक्यात सांगितलं

"नानकिंगच्या रहिवाशांना त्या वेळी जपानी अत्याचार सहन करण्याशिवाय अन्य मार्ग नव्हता. काही सुदैवी रहिवाशी पळून जाण्यात यशस्वी झाले. पण त्याला योग्य मार्गही नव्हते आणि तसं करणं धोक्याचंही होतं. कारण पळून जायचा प्रयत्न करणाऱ्याला जपानी सैनिक जागच्या जागी गोळ्या घालून मारत. जे नशीबवान, ते तिथून सहीसलामत सुटले आणि चीनच्या वेगवेगळ्या भागांत विखुरले गेले. काही हाँगकाँग आणि मकावलाही आले. माझी आई आणि तिची एक मैत्रीण मी दोन वर्षांचा असताना नानकिंगहून पळून जाण्यात यशस्वी झाल्या अन् मकावला आल्या. माझ्या आईनंच मला मी मोठा झाल्यावर नानकिंगविषयी सांगितलं. एका रात्री जपानी सैनिक आमच्या घरात घुसले. त्यांना माझे वडील चिनी सैनिक वाटले. त्या संशयावरून ते त्यांना घेऊन गेले. नंतर आईला समजलं, की जपानी सैनिकांनी त्यांचा शिरच्छेद केला. या घटनेनं आई खूप हादरून गेली. अशातच शेजारी राहणाऱ्या यान-झी या तिच्या अविवाहित मैत्रिणीवर सहा जपानी सैनिकांनी बलात्कार केला. प्रतिकार करणाऱ्या तिच्या आईवडिलांना नि भावाला त्यांनी ठार मारलं.

तिलाही ते ठार मारणार, इतक्यात त्यांच्यापैकी एक सैनिक म्हणाला, 'मला उद्या पुन्हा येथे येऊन हिचा उपभोग अजून एकदा घ्यायचा आहे, मगच हिला मारून टाकू.' हे ऐकल्यावर खूप भेदरलेली यान झी माझ्या आईकडं मदतीसाठी आली. त्या रात्री त्या दोघी लपतछपत जॉन रेब या जर्मन सद्गृहस्थाने तयार केलेल्या आंतरराष्ट्रीय सुरक्षाक्षेत्रातील जिनलिंग कॉलेजच्या आवारात आश्रयासाठी गेल्या. त्या दोघी खूप घाबरलेल्या होत्या. त्यांना आपल्या जिवाची शाश्वती वाटत नव्हती. शेवटी त्यांनी पळून जायचं ठरवलं. नानकिंगहून वुहानकडे जाणाऱ्या मालगाडीच्या डब्याखाली त्या दोघींनी कोणाच्यातरी मदतीने बांधून घेतले. मला आईच्या पोटाला बांधलं होतं म्हणे! आपला जीव धोक्यात घालून त्या सहीसलामत सुटल्या. वुहानहून यथावकाश त्या ग्वांगझौ मार्गे मकावला पोचल्या. आईला, यान झीला आणि मला मकावच्या तोई सान भागातील झोपडपट्टीवजा वस्तीत एका दयाळू वृद्धेनं आश्रय दिला. त्या वेळी एक पोर्तुगीज मिशनरी गरीब लोकांना धर्मांतर करून कॅथॉलिक ख्रिश्चन व्हायचे आवाहन करत होते. त्यासाठी त्यांनी गोरगरिबांचे पुनर्वसन करायचे, त्यांना रोजगार उपलब्ध करून द्यायचे आणि त्यांच्या मुलांना मोफत शिक्षण द्यायचे आश्वासन दिले. माझ्या आईप्रमाणे अन्य कित्येक लोकांनी धर्मांतर केले. माझं शिक्षण सुरू झालं. आईला पोर्तुगीज शाळेत सफाई करायचं काम मिळालं. नानकिंगहून मकावला आश्रयासाठी फक्त मोजकेच लोक आले...''

लिनने जियांगला त्या कुटुंबांविषयी थोडक्यात सांगितले. जियांगला लिन सांगत असलेली माहिती आणि त्याच्या कुटुंबाचा इतिहास ऐकून आश्चर्य वाटलं. संध्याकाळचे सात वाजत आले होते. हळूहळू अंधार पडत चालला होता. कॅसिनोंचे झगमगीत दिवे प्रज्वलित झाले होते.

''चल जियांग, निघू या आता. चुन आणि फेंग वाट पाहत असतील.'' ते दोघे टेकडीच्या माथ्यावरून खाली जाणाऱ्या रस्त्यानं चालू लागले. त्या परिसरातील गर्दी आता ओसरू लागली होती.

''जियांग, माझे डोळे मिटण्यापूर्वी एकदा नानकिंगला जायची इच्छा आहे. पण ते कसं शक्य आहे? इतक्या तुटपुंज्या उत्पन्नात आपण दिवस ढकलत आहोत! इथून हाँगकाँग, ग्वांगझौ मार्गे रेल्वेने शांघायला आणि मग गाडी बदलून नानकिंगला जाता येतं, असं मी ऐकलंय. पण चार दिवसांच्या जायच्या-यायच्या प्रवासाचा आणि नानकिंगमध्ये राहण्याचा खर्चही बराच आहे. आता मी तो विषय डोक्यातून काढून टाकला आहे. बरं, मी आज जे काही सांगितलं, ते विसरू नकोस. आपल्या मागच्या पिढीनं काय सोसलंय, याची आपल्याला सदैव जाणीव असली पाहिजे.''

"हो, बाबा. मी हे मुळीच विसरणार नाही. केवळ नशीब बलवत्तर म्हणून तुम्ही तेथून सुखरूप बाहेर पडलात. माझ्या आजीनं निर्दय शत्रूच्या तावडीतून मोठ्या युक्तीनं धाडस करून स्वत:चा नि तुमचा जीव वाचवला. तिनं काबाडकष्ट करून तुम्हाला वाढवलं. स्वत:च्या डोळ्यांनी पाहिलेल्या नानकिंगच्या अत्याचारांचा आघात तिनं सहन केला. तिचं आणि नानकिंगमधील अत्याचारांनी होरपळून गेलेल्यांचं मी कधीही विस्मरण होऊ देणार नाही!"

आपल्या कुटुंबाचा चित्तथरारक आणि खडतर इतिहास आठवून जियांग गहिवरून गेला. त्यानं यिदानला सारं सांगितलं. तिचा त्यावर विश्वासच बसेना.

"जियांग, त्या वेळी त्या दोघींनी किती मोठा धोका पत्करला होता, याची कल्पनाच करवत नाही. पण सर्वांत महत्त्वाचं म्हणजे त्या नानकिंगमधून सुखरूप बाहेर पडल्या. तुझी आजी आणि यान झी सध्या कोठे असतात?"

"आजी दहा वर्षांपूर्वी वारली. यान-झीची पुढे शोकांतिका झाली. तिच्यावर झालेल्या अत्याचारांच्या मानसिक धक्क्यातून ती कधीच सावरली नाही. तिनं मकावला पोचल्यानंतर काही दिवसांनी आत्महत्या केली!"

"अरेरे! जिच्यासाठी आजींनी नानकिंगमधून मोठ्या धाडसानं पलायन केलं, तीच त्यांना सोडून गेली!"

नऊच्या सुमारास ते दोघे जिनलिंग कॉलेज पहायला गेले. यिदान त्याला कॉलेजविषयी सांगू लागली.

"जिनलिंग कॉलेजची स्थापना १९१३ मध्ये ख्रिश्चन मिशनरी कार्यकर्त्यांनी महिलांच्या शिक्षणास उत्तेजन देण्यासाठी केली. चीनमधील हे महिलांचं पहिलं कॉलेज. स्थापना झाल्यानंतर वेळोवेळी या दीड चौरस मैलाच्या परिसरात वेगवेगळ्या इमारतींचं बांधकाम करण्यात आलं."

जियांगनं चिनी वास्तुशिल्पकलेतील त्या भव्य इमारतींकडं पाहत यिदानला विचारलं, "एकोणीसशे सदतीसमध्ये या साऱ्या इमारती होत्या?"

"हो. त्या वेळचा परिसर आणि आजचा परिसर यांत काडीचा ही बदल झालेला नाही. फक्त इथं वावरणाऱ्या विद्यार्थिनींचा पोषाख बदलला आहे."

भूतकाळात घेऊन जाणाऱ्या त्या रम्य वातावरणानं जियांग मोहित झाला होता. आपली आजी, आपले वडील या परिसरात वावरले आहेत, या जाणिवेनं तो भारावून गेला.

"चला, तुम्हाला आजीची खोली, व्हॉत्रीत मॅडमचं कार्यालय, त्यांचं निवासस्थान, ज्या वसतिगृहात निर्वासित महिलांना आणि त्यांच्या मुलांना आश्रय दिला होता, त्या

इमारती दाखवते.''

ते सारं पाहून झाल्यावर ते बाहेर पडले. कॉलेजसमोरच्या रस्त्यावर खूपच वर्दळ होती. छोटी उपाहारगृहं, पुस्तकांची दुकानं यांची रेलचेल होती. जुन्या वातावरणातून बाहेर पडल्यावर एकदम नव्या वातावरणाचा फरक प्रकर्षाने जाणवत होता. त्यानंतर जियांगनं न पाहिलेलं याहुताई क्रांती व हुतात्मा स्मारक, जॉन रेब यांचं निवासस्थान आणि त्यांचं स्मारक, जपानी सैन्याचं मुख्य कार्यालय असलेली जिंगसु इमारत व आंतरराष्ट्रीय सुरक्षाक्षेत्राचा इतर भाग यांना भेटी दिल्या. जियांग व यिदान तिच्या खोलीवर परतले. दुपारचा दीड वाजला होता. यिदानचा निरोप घेताना जियांग म्हणाला,

''तुमची मला खूप मदत होत आहे. मी अधूनमधून तुम्हाला त्रास दिला तर चालेल ना?''

''त्यात त्रास कसला? माझ्या आजीच्या अपुऱ्या राहिलेल्या उपक्रमाला तुम्ही तडीपार न्यायचा प्रयत्न करत आहात. त्याला माझा हातभार लागतोय, ही माझ्या दृष्टीनं समाधानाची गोष्ट आहे.''

''ठीक. मी एक-दोन दिवसांत पुन्हा येईन. आता मला रोजनिशीतील जॉन रेब यांच्याविषयीच्या नोंदी वाचायची उत्सुकता लागली आहे. आज त्यांच्या स्मारकातले त्यांचे फोटो पाहिल्यानंतर माझी उत्कंठा वाढली आहे.''

''त्यांचं व त्या वेळच्या त्यांच्या सहकाऱ्यांचं पुढं काय झालं, हे खरंच वाचण्यासारखं आहे. रोजनिशीतल्या १९८२ सालच्या सुमारातील नोंदीमध्ये तो खुलासा होईल. त्याबद्दल मी तुम्हाला काही सांगत नाही, पण तो अविश्वसनीय आहे, एवढं मात्र खरं! त्या सर्वांनी आपला जीव धोक्यात घालून नानकिंगच्या भयभीत रहिवाशांसाठी जो त्याग केला तो जगासमोर यावा, अशी आजीची इच्छा होती. ती तुम्ही नक्कीच पुरी करू शकाल!''

२२ जून, १९८२

'जॉन रेब यांचं पुढं काय झालं, याचा मला शोध घ्यायचा होता. त्यांनी १५ एप्रिल १९३८ या दिवशी नानकिंग सोडलं आणि शांघायमार्गे ते जर्मनीला गेले, हे मला ठाऊक होतं. त्या वेळी नानकिंग सुरक्षाक्षेत्राची फारशी गरज उरली नव्हती. जपानी प्रशासकांच्या देखरेखीखाली शहराचे नागरी व्यवहार सुरू झाले होते. सैन्याची संख्या कमी झाली होती. अधूनमधून अत्याचाराच्या बातम्या कानावर यायच्या; पण त्या तुरळक होत्या. जॉन रेब जर्मनीला गेल्यानंतर लगेचच दुसऱ्या महायुद्धाचा भडका उडाला. नंतर त्यांचं काय झालं, याचा चीनमधील राजकीय

उलथापालथीमुळे सुगावा लागणं कठीण होतं. साम्यवादी चळवळीने राष्ट्रीय सरकार पदच्युत करून आपला प्रभाव वाढवला. त्यामुळे जॉन रेब यांच्याविषयी माहिती काढण्यात अडचणी आल्या. त्यांचा जन्म १८८२ चा म्हणजे शंभर वर्षांपूर्वीचा. ते आज हयात असण्याची शक्यता नव्हती; पण त्यांचे कोण वारस आहेत, हे मला शोधण्याची उत्सुकता होती. मला युरोपला जायची संधी मिळाली, तेव्हा तिचा उपयोग करून घ्यायचा असं मी ठरवलं...''

वेन यू पॅरिसमधील पुरस्कारप्रदानाचा कार्यक्रम झाल्यावर हॅम्बर्गला गेल्या. जॉन रेब मूळचे हॅम्बर्गचे, हे त्यांच्या लक्षात होते. पॅरिस येथील 'काम्पासियाँ अँतरनॅसिओनेल' या संस्थेचे हॅम्बर्गमधील प्रतिनिधी मिस्टर स्टाईनबर्ग यांना त्यांनी भेटावं, असं संस्थेच्या सचिवांनी वेन यूंना सुचवलं होतं. त्या जेव्हा मिस्टर स्टाईनबर्गना भेटल्या, तेव्हा त्यांनी वे यूंना मार्था बेगेमन या वृद्ध इतिहासतज्ज्ञ बाईंची भेट घ्यायचा सल्ला दिला. वेन यू त्यांना भेटायला गेल्या. त्यांना आपल्या भेटीचं प्रयोजन सांगितल्यावर त्या म्हणाल्या,

''पास्टर म्युलर नावाच्या एका गृहस्थांनी चीनमध्ये एके काळी काम केलेल्या सर्व जर्मन नागरिकांची सूची तयार केली आहे. सुदैवाने ते हॅम्बर्गमध्येच राहतात. त्यांचा पत्ता आणि फोन नंबर मी तुम्हाला देते.'' पास्टर म्युलर यांच्या मदतीनं वेन यूंना जॉन रेब यांचे थोरले पुत्र डॉ. ऑटो रेब, त्यांची कन्या मागरिथ व डॉ. ऑटोंची सत्तावीस वर्षांची विवाहित मुलगी उर्सुला रेनहार्ड यांचे पत्ते मिळाले. उर्सुला बर्लिन इथं राहत होती. डॉ. ऑटो व मागरिथ श्वेरिनं इथं राहायचे. वेन यूंनी उर्सुलाची भेट घ्यायचं ठरवलं. तिची भेट झाल्यानंतर वेन यूंना जॉन रेब यांच्याविषयी सविस्तर माहिती मिळाली.

♦ ♦ ♦

१०. बर्लिन, मे १९३८

जॉन रेब जर्मनीला परतताना आपल्यासोबत नानकिंग अत्याचाराचे बरेच पुरावे घेऊन गेले होते. त्यात काही कागदपत्रं, त्यांची रोजनिशी व त्यांच्या सहकाऱ्यांनी अत्याचार होत असताना व ते झाल्यानंतरच्या दृश्यांचे अतिशय सावधपणे घेतलेले फोटो होते. त्यांनी नानकिंग सोडताना तेथील रहिवाशांना आश्वासन दिलं होतं, की मी जपानी अत्याचारांना प्रसिद्धी देऊन जपानवर दबाव आणायचा प्रयत्न करणार आहे. नानकिंगमधून ज्या जपानी सैनिकांना इतरत्र हलवलं, त्यांनी नव्या ठिकाणी नानकिंगची पुनरावृत्ती करायचा चंग बांधला होता. जॉन रेबनी आपल्या अनुभवांवर बर्लिनमध्ये जाहीर व्याख्यानं द्यायला सुरुवात केली. त्यांना बर्लिनमधील विविध क्षेत्रांतील मान्यवर व्यक्ती आणि सरकारी अधिकारी हजर राहायचे. रेबनी हिटलरशी संपर्क साधायचा प्रयत्न केला. त्यांना स्वत: आपले अनुभव हिटलरला सांगायचे होते. पण त्यात त्यांना यश आले नाही. शेवटी जून १९३८ मध्ये त्यांनी हिटलरला नानकिंग अत्याचाराचा सविस्तर लेखी अहवाल पाठवला. त्याला उत्तर तर आलंच नाही, पण जॉन रेब यांच्याच चौकशीचे आदेश निघाले. यथावकाश जर्मन पोलीस 'गेस्टापो' ने त्यांना अटक केली. त्यांच्या मते जर्मनीचे मित्रराष्ट्र जपानची बदनामी केल्याचा गुन्हा त्यांनी केला होता. ते जिथं काम करायचे, त्या सीमेन्स कंपनीचे मालक कार्ल फ्रेडरिक व्हॉन सीमेन यांना जेव्हा ती बातमी कळली, तेव्हा ते गेस्टापोच्या प्रमुखाला भेटले.

"जॉन माझा विश्वासू कर्मचारी आहे. त्यांची सध्या मला

खूप गरज आहे. तुम्ही त्याला सोडून द्यावे.''

गेस्टापोचे अधिकारी ते ऐकून बुचकळ्यात पडले. मिस्टर कार्ल सीमेन यांचं सरकारदरबारी खूप वजन होतं. त्यांची कंपनी सरकारला आवश्यक अशी बरीच सामग्री पुरवत होती. गेस्टापोचा प्रमुख त्यांना म्हणाला,

''आम्ही त्यांना सोडून द्यायला तयार आहोत; पण त्यासाठी आमची एक अट त्यांनी मान्य केली पाहिजे.''

''कोणती?''

''त्यांनी जपानची बदनामी करायचा ध्यास कायमचा डोक्यातून काढून टाकायला हवा!''

''ठीक आहे. मी त्याला तसं सांगतो. तो तुमची अट पाळेल, याची मी हमी देतो. तुम्ही त्याची मुक्तता करा.''

जॉन रेब यांची मुक्तता झाल्याझाल्या कंपनीनं त्यांची अफगाणिस्तानच्या शाखेत नेमणूक केली. त्या वेळी जर्मनी युद्धाच्या पावित्र्यात होते. त्या परिस्थितीमुळे जर्मनीचा बाह्य जगताशी असलेल्या संपर्कावर परिणाम झाला होता. त्यामुळे सीमेन्स कंपनीचे काही कर्मचारी अफगाणिस्तानमध्ये अडकून पडले होते. त्यांना तुर्कस्तानमार्गे जर्मनीला परत पाठवायची जबाबदारी कंपनीने रेब यांच्यावर सोपवली, त्याचबरोबर कंपनीचा हाही हेतू होता, की जॉन रेबना बर्लिनमधलं वातावरण निवळेपर्यंत दूर पाठवावं. अफगाणिस्तानमध्ये १९४२ च्या सुरुवातीपर्यंत काम केल्यावर ते जर्मनीला परतले. त्या वेळी दुसऱ्या महायुद्धाचा वणवा पेटला होता. तीन मुलांना घेऊन संसार कसा सांभाळायचा, याचं कोडं त्यांना व त्यांच्या पत्नीला पडलं होतं. अशातच बर्लिनवरच्या बाँबहल्ल्यात त्यांचं घर जमीनदोस्त झालं. सीमेन्स कंपनीची आर्थिक परिस्थिती ढासळली होती. कंपनी आता त्यांना पूर्णवेळ काम देऊ शकत नव्हती. ते कंपनीसाठी लहानसहान कामे करत, पण त्यासाठी मिळणाऱ्या मोबदल्यात ते कुटुंबाला सांभाळू शकत नव्हते. युद्ध संपल्यावर परिस्थिती सुधारेल, या आशेवर ते तग धरून होते, कसेबसे दिवस ढकलत होते.

७ मे १९४५ या दिवशी जर्मनीनं युद्धात हार पत्करली. बर्लिनची मित्रराष्ट्रांमध्ये विभागणी झाली. जॉन रेब ज्या भागात राहायचे, तो भाग रशियन फौजांच्या ताब्यात आला होता. रशियन अधिकाऱ्यांनी नाझी पक्षाच्या सदस्यांचा कसोशीनं शोध घ्यायचे काम सुरू केले होते. त्यांनी जॉन रेब यांना चौकशीसाठी अटक केली. जॉन रेब यांनी केव्हाच नाझी तत्त्वप्रणाली झुगारून दिली होती; पण पक्षाच्या कागदोपत्री त्यांच्या सदस्यत्वाचा उल्लेख होता. ज्यूंच्या हत्येत सहभागी असल्याच्या शंकेवरून रशियन सैनिकांनी सतत तीन दिवस अन् तीन रात्री जॉन रेब यांचा अनन्वित छळ

केला. त्यांच्याकडून काहीच माहिती मिळत नाही याची खात्री झाल्यावर त्यांना सोडून देण्यात आलं. मात्र ब्रिटिशांनी हरकत घेऊन त्यांना पुन्हा अटक केली, त्यांचा छळ केला व यथावकाश सुटका केली. एका छोट्या खोलीत उपासमार व थंडी यांना आपल्या कुटुंबासमवेत तोंड देता देता जॉन रेब यांच्या नाकी नऊ आले. त्यांनी चीनहून आठवणीदाखल आणलेल्या दुर्मिळ मौल्यवान वस्तू परदेशी सैनिकांना विकायला सुरुवात केली. त्यातून मिळणाऱ्या थोड्याफार पैशांत बटाटे, बीन्स, ब्रेड विकत घेऊन उदरनिर्वाह करण्यावाचून त्यांच्याजवळ अन्य मार्ग नव्हता. जवळच्या सर्व दुर्मीळ वस्तू संपल्यावर पुन्हा उपासमारीचं सत्र सुरू झालं. त्यांची प्रकृती तर ढासळलेलीच होती, त्यात दुःख व चिंता यांचीही भर पडली. त्यांचे एक मित्र ग्रेग श्नायडर यांना त्यांच्या हालअपेष्टा पाहवेनात. युद्ध संपून जवळजवळ अडीच वर्षं लोटली होती. श्नायडर यांना जॉन रेब यांच्या नानकिंगमधील कर्तबगारीची कल्पना होती. त्यांनी १९४७ च्या डिसेंबरमध्ये नानकिंगच्या महापौरांना एक पत्र पाठवलं.

> ''माननीय महापौर,
>
> नानकिंग येथे १९३७-३८ च्या सुमारास आपला जीव धोक्यात घालून तेथील जवळजवळ अडीच लाख भयभीत रहिवाशांना आसरा दिलेल्या जॉन रेब यांची व त्यांच्या कुटुंबीयांची परिस्थिती सध्या अतिशय हलाखीची आहे. उपासमार, रोगराई व थंडी यांना मोठ्या मुश्कीलीने तोंड देत ते कसेबसे दिवस काढत आहेत. जे शहर त्यांच्या उपकाराच्या ओझ्यातून कधीही उतराई होऊ शकणार नाही, त्या शहराचे आपण प्रथम नागरिक आहात म्हणून त्यांचा एक मित्र या नात्याने मी ही वस्तुस्थिती आपल्या निदर्शनास आणत आहे. प्राप्त परिस्थितीत त्यांच्या मदतीसाठी काय करावे हे आपल्यावर व नानकिंगच्या सुज्ञ नागरिकांवर मी सोडत आहे. जॉन रेब सध्या बर्लिनच्या दक्षिणेकडील उपनगर कॉनिग्जवुस्टरहॉसेनजवळील खेडे मित्तेनवाल्ड येथे राहात आहेत.
>
> आपला नम्र,
> ग्रेग श्नायडर''

ही बातमी नानकिंगमध्ये हा हा म्हणता पसरली व ती समजल्यावर नानकिंगचे रहिवासी हवालदिल झाले. महापौरांनी जॉन रेब मदत मोहीम हाती घेतली, नानकिंगच्या नागरिकांनी यथाशक्ति मदत करून एक निधी उभा केला. महापौर तो निधी घेऊन स्वतःच्या खर्चाने स्वित्झर्लंडला गेले. तिथं त्यांनी मोठ्या प्रमाणावर दुधाची पावडर, कॉफी, बीफ, लोणी, जॅम, गरम कपडे आणि इतर जीवनावश्यक वस्तू विकत

घेऊन एका व्हॅनमध्ये त्या भरून ते बर्लिनला गेले. जॉन रेब यांना शोधून ते सगळं सामान त्यांच्या स्वाधीन केलं. नानकिंगवासीयांच्या प्रेमानं जॉन रेब भारावून गेले. त्यांच्या डोळ्यांतून अश्रूंच्या धारा सुरू झाल्या. ते पाहून महापौर म्हणाले,

''नानकिंगच्या लाखोंचे अश्रू तुम्ही पुसले. आज ते सारे तुमचे अश्रू टिपायचा आटापिटा करत आहेत. केवळ एवढीच मदत नाही, तर तुमच्या कुटुंबाची कायमची देखभाल करायची त्यांची तयारी आहे. मी आपल्याला सहकुटुंब माझ्याबरोबर घेऊन यावं, अशी त्यांची कळकळीची विनंती आहे. जोपर्यंत तुमची तयारी होत नाही, तोपर्यंत मी इथं राहीन. दरम्यान तुमच्यासाठी या वस्तू आणल्या आहेत.''

हे ऐकल्यावर जॉन रेब विचारात पडले. सध्याच्या परिस्थितीत बदल होऊन ती सुधारेल, अशी अजूनही त्यांना आशा होती. ते म्हणाले, ''नानकिंगच्या रहिवाशांचा मी खूप ऋणी आहे. पण मी आता पुन्हा नानकिंगला येऊ शकत नाही. आज सगळेजण मला सांभाळू इच्छितात, ही खूपच समाधानाची गोष्ट आहे. पण माझी मुलं आता मोठी होत आहेत. त्यांच्या भवितव्यासाठी मला इथंच राहावं लागेल.''

महापौरांचा नाइलाज झाला. त्यांचा निरोप घेऊन ते नानकिंगला परतले. त्यानंतर प्रत्येक महिन्यास जीवनावश्यक वस्तूंचं एक भलं मोठं पार्सल नानकिंगहून त्यांच्याकडं येऊ लागलं. वर्ष-सव्वावर्ष गेलं असावं; पार्सल यायचं अचानक बंद झालं. एकोणीसशे एकोणचाळीसच्या मध्यावर साम्यवादी क्रांतिकारकांनी नानकिंगचा ताबा घेतला. तत्कालीन महापौरांना बडतर्फ करण्यात आलं व त्यांचा बाह्य जगताशी संपर्क तुटला. नानकिंगची जनता हतबल झाली. रेबकुटुंबीयांची पुन्हा उपासमार सुरू झाली.

५ जानेवारी १९५० या दिवशी वयाच्या सदुसष्टाव्या वर्षी जॉन रेब यांचं हृदयविकाराच्या झटक्यानं निधन झालं. त्यांच्या मृत्यूनंतर दहा वर्षांनी त्यांची मुलगी मार्गारेथ हिला आपल्या वडिलांच्या एका जुन्या ट्रंकमध्ये त्यांची रोजनिशी, काही कागदपत्रं आणि फोटो असलेली एक बॅग सापडली. ते तिला वाचायचं होतं. पण त्या वेळी ती गरोदर असल्यामुळे नानकिंगच्या अत्याचाराची वर्णनं वाचू नयेत, तसंच हृदयद्रावक फोटोही पाहू नयेत, असा सल्ला तिला तिच्या डॉक्टरांनी दिला. तिनं ते सगळं वडीलबंधू डॉ. ऑटो यांच्याकडं पाठवलं. त्यांना त्या विषयाला आता प्रसिद्धी मिळावी, असं वाटत नव्हतं. जॉन रेब यांनी गेस्टापो, रशियन आणि ब्रिटिश अधिकाऱ्यांचा जो कटू अनुभव घेतला होता, त्या पार्श्वभूमीवर आपल्या मुलांनी आपल्या पश्चात त्या विषयाला प्रसिद्धी देण्याच्या फंदात पडू नये, असा सल्ला त्यांना दिला होता. यथावकाश आपल्या भावंडांमार्फत तो सारा ठेवा उर्सुलाच्या हाती पडला. तिनं त्याचं वाचन केलं. ती त्याला प्रसिद्धी मिळावी, या मताची होती.

'जॉन रेब यांची रोजनिशी' या नावाचं एक पुस्तक प्रकाशित करण्यासाठी तिचा पत्रव्यवहार सुरू होता. त्याच वेळी वेन यूंची आणि तिची भेट झाली.

''उर्सुला, मी नानकिंगच्या अत्याचारांवर पुस्तक लिहू इच्छितो. मी पण माझी रोजनिशी लिहिली आहे.'' त्यांनी तिला आपली पार्श्वभूमी सांगितली.

''माझ्या आजोबांनी नानकिंगमध्ये जे महान कार्य केलं, त्याला प्रसिद्धी मिळायलाच हवी. त्यांच्या हयातीत त्यांची कदर केली गेली नाही. निदान त्यांच्या पश्चात तरी त्यांचा त्याग जगासमोर यायलाच हवा. मी तुम्हाला त्यांच्या रोजनिशीची, इतर कागदपत्रांच्या अन् फोटोंच्या प्रती काढून देते. तुमचं पुस्तक लिहिण्यासाठी त्याचा तुम्ही जरूर उपयोग करून घ्या. तुम्हीपण त्यांच्या महान कार्याला हातभार लावला होतात.''

दोन दिवसांनी यिदान व जियांगची पुन्हा भेट झाली.

''यिदान, जॉन रेब यांच्याविषयी वाचून खूप वाईट वाटलं. अत्यंत तळमळीनं, अहोरात्र जागून, जीव धोक्यात घालून अडीच लाख लोकांना ज्यांनी आश्रय दिला, त्यांना इतक्या हालअपेष्टा सहन कराव्या लागल्या, हा मोठा दैवदुर्विलास म्हणावा लागेल.''

''हो, पण त्यांच्या मृत्यूपूर्वी नानकिंगच्या जनतेनं अगदी अल्पकाळासाठी का होईना आपल्या प्रेमाचा ओलावा दाखवला, ही त्यातल्या त्यात समाधानाची गोष्ट. त्यांचं निधन केव्हा झालं, हे नानकिंगवासीयांना आजी युरोपला जाऊन आल्यानंतरच समजलं. त्यानंतर नानकिंगच्या महापौरांनी त्यांच्या वारसांशी संपर्क साधला.''

''आपण परवा त्यांच्या स्मारकाला भेट दिली, फोटो पाहिले; पण आता त्यांच्याविषयी वाचल्यानंतर पुन्हा नव्यानं तिथं भेट द्यावी आणि पुन्हा एकदा त्यांच्या कबरीचं दर्शन घ्यावं असं वाटतंय.''

नानकिंगअत्याचारांच्या साठाव्या स्मृतिदिनी, १९९७ मध्ये जॉन रेब यांची कबर त्यांच्या वारसांच्या संमतीनं बर्लिनहून नानकिंगला स्थलांतरित करण्यात आली. मोठ्या आदरपूर्वकतेने त्यांच्या निवासस्थानी उभ्या केलेल्या स्मारकात त्या कबरीची प्रतिष्ठापना करण्यात आली.

''ठीक आहे. आपण जाऊ तिकडं पुढच्या शनिवारी किंवा रविवारी. पण तुम्ही जॉन रेब यांच्या इतर सहकाऱ्यांविषयी वाचलंत?''

''हो. व्हॉत्रीन मॅडम व डॉ. विल्सन यांच्या बाबतीतही वाचलंय. एकंदरीत ज्यांनी नानकिंगच्या निराधार आणि भयभीत रहिवाशांना धीर दिला, त्यांनाच

नियतीनं निराधार केलं, उपेक्षिततेच्या खाईत लोटलं, याला काय म्हणावं?''

''एका अर्थी ते सारेच जपानी अत्याचारांचे बळी ठरले, असंच म्हणावं लागेल.''

मिनी व्हॉत्रीन यांच्यावर नानकिंगमधील हिंसाचार आणि निरपराध रहिवाशांच्या हालअपेष्टा यांचा खूप मोठा मानसिक आघात झाला. शारीरिक कष्ट तर झालेच होते; पण त्यात भरीस भर म्हणजे त्यांचं मानसिक संतुलनही ढासळलं. हिंसाचार संपत आला तरी, त्यांनी नानकिंगमध्येच राहायचं ठरवलं. कॉलेज सुरू झाल्यावर त्यांचा बराचसा वेळ आपल्या कामात जायचा. पण मधून मधून त्यांना खूपच औदासीन्य यायचं. काही भासही व्हायचे. मधूनच त्या आपल्या हाताखालील कर्मचाऱ्यांना सांगत, 'कॉलेजचं मुख्य गेट बंद ठेवा, जपानी सैनिक केव्हाही येतील. मुलींना ताबडतोब वसतिगृहाकडे पाठवा.' 'कॉलेजच्या आवारात जपानी सैनिक मुलींना पळवून नेण्यासाठी आले आहेत' किंवा 'निर्वासितांची जेवायची वेळ झाली आहे, जेवण तयार झाले का पाहा' हे ऐकल्यावर कर्मचारी हवालदिल होत. त्यांना मॅडमची दया येई. त्या मधूनमधून आपली रोजनिशी लिहीत. १४ एप्रिल १९४० या दिवशी त्यांनी आपल्या रोजनिशीत लिहिलं,''आता माझ्यातली शक्ती, उत्साह आणि त्राण संपलं आहे. मी माझं काम करू शकत नाही. काहीही करायला गेलं, तरी त्यात अनेक अडथळे येतात. जपानी अत्याचार थांबले आहेत; पण त्यांचे दुष्ट प्रशासक कॉलेज सुरळीत चालवण्यासाठी आवश्यक ते सहकार्य करत नाहीत. थोडी सुटी घेऊन मला अमेरिकेला जावंसं वाटतंय; पण माझ्या कॉलेजचा कारभार कोण सांभाळणार?''

पुढं दोन आठवड्यांनी त्यांचं मानसिक संतुलन पूर्णपणे ढासळलं. त्यांच्या सहकाऱ्यांनी त्यांना जबरदस्तीनं अमेरिकेला पाठवायचं ठरवलं. त्या एकट्या प्रवास करायच्या परिस्थितीत नव्हत्या, म्हणून त्यांची मैत्रीण मिसेस सेरा ऑस्टिन यांना सोबत पाठवलं. ५ मे १९४० या दिवशी शांघायवरून सुटलेल्या बोटीनं त्या दोघी प्रवासाला निघाल्या. प्रवासादरम्यान मॅडम कधी ठीक असायच्या, तर कधी उदास असायच्या. मिसेस ऑस्टिन त्यांच्याबरोबर सावलीसारख्या सदैव बरोबर असत. प्रवासादरम्यान कित्येक वेळा त्यांनी मॅडमना कठड्यावरून समुद्रात उडी घ्यायचा प्रयत्न करताना थोपवून धरलं. मोठ्या मुश्कीलीनं त्या दोघी मॅडमचं मूळ गाव आयोवा सिटी इथं सुखरूप पोचल्या. त्यांच्या काही दूरच्या नातेवाइकांच्या मदतीनं मिसेस ऑस्टिन यांनी मॅडमना आयोवा सिटीतल्या मनोरुग्णालयात दाखल केलं. त्यांच्यावर तज्ज्ञांचे औषधोपचार सुरू झाल्यावर मिसेस ऑस्टिन नानकिंगला परतल्या. औषधोपचारांनंतर मॅडममध्ये बरीच सुधारणा झाली. त्यांच्यावर उपचार करणाऱ्या

डॉक्टरांनी त्यांना कशाततरी मन गुंतवायला हवं, असा सल्ला दिला. त्यावर त्यांनी पुन्हा नानकिंगला जायचा हट्ट धरला. पण डॉक्टरांनी त्यांना पुन्हा त्या वातावरणात जाण्यापासून परावृत्त केलं. त्यांनी देखील तो विचार डोक्यातून काढून टाकला. त्यांना इंडियानापोलीस इथल्या ख्रिश्चन मिशनरी संस्थेत नोकरी मिळाली. त्यांनी काम करायला सुरुवात केली खरं; पण मधूनमधून त्या खूपच उदास व्हायच्या. भास होण्याचे थांबले होते; पण औदासीन्य कमी होत नव्हते. जेव्हा त्यांचे नातेवाईक किंवा परिचित त्यांना भेटायला येऊ इच्छीत आहोत असं कळवत, तेव्हा त्या काहीतरी सबबी काढून त्यांची भेट टाळत. आपले सहकारी, नातेवाईक यांच्यापासून त्या अलिप्त राहायच्या.

इंडियानापोलीसमधील केंटकी अ‍ॅव्हेन्यूवरच्या दहामजली इमारतीत आठव्या मजल्यावर मिशनरी संस्थेनं एक छोटा फ्लॅट मॅडमना राहण्यासाठी दिला होता. त्याच्या स्वयंपाकघराच्या काचेच्या दारातून 'व्हाइट' नदीचे विहंगम दृश्य दिसत असे. मॅडम संध्याकाळी तिथं खुर्ची टाकून तासन् तास ते पाहत बसत. त्या नदीकडे पाहिल्यावर त्यांना नानकिंगच्या यांगझीची आठवण येत असे.

१४ मे १९४१ या दिवशी संध्याकाळी त्या आपल्या घरी परतल्या. नेहमीच्या सवयीनुसार त्यांनी स्वयंपाकघराच्या दाराजवळ खुर्ची टाकली. दार बंद असलं, तरी त्याच्या काचेतून नदी दिसत होती. मॅडमनी स्वयंपाकघराची दारं-खिडक्या गच्च बंद केल्या. आपल्या खुर्चीवर बसण्यापूर्वी त्यांनी स्वयंपाकाच्या गॅसच्या शेगडीची दोन्ही बटणं पूर्णपणे उघडली, पण गॅस सुरू केला नाही. त्या शांतपणे खुर्चीत बसून राहिल्या. स्वयंपाक घरात पाहता पाहता गॅस साठला. पंधरा मिनिटांत त्या बेशुद्ध झाल्या. त्या वेळी त्यांच्या मनात नानकिंगचेच विचार घोळत होते. बेशुद्ध झाल्यानंतर अर्ध्या तासानं त्यांचा मृत्यू झाला. नानकिंगच्या अत्याचारानं एका निष्पाप कार्यकर्तीचा बळी घेतला!

डॉ. रॉबर्ट विल्सन यांना नानकिंगमध्ये अथक काम केल्याची खूप मोठी किंमत चुकवावी लागली. दिवसभर ते जखमींवर शस्त्रक्रिया आणि उपचार करण्यात मग्न असत, तर रात्री बलात्कार थोपवण्यासाठी गस्त घालत जेमतेम एक-दोन तास झोपत. असं सतत तीन-चार महिने चालू होतं. नानकिंगमधले काही परदेशी लोक निव्वळ विश्रांतीसाठी आठवड्यातून एक दिवस शांघायला जात. पण डॉ. विल्सन यांनी तसं कधीच केलं नाही. शेवटी त्यांच्या शरीरानं त्यांना साथ द्यायचं नाकारलं. जून १९४० मध्ये त्यांची प्रकृती खूपच खालावली. मानसिक संतुलन बिघडलं,

त्यांना फिट्स येऊ लागल्या. त्यांची पत्नी मार्जोरी आणि तीन वर्षांची कन्या एलिझाबेथ अमेरिकेत सांता बार्बरा इथं राहत. डॉक्टरांच्या सहकाऱ्यांनी त्यांना अमेरिकेला पाठवलं. तिथं त्यांच्यावर उपचार सुरू केले. त्यांना सक्तीनं एक वर्षाची विश्रांती घ्यायचा सल्ला डॉक्टरांनी दिला. त्या वेळी ते अवघे चौतीस वर्षांचे होते. ते आपल्या आजारातून कधीच पूर्णपणे बरे झाले नाहीत. सततच्या शस्त्रक्रियांमुळे त्यांना दृष्टिदोषही झाला होता. भयानक स्वप्नं पडणं, फिट्स येणं चालूच होतं. त्यांच्यावर उपचार करणाऱ्या डॉक्टरांचा सल्ला झुगारून ते १९४७ मध्ये टोकियोला गेले. जपानी युद्धगुन्हेगारांवर खटले चालवण्यासाठी स्थापन केलेल्या आंतरराष्ट्रीय न्यायाधिकरणासमोर साक्ष देण्यासाठी ते तिथं गेले होते. त्या न्यायधिकरणासमोर फक्त नऊ साक्षीदारांच्या साक्षी नोंदवण्यात आल्या होत्या. त्यांपैकी डॉ. विल्सन यांची साक्ष महत्त्वपूर्ण होती. जपानी युद्धगुन्हेगारांना शिक्षा ठोठावताना न्यायधिकरणाच्या न्यायाधीशांनी त्यांची साक्ष ग्राह्य मानली होती. डॉ. विल्सन वयाच्या त्रेपन्नाव्या वर्षी गेले. तोपर्यंत ते पूर्णपणे बरे झाले नव्हते.

मायनर सिर्ल बेटस् व लेविस स्मिथ या जॉन रेब यांच्या दोन दक्ष सहकाऱ्यांनी आपला जीव धोक्यात घालून सुरक्षाक्षेत्रात अहोरात्र काम केलं होतं. त्यांनी युद्धसमाप्तीनंतर नानकिंगमध्येच राहायचं ठरवलं होतं. पण १९५१ मध्ये चीनच्या नुकत्याच अस्तित्वात आलेल्या साम्यवादी सरकारनं त्यांना सळो की पळो करून सोडले. कोरियामधील युद्धात अमेरिकेनं साम्यवादी चीनच्या सरकारला प्रतिकार केला. यामुळं चीनचे सरकार अमेरिकेविरुद्ध पेटून उठले होते. त्यांनी चीनमधील अमेरिकन नागरिकांना लक्ष्य बनवलं आणि अमेरिकेविरुद्ध खोटानाटा प्रचार करायची मोहीम हाती घेतली. बेटस् व स्मिथ दोघंही अमेरिकन. त्या दोघांना सरकारनं नजरकैदेत ठेवलं. वर्तमानपत्रांतून अपप्रचार करणारे लेख छापून आणले. त्यांचा सूर असा होता, की 'जपाननं चीनवर हल्ला केला, तेव्हा काही दुष्ट अमेरिकन नागरिकांनी एक तथाकथित सुरक्षाक्षेत्र स्थापले. पण त्याचा हेतू नागरिकांना संरक्षण देण्याऐवजी निष्पाप चिनी तरुणींना डांबून ठेवून जपानी सैनिकांच्या विकृत लैंगिक गरजा भागवण्याचा होता. अमेरिकन व इतर पाश्चात्त्य नागरिकांनी निष्पाप चिनी बांधवांची दिशाभूल करून त्यांच्या कत्तलीस हातभार लावला व आपले हितसंबंध जपले. आता मोठ्या प्रमाणावर अमेरिकेनं जपानमध्ये आपले पाय रोवले आहेत, तिथल्या सरकारशी हितसंबंध प्रस्थापित केलेत. त्यावरून अमेरिकेचा आणि त्यांच्या नागरिकांचा चीनची, चिनी जनतेची फसवणूक करायचा हेतू स्पष्ट होतो. सध्या जपानला लष्करी साहाय्य करून जपानच्या साम्राज्यवादी महत्त्वाकांक्षांना अमेरिका प्रोत्साहन देत आहे, हे

उघड आहे. चिनी जनतेचं नवं सरकार अमेरिकेचं व त्यांच्या नागरिकांचं स्वप्न धुळीस मिळवण्यासाठी वचनबद्ध आहे.' या अपप्रचाराचाच भाग म्हणून बेटस् आणि स्मिथ यांचा सरकारी अधिकाऱ्यांनी छळ सुरू केला. शेवटी त्याला कंटाळून दोघांनी नानकिंग सोडून अमेरिकेला जायचा निर्णय घेतला.

नानकिंग, डिसेंबर १९९९

"यिदान, ज्या दयावंतांनी आपला जीव धोक्यात घालून मृत्यूच्या छायेखाली वावरणाऱ्या नानकिंगच्या लाखो निराश्रितांना अभय दिलं, ज्यांनी त्यांचे निर्दय शत्रूपासून प्राण वाचवले, त्यांना असह्य हालअपेष्टांना तोंड द्यावं लागावं आणि त्यातच त्यांचा अंत व्हावा, ही किती दुर्दैवी गोष्ट आहे. नियतीचा खेळ अनाकलनीय आहे!"

"खरं आहे, जियांग. या साऱ्या घटना आजही अंधारात आहेत, ही दुर्दैवाची गोष्ट. निदान त्या महान व्यक्तींच्या त्यागाची त्यांच्या पश्चात का होईना, दखल घेतली जावी, त्यांचे अभूतपूर्व कार्य जगासमोर यावं, अशी आजीची इच्छा होती."

"यिदान, मी आत्ताच तुला काही आश्वासन देत नाही; पण माझ्या परीनं मी तसं करायचा प्रयत्न करणार आहे, यात शंका नाही!"

संध्याकाळचे पाच वाजले होते. जियांग व यिदान खूप वेळ बोलत बसले होते. जियांग घड्याळाकडं पाहून उठता उठता म्हणाला,

"चल, निघतो मी आता."

"थांब ना, चहा ठेवते." यिदान उठत म्हणाली.

"चहा करायचा त्रास कशाला घेतेस?"

"अरे, मी माझ्यासाठी ठेवणारच होते. त्यात त्रास कसला?"

जियांग बसला. यिदाननं गॅसवर पाणी गरम करायची किटली ठेवली. जियांगला आतापर्यंत वेन यू यांच्याविषयी बरीच माहिती यिदानने पुरवली होती. पण त्याला त्यांच्या पतींविषयी काहीच ठाऊक नव्हतं. त्यानं त्या बाबतीत यिदानला विचारायचं ठरवलं.

"यिदान, तुझे आजोबा कोण होते?"

"आजोबांचं नाव शुन वै. ते जॉन रेब यांचे सहायक होते. त्यांनी जॉन रेब यांच्या खांद्याला खांदा लावून सुरक्षाक्षेत्रात काम केलं. त्यांच्या आणि आजीच्या वेळोवेळी भेटी होत. त्यांचा चांगला परिचय होता. युद्ध संपल्यानंतर १९४५ मध्ये ते विवाहबद्ध झाले. नंतर आजोबांना इथल्या सरकारी शाळेत शिक्षकाची नोकरी

मिळाली. आजीनं मात्र सेवाभावी कार्याला वाहून घ्यायचं ठरवलं. त्याची तिला मनापासून आवड होती. अनाथ मुलांचा प्रश्न तिला भेडसावत होता. तिनं १९४७ साली त्यांच्या शिक्षणासाठी रु-मिंग ही संस्था स्थापन केली.''

''आजोबा कधी वारले?''

''त्यांचं १९८८ मध्ये निधन झालं. माझे वडील हे त्यांचं एकुलतं एक अपत्य. वडील १९७३ साली सरकारी सेवेत गेले. त्यांना न्यायदानात खूप रस होता. लहान असताना त्यांची जिथं बदली होईल, तिथं मी शाळेत जाई; पण शालान्त परीक्षा उत्तीर्ण झाल्यावर माझ्या उच्च शिक्षणासाठी मी नानकिंगमध्येच राहावं असं ठरलं. हे घर होतंच. त्याचा खालचा भाग वडील नेहमी भाड्याने द्यायचे. ही खोली कायम आमच्याकडेच होती. खाली जे कुटुंब राहतं, ते गेली पंधरा वर्षे आमचे भाडेकरू आहेत. त्यांचा नि आमचा चांगलाच घरोबा आहे. मी रोज संध्याकाळी त्यांच्याकडेच जेवते.''

यिदाननं दोन ग्लासमध्ये चहा ओतला. दोघंजण चहा घेत थोडावेळ गप्पा मारत बसले. सव्वासहाच्या सुमारास जियांग जायला उठला.

''पुढच्या सोमवार-मंगळवारपर्यंत माझं इथलं काम संपेल, असं वाटतंय. येत्या रविवारी येथील काही प्रेक्षणीय स्थळे पाहायला जायचा विचार आहे. तू येऊ शकशील माझ्याबरोबर?''

''हो, मी मोकळीच आहे. रविवारी तुला दाखवीन मी ती ठिकाणं.''

''फारच छान! आपण दुपारी जेवायला जाऊ कुठेतरी. चल निघतो मी.''

जियांग आणि यिदान आता एकमेकांना अरे-तुरे करत होते. एव्हाना त्यांचा परिचय दृढ झाला होता.

रविवारी सकाळी आठ वाजता जियांग यिदानच्या घरी पोचला. ती तयार होतीच.

''तू नानकिंगची वस्तुसंग्रहालये, स्मारकं तर पाहिली आहेसच. आता फक्त दोन प्रेक्षणीय स्थळे तुझी पाहायची राहिली आहेत. डॉ. सुन यात्सेन यांची समाधी आणि पूर्वीचं राष्ट्रपतिभवन.''

''हो, आधी कुठं जायचं?''

''डॉ. सुन यात्सेन समाधीकडं. तू त्यांच्या समाधीविषयी ऐकलं आहेस?''

''फारसं नाही. पण मी डॉ. सुन यांच्याबद्दल बरेच वाचलं आहे.''

डॉ. सुन यात्सेन हे आधुनिक चीनचे शिल्पकार आणि संस्थापक. त्यांनी चीनमधील बेलगाम राजेशाहीविरुद्ध १८९५ पासून लढा पुकारला. राजेशाहीचा १९११ मध्ये पाडाव झाल्यानंतर १९१२ मध्ये चिनी गणराज्याची स्थापना करण्यात

आली आणि त्याचे ते पहिले राष्ट्रपती झाले. 'कुओमिनतांग' या चिनी राष्ट्रवादी पक्षाची त्यांनी स्थापना केली. त्यांचं १९२५ मध्ये निधन झालं. त्यांचे राजकीय वारस चियांग काय शेक हे नवे राष्ट्रपती झाले. त्यानंतर लगेच १९२७ पासून चीनच्या काही भागांत साम्यवादी क्रांतिकारकांनी राष्ट्रवादी सरकारविरोधात लढा पुकारला. तो हळूहळू चीनच्या इतर भागांत पसरला आणि अधिक प्रभावशाली झाला. दुसऱ्या महायुद्धादरम्यान बाह्य शत्रूशी मुकाबला करता करता सरकारला अंतर्गत कलहालाही तोंड द्यावं लागत होतं. सरकार जपानच्या माऱ्यानं कमकुवत झालं होतं. त्यामुळे साम्यवाद्यांचा बंदोबस्त करणं कठीण जात होतं. महायुद्ध संपल्यावर जपानचा धोका टळला; पण दरम्यान साम्यवादी क्रांतीचा प्रभाव वाढला होता. यथावकाश कुओमिनतांगच्या राष्ट्रवादी सरकारची १९४९ मध्ये पिछेहाट झाली आणि त्यांचा प्रभाव फक्त चीनच्या फोर्मोसा या बेटापुरता राहिला. आज त्याला 'तैवान' असं संबोधलं जातं. आजही चिनी राष्ट्रवादी गणराज्य अस्तित्वात आहे, असं तिथलं सरकार दावा करतं; पण त्यास जगन्मान्यता मिळालेली नाही. चीनच्या नव्या सरकारनं ती मिळू नये यासाठी राजनैतिकता पणाला लावली. चीनमध्ये डॉ. सुन यांच्या 'कुओमिनतांग' चा पाडाव करून साम्यवादी सरकार सत्तेवर आलं, तरी त्याच्या नेत्यांनी आधुनिक चीनचे जनक या नात्याने डॉ. सुन यात्सेन यांचा आदर राखला.

यिदानने टॅक्सी ड्रायव्हरला कुठं जायचं, ते सांगितलं. "ते स्मारक 'झिजीन' म्हणजे जांभळ्या पर्वताच्या पायथ्याशी आहे." यिदाननं जियांगला सांगितलं. ती पुढं म्हणाली, "नानकिंग ही डॉ. सुन यांची कर्मभूमी. म्हणून १९२९ मध्ये जेव्हा स्मारकाचं बांधकाम पूर्ण झालं, तेव्हा त्यांची शवपेटिका बीजिंगहून नानकिंगला स्थलांतरित केली गेली आणि त्या स्मारकामध्ये तिची प्रतिष्ठापना करण्यात आली."

"तो सारा परिसर खूप नयनमनोहर आहे, असं मी ऐकलंय."

"तू आता पाहशीलच."

स्मारकाची मुख्य इमारत डोंगरावर होती. तिथं पोहोचायला पन्नास मीटर रुंदीच्या ३९२ संगमरवरी पायऱ्या चढून जावं लागायचं. स्मारकाचा तीनशे एकरांचा परिसर डोंगराच्या उतरंडीवर होता. त्यात कित्येक बगिचे, फुलांचे ताटवे, कृत्रिम डबकी होती, झरे होते. डबक्यांमध्ये कमळं अन् बदकांची रेलचेल होती. सारा परिसर रंगीबेरंगी कपड्यांतील माणसांनी फुलून गेला होता. त्यांत कित्येक परदेशी प्रवासी होते. स्मारकाच्या प्रवेशद्वारापासून स्मारकाचे निळं छत आणि पांढऱ्याशुभ्र भिंती असलेली इमारत फिकट पोपटी झाडीच्या पार्श्वभूमीवर उठून दिसत होती.

तिथून पायऱ्या निमुळत्या होत गेल्याचा भास होत होता.

जियांग व यिदान पायऱ्या चढून वर पोचले.

"इथून नानकिंग किती सुंदर दिसतंय!" यिदान म्हणाली.

"हो ना! त्यात यांगझीचं प्रशस्त पात्र भर घालतंय. पण यिदान, या पर्वताच्या पायथ्याशी खूप लोकांची कत्तल केली गेली ना?"

"हो. तो पाहा चुंगशान मार्गाजवळील नानकिंगच्या सुरक्षाभिंतीचा भाग. तिथंच ती कत्तल झाली."

"हे भव्य, सुरेख स्मारक, या शहरावर असलेला निसर्गाचा वरदहस्त, अन्य सांस्कृतिक ठेवा यांचा आणि याच शहरानं सहन केलेला हिंसाचार-अत्याचार यांचा मला मेळ घालता येत नाही. त्या सुंदर यांगझीकडं पाहिल्यावर तिनं सामावून घेतलेले लाखो मृतदेह आणि येथील रस्त्यांकडे पाहिल्यावर रक्ताचे सडे आठवतात. सुरक्षाक्षेत्रातील इमारती पाहिल्या, की त्यांत आसरा घेतलेल्यांचे भेदरलेले चेहरे डोळ्यांसमोर येतात."

त्यावर यिदानला काय बोलावं, ते सुचेना. जियांग नानकिंगमधल्या अत्याचारांच्या कथांनी पुरता झपाटला होता. स्मारकाच्या परिसरात फिरून झाल्यावर ते राष्ट्रपति भवनाकडे जायला निघाले. ते शहराच्या मध्यभागी चांगजियांग रस्त्यावर होते. त्याचा परिसरही खूप मोठा होता.

"मिंग साम्राज्याच्या वेळी राजमहाल बांधण्यात आला. नंतर १८५३ मध्ये त्याचा विस्तार करण्यात आला. राजेशाही संपुष्टात आल्यानंतर नवं सरकार हा राजमहाल लगेचच आपल्या ताब्यात घेऊ शकलं नाही. पण १९२७ नंतर मात्र याचं रूपांतर राष्ट्रपतिभवनात केलं गेलं."

"प्राचीन वास्तुशिल्पकलेचा हा उत्कृष्ट नमुना आहे. या छतांवरचं नक्षीकाम, याचा आराखडा, त्याच्या सभोवतीचे वाहत्या पाण्याचे कृत्रिम झरे, त्यातलं कारंजं आणि सभोवतीचा बगिचा इतक्या साऱ्या गोष्टी इमारतीच्या सौंदर्यात भर घालतात. पण जपानी प्रशासनाच्या वेळी इथं काय होतं?"

"मला वाटतं, त्यांचं प्रशासकीय कार्यालय होतं."

"पण एक गोष्ट महत्त्वाची, की त्यांनी ही इमारत सांभाळून ठेवली. नाहीतर प्राचीन संस्कृतीचा द्योतक असलेला हा राजमहाल आज आपल्याला पाहायला मिळाला नसता!"

राष्ट्रपतिभवनातून एक तासानं ते बाहेर पडले, त्यावेळी साडेबारा वाजले होते.

"यिदान, मला आता कडकडून भूक लागली आहे. जवळपास नानकिंगचं खास जेवण मिळेल, असं एखादं उपाहारगृह आहे का?"

"हो, आहे की! तुला आज मुद्दामच लंचच्या वेळेत इथं आणलंय. म्हणूनच मी तुला आधी डॉ. सुन यांच्या स्मारकाकडे घेऊन गेले. चल, हा रस्ता ओलांडून गेलं की, 'झोंगुआ' हे उपाहारगृह आहे.''

ते दोघं त्या उपाहारगृहात पोचले.

"माझे आई-वडील आणि धाकटा भाऊ नानकिंगला आले, की आम्ही कधी कधी इकडं जेवायला येतो.''

"इथं कोणते चांगले पदार्थ मिळतात, हे तुला माहीत असेलच. तूच सांग काय मागवायचं ते.''

"इथला 'यांगचौ' फ्राइड राइस आणि पोर्क घातलेल्या मिश्र भाज्या प्रसिद्ध आहेत. ते मागवू?''

"हो, चालेल.''

यिदाननं वेटरला जेवणाची ऑर्डर दिली. त्यानं चिनी पद्धतीचा शेवंतीची फुलं घातलेला काळा चहा असलेला छोटा जग त्यांच्या टेबलावर ठेवला. चहा घेता-घेता त्यांच्या गप्पा पुढं सुरू झाल्या.

"तुला नेहमी काकूंच्या हातचं जेवण खाऊन कंटाळा आला, तर रुचिपालट म्हणून तू कधी बाहेर जेवायला जातेस की नाही?''

"अगदी क्वचित. काही मैत्रिणींबरोबर कधीतरी जाते. सकाळी कॉलेजच्या कँटिनमध्ये हलकंसं लंच घेते. काकूंचं जेवण तसं साधंच असतं. काकूंवरून आठवलं...'' असं म्हणून यिदान गालातल्या गालात हसली.

"काय आठवलं?'' जियांगने विचारले.

"काही नाही, जाऊ दे!'' यिदान लाजत म्हणाली.

"तू आता माझी उत्सुकता वाढवली आहेस!'' त्यावर थोडा विचार करून यिदान म्हणाली, "परवा काकू विचारत होत्या, की टॅक्सीतून तुला भेटायला कोण तरुण वारंवार येत असतो?''

"असं? तू काय सांगितलंस त्यांना?'' जियांगनं मिस्कीलपणे विचारलं.

"अरे, मी त्यांना म्हणाले, की तू आमच्या दूरच्या नात्यातील चुलतभाऊ आहेस. तू हाँगकाँगला स्थायिक झाला असून काही कामानिमित्त सध्या नानकिंगला आला आहेस. काहीतरी थाप ठोकणं भागच होतं.''

"ते बरं केलंस.''

"पण त्यांनी माझ्या वडिलांना काही सांगण्यापूर्वीच मी त्यांना तुझ्याबद्दल सांगणार आहे. पुढच्या महिन्यात एक आठवड्यासाठी ते इकडे येणार आहेत. त्याच वेळी त्यांना सांगेन.''

"तुझा अभ्यासक्रम पुरा झाल्यावर काय करायचा विचार आहे?"

"आमच्या घराण्याचा शिक्षणक्षेत्राशी खूप जवळचा संबंध आहे, हे तुला ठाऊक आहेच. मीदेखील त्याच क्षेत्रात काम करायचं ठरवलंय."

"छान! मलापण एखाद्या चांगल्या विद्यापीठात प्राध्यापक म्हणून माझ्या आवडीचा विषय शिकवावा, असं वाटतंय. पण सध्या माझ्या डोळ्यांसमोर फक्त 'नानकिंगवरचं पुस्तक' हे एकमेव ध्येय आहे."

वेटरनं जेवण टेबलावर आणून ठेवलं. त्यांनी आपापल्या प्लेटमध्ये वाढून घेतलं. जियांगला त्या दोन्ही पदार्थांची चव आवडली.

यिदानला त्याने घरासमोर सोडले. तिचा निरोप घेण्यापूर्वी तो म्हणाला

"बुधवारच्या फ्लाइटनं मी जाणार आहे. त्यापूर्वी तुझा निरोप घ्यायला मंगळवारी संध्याकाळी येईन. तू असशील घरी?"

"हो. नक्की असेन. साडेचार वाजता ये."

ठरल्याप्रमाणे जियांग मंगळवारी दुपारी साडेचार वाजता यिदानच्या खोलीवर आला.

"यिदान, तू दिलेली सारे कागदपत्रं, दोन रोजनिश्या पूर्णपणे वाचून झाल्या नाहीत. अर्थात त्यांचे वाचन व अवलोकन करायला मला बराच वेळ लागेल. पण नंतर मला तुझ्या आजींच्या बाबतीत काही अधिक माहिती हवी असेल, तर मी तुझ्याशी कसा संपर्क साधू?"

"मी तुला माझा पत्ता लिहून देते. शिवाय खाली काकूंकडे फोन आहे तू मला केव्हाही फोन करू शकतोस."

"तू ई-मेल वापरत नाहीस का?"

"अरे, चीनमध्ये इंटरनेटवापरावर अनेक बंधनं आहेत. तुला इथल्या सरकारी धोरणांविषयी मी काय सांगू?"

"ठीक आहे. मी गरज पडल्यास तुला फोन करीन किंवा पत्र पाठवीन."

"केवळ गरज पडल्यासच नाही. तुझं काम कसं काय चाललंय, हे अधूनमधून मला कळव, माझ्या संपर्कात राहा."

"यिदान, तुझ्या सहकार्याशिवाय माझं उद्दिष्ट पूर्ण होणार नाही. तू दिलेला ऐवज पुस्तक लिहिण्यासाठी पुरेसा आहे. आता मला ध्यास लागला आहे तो या साऱ्या माहितीचं विश्लेषण करून ती पुस्तकरूपाने सादर करायचा. पण तू एक खबरदारी घे. कोणाजवळही आपल्या या योजनेविषयी बोलू नकोस. जे लोक नानकिंगप्रकरण दडपून ठेवण्यासाठी कोणत्याही थराला जाऊ शकतात, त्यांचे हात खूप दूरवर पसरलेत. त्यांना जराजरी सुगावा लागला, तर माझा जीव धोक्यात

येईल.''

ते ऐकल्यावर जियांगच्या सुरक्षिततेच्या चिंतेनं यिदानच्या डोळ्यांत टचकन पाणी आलं. ते पाहून जियांग काहीसा कावराबावरा झाला अन् म्हणाला, ''तू काळजी करू नकोस. मी खूप खबरदारी घेतोय. शिवाय एसीएचाही मला भरभक्कम पाठिंबा आहे.''

यिदाननं उठून गॅस सुरू केला. त्यावर एक कुकर होता. जियांगनं विचारलं,

''तू काय करतेस?''

''अरे, कॉलेजजवळ एका उपाहारगृहात खूप छान 'डिम-सम' मिळतात. येताना थोडे घेऊन आले, त्यांना जरा वाफवून गरम करते.''

त्या दोघांनी पोर्कचा खिमा घातलेले उकडीच्या मोदकासारखे डिम-सम खायला घेतले.

''छान आहेत डिम-सम!''

''पुढच्या वेळेला येशील ना तेव्हा त्या उपाहारगृहात तुला घेऊन जाईन. तिथं ताजे-ताजे 'डिम-सम' खायला तुला आवडेल!'' यिदान सहज म्हणाली.

''पुढची वेळ? यिदान, मी पुढचं काहीच सांगू शकत नाही. कदाचित ही माझी नानकिंगची पहिली भेट शेवटचीही ठरू शकते!''

ते ऐकल्यावर यिदान काहीवेळ अबोल झाली. थोडा वेळ ते बोलत बसले. सहाच्या सुमारास जियांग तिचा निरोप घेऊन निघाला. तो गेल्यानंतर बराच काळ ती खिन्न बसून राहिली.

बुधवारी सकाळी साडेनऊ वाजता जियांगच्या विमानानं हवेत झेप घेतली. त्यानं नानकिंग शहराला एक वळसा घातला. खिडकीजवळ बसलेल्या जियागंनं खाली नजर टाकली. त्याला त्या सुरेख शहरातली फक्त हिंसाचार झालेली ठिकाणंच दिसत होती. झिजीन पर्वताच्या कुशीतलं डॉ. सुन यात्सेन यांचं आकर्षक स्मारक विमानातूनही सुंदर दिसत होतं; पण जियांगचं त्याकडं लक्षही गेलं नाही.

♦ ♦ ♦

११. उपसंहार

'अपरंपार क्लेश, यातना, शोकांतिका आणि निर्दयता
यांच्या कथांपासून पलायन करणे योग्य नाही. कारण त्या
आपल्याला खूप काही शिकवून जातात.'

- लॉनी बंच

प्रति,
डॉ. उमेश कदम
विभागीय कायदा सल्लागार
आंतरराष्ट्रीय रेड क्रॉस (विभागीय कार्यालय)
कुआलालंपूर, मलेशिया

प्रा कदम,
सप्रेम नमस्कार.

माझी व आपली प्रत्यक्ष ओळख नाही, परंतु
बीजिंग येथील माझे स्नेही प्रा. झु वेंची, ज्यांना
आपण चांगले ओळखता, त्यांच्या सल्ल्यावरून
मी हे पत्र आपणास लिहीत आहे. प्रा. झु वेंची
यांनी माझ्या निदर्शनाला आणून दिले, की आपण
आंतरराष्ट्रीय मानवतावादी कायद्याच्या प्रसारासाठी
दक्षिणपूर्व व पूर्व आशियायी राष्ट्रांमध्ये चर्चासत्रे,
कार्यशाळा व व्याख्याने असे कार्यक्रम आयोजित
करत असता.

मी नानकिंग विद्यापीठाच्या कायदाविभागाचा प्रमुख म्हणून गेली चार वर्षे काम करत आहे. आमच्या विभागाच्या स्थापनेस या वर्षी पन्नास वर्षे पूर्ण होत आहेत. सध्या सुवर्णमहोत्सवाची तयारी सुरू आहे. यानिमित्त आम्ही विविध कार्यक्रमांचे आयोजन करणार आहोत. त्याचाच एक भाग म्हणून 'आंतरराष्ट्रीय मानवतावादी कायदा : नव्या दिशा आणि नवी आव्हाने' या विषयावर चार व्याख्यानांची एक मालिका गुंफण्यासाठी आम्ही आपल्याला आमंत्रित करू इच्छितो. हा कार्यक्रम १२ ते १६ ऑक्टोबर २००५ दरम्यान नानकिंगमधील एखाद्या प्रशस्त सभागृहात आयोजित केला जाईल. या कार्यक्रमास विद्यापीठातील प्राध्यापक, अधिकारी, संशोधक यांच्याव्यतिरिक्त नानकिंगमधील विविध क्षेत्रांतील मान्यवरांना निमंत्रण देण्यात येईल. नानकिंगने एके काळी मानवतावादी कायद्यांच्या मूलतत्त्वांचे अकल्पित उल्लंघन अनुभवले आहे. आजही येथील रहिवाशांना युद्धविषयक मानवतावादी कायद्याबद्दल उत्सुकता आहे. आपण त्याच क्षेत्रात गेली कित्येक वर्षे काम करत आहात. तरी आपण आमच्या विनंतीस मान देऊन, आमचे आमंत्रण स्वीकारावे अशी इच्छा व्यक्त करून, हे पत्र संपवतो. सुवर्णमहोत्सव समिती आपल्या प्रवासाचा व नानकिंगमधील वास्तव्याचा खर्च करू इच्छिते.

आपल्या होकारार्थी उत्तराची वाट पहात आहे.

आपला नम्र
प्रा. दा चाओ
कायदा विभाग प्रमुख, नानकिंग विद्यापीठ

११ ऑक्टोबरला संध्याकाळी ५ वाजता नानकिंग विमानतळावर विद्यापीठातील तीन विद्यार्थी माझ्या स्वागतासाठी हजर होते. त्यांना बऱ्यापैकी इंग्रजी येत होतं. त्यांनी विद्यापीठाची छोटी व्हॅन आणली होती, तिच्यातून ते मला विद्यापीठाच्या नव्या प्रांगणाजवळच्या शियानलीन हॉटेलवर घेऊन गेले.

"आता आपण आराम करावा. उद्या सकाळी ९ वाजता आम्ही तुम्हाला प्रा. दा. चाओंकडे घेऊन जायला येऊ. गुड नाइट!"

ते विद्यार्थी निघून गेले. मी माझ्या पाचव्या मजल्यावरील खिडकीचा पडदा

सरकवला आणि बाहेर पाहिले तेव्हा विद्यापीठाच्या नवीन इमारतींनी लक्ष वेधून घेतलं. प्रशस्त आवारामध्ये जागोजागी भव्य इमारती बांधल्या होत्या. उत्कृष्ट नियोजन करून रुंद रस्ते, हिरवळ आणि बगिचे तयार केले होते. त्या सर्व परिसराला त्यामधून वाहणाऱ्या नदीसदृश ओढ्यामुळं आगळंच सौंदर्य लाभलं होतं. सायकलवरून किंवा चालत फिरणाऱ्या विद्यार्थ्यांनी तो परिसर फुलून गेला होता.

माझ्या बॅगेतून मी जियांग चेंगलिखित 'नानकिंगची निर्दयता' हे पुस्तक बाहेर काढलं. ते मी केव्हाच वाचून संपवलं होतं; पण नानकिंगला जायचं म्हटल्यावर ते मी मुद्दाम सोबत ठेवलं होतं. मी ते पुस्तक पुन्हा चाळायला सुरुवात केली. मन हेलावून टाकणारे फोटो पाहिले. त्यात उल्लेख केलेली ठिकाणे पाहायची मला खूप उत्सुकता होती. अतिशय ओघवत्या आणि सोप्या भाषेत लिहिलेल्या त्या पुस्तकानं तीन वर्षांपूर्वी जगभर खळबळ निर्माण केली होती, हे मला ठाऊक होतं. त्या वेळी मी आंतरराष्ट्रीय रेड क्रॉसच्या नवी दिल्लीच्या विभागीय कार्यालयात काम करायचो. ते पुस्तक मिळवायचा मी खूप प्रयत्न केला; पण तो यशस्वी झाला नाही. त्या पुस्तकाच्या आवृत्त्या पटकन संपत होत्या असं दिल्लीतील प्रमुख पुस्तकविक्रेत्यांनी मला सांगितलं. फेब्रुवारी २००४ मध्ये माझी नेमणूक कुआलालंपूर येथे झाली, त्या वेळी आमच्या कार्यालयाला पुस्तकं उपलब्ध करून देणाऱ्या पुस्तक विक्रेत्याला मी ते पुस्तक मिळवायला सांगितलं. त्यानं सहा महिन्यांपूर्वी ते पुस्तक मला आणून दिलं. ते वाचून मी खूपच प्रभावित झालो. नानकिंगला भेट द्यायचा योग जुळून आल्यावर मला खूप आनंद झाला. त्या शहराविषयी मला खूप जिज्ञासा होती.

ठरल्याप्रमाणे सकाळी ९ वाजता मला प्रा. दा चाओ यांच्याकडे घेऊन जाण्यासाठी दोन विद्यार्थी हॉटेलवर आले.

"वेलकम, प्रा. कदम!"

"हॅलो, प्रा. दा चाओ!"

"कसा काय झाला तुमचा प्रवास? विमानतळावर आमचे विद्यार्थी आले होते ना?"

"हो. उत्तम झाला प्रवास. तुमचे विद्यार्थी हजर होते विमानतळावर."

"हॉटेलातली खोली ठीक आहे ना?"

"छानच आहे. तिथून तुमच्या विद्यापीठाच्या प्रशस्त प्रांगणाचं दृश्य अतिशय सुंदर दिसतं. फारच रम्य परिसर आहे हा!"

"हो. दोन वर्षांपूर्वी विद्यापीठ इथे इकडे स्थलांतर झाले. शहरातल्या इमारती वाढत्या विद्यार्थ्यांच्या गरजा पुरवण्यास अपुऱ्या होत्या. सात वर्षांपूर्वी इथं बांधकाम सुरू झालं. बरे, प्रा. कदम, तुम्ही आमचं आमंत्रण स्वीकारलं याबद्दल मी खरोखरच

तुमचा आभारी आहे.''

''अहो, त्यात विशेष काहीच नाही. तुम्ही सुचवलेला विषय माझ्या जिव्हाळ्याचा आहे. शिवाय अनायासे या प्रसिद्ध ऐतिहासिक शहराला भेट द्यायची संधी मिळतेय हे पाहिल्यावर मी आनंदानं तुम्हाला होकार कळवला!''

''म्हणजे नानकिंगविषयी तुम्हाला माहिती आहे तर!''

''प्रा. दा चाओ, मी अलीकडेच 'नानकिंगची निर्दयता' हे जियांग चेंग यांचं पुस्तक वाचलंय. तेव्हापासून खरं म्हणजे मी नानकिंगला भेट द्यायच्या संधीची वाटच पाहत होतो.''

''कसं वाटलं तुम्हाला ते पुस्तक?''

''ते वाचल्यानंतर मी थक्क झालो. अतिशय परिणामकारक पुस्तक आहे. किती साध्या, ओघवत्या भाषेत त्यांनी नानकिंग अत्याचाराची पूर्वपीठिका, त्याची कारणमीमांसा, घटनाक्रम आणि वस्तुनिष्ठ वर्णनं लिहिली आहेत!''

''या पुस्तकानं तीन वर्षांपूर्वी जगभर जी खळबळ उडवून दिली, ती तुम्हाला आठवतच असेल!''

''हो. त्या वेळी मला पुस्तक मिळू शकलं नाही. 'टाइम'च्या मुखपृष्ठावर मिस्टर चेंग यांचा फोटो पाहिल्यावर आणि मुख्य लेख वाचल्यावर कधी एकदा ते पुस्तक वाचतो, असं मला झालं होतं. सहा महिन्यांपूर्वी ते मिळालं. तीन वर्षांतली ती दहावी आवृत्ती आहे!''

''त्यांना रामोन मॅगसेसे पुरस्कार मिळणं आणि त्या पुस्तकाचं जवळजवळ पंचवीस भाषांत भाषांतर होणं हा केवढा मोठा सन्मान त्या पुस्तकाच्या अन् त्याच्या कर्त्याचा!''

''त्याचं चिनी भाषेतही भाषांतर झालं असेल ना?''

''हो. पण त्यात काही अडचणी आल्या. सरकारचं पूर्वी असं धोरण होतं, की नानकिंग प्रकरणाला फारशी प्रसिद्धी मिळू द्यायची नाही. एके काळी येथील अत्याचारांसाठी अमेरिकेला दोषी ठरवलेल्या सरकारला सत्य परिस्थिती मान्य करणं कठीण झालं होतं. पण शेवटी ते लपून राहणं शक्य नव्हतं. दीड वर्षांपूर्वी चिनी भाषेतली आवृत्ती प्रसिद्ध झाली, तेव्हाच बहुसंख्य सुशिक्षित चिनी नागरिकांना ते वाचायला मिळालं.''

''त्या भाषांतराला इथं उत्तम प्रतिसाद मिळाला असेल ना?''

''हो. गेल्या वर्षी जियांग चेंग यांचा इथं भव्य सत्कार करण्यात आला. त्यांचे पूर्वज नानकिंगचे म्हणून त्यांना 'नानकिंगभूषण' हा पुरस्कारही त्या वेळी प्रदान करण्यात आला. त्या कार्यक्रमाला खूप लोक जमणार म्हणून इथल्या फुटबॉल

स्टेडियममध्ये कार्यक्रम आयोजित केला होता. ऐंशी हजार लोकांची क्षमता असलेलं ते स्टेडियम खचाखच भरलं होतं. केवळ त्यांना पाहायला मिळावं, या उद्देशानं हजारो लोक तिथं जमले होते.''

''छान! नानकिंगवासीयांनी त्यांचं मन:पूर्वक कौतुक केलं, याचं त्यांनाही समाधान झालं असणार.''

त्यानंतर जवळजवळ अर्धा तास आम्ही माझ्या व्याख्यानमालेविषयी चर्चा केली. चारही दिवस संध्याकाळी सहा ते साडेसात या दरम्यान शहराच्या मध्यवर्ती चुंगयांग मार्गावरील महानगरपालिकेच्या भव्य सभागृहात व्याख्यानं होणार होती. प्रा. दा चाओंचा निरोप घेण्यापूर्वी मी त्यांना म्हणालो,

''चेंग यांच्या पुस्तकात नमूद केलेली सर्व ठिकाणे मला पाहायची उत्सुकता आहे.''

''असं? उद्या अन् परवा सकाळी व दुपारी तुम्ही मोकळेच आहात ना? विद्यापीठाची गाडी आणि इंग्रजी बोलणारा एखादा स्थानिक विद्यार्थी यांची मी सोय करतो.''

''फारच छान! चला, संध्याकाळी पाच वाजता तुमची वाट पाहतो. भेटू आपण!''

सतरा ऑक्टोबरला सकाळी नानकिंगहून शांघायमार्गे मी कुआलालंपूरला जायला निघालो. प्रवास जवळजवळ आठ तासांचा होता. नानकिंगला भेट दिल्यानंतर पुन्हा एकदा वेगळ्या नजरेने 'नानकिंगची निर्दयता' वाचायला घेतलं. त्यातले काही प्रसंग डोळ्यांपुढं उभं करणं आता सहजशक्य होणार होतं. पुस्तक वाचायला सुरू करण्यापूर्वी पुन्हा एकदा लेखकाविषयीची माहिती वाचली. गेली तीन वर्षे जियांग चेंग हाँगकाँग विद्यापीठात प्राध्यापक आहेत हे मला ठाऊक होतं.

माझं कामानिमित्त हाँगकाँगला अधूनमधून जाणं व्हायचं. हाँगकाँगच्या पुढच्या भेटीत डॉ. जियांग यांची भेट घ्यायचीच, असा मी निश्चय केला.

हाँगकाँग, मार्च २००६

आंतरराष्ट्रीय मानवतावादी कायद्याचा विद्यार्थ्यांमध्ये प्रसार व्हावा या दृष्टिकोनातून या कायद्याशी निगडित विषयावर अभिरूप न्यायालय स्पर्धा भरवण्याचा प्रस्ताव मी हाँगकाँग रेडक्रॉसचे सचिव मिस्टर फ्रेडरिक फांग यांच्याकडे कुआलालंपूर मध्ये २००४ मध्ये कामास सुरुवात केल्यानंतर मांडला होता. तो त्यांना आवडला. माझ्या कार्यालयाच्या आणि हाँगकाँग रेड क्रॉसच्या संयुक्त विद्यमाने आशिया-प्रशांत विभागातील प्रमुख देशांतील विद्यार्थ्यांच्या संचासाठी २००५ पासून ही

स्पर्धा सुरू करण्यात आली. तिला विद्यार्थिवर्गातून उत्स्फूर्त प्रतिसाद मिळाला. या स्पर्धेचा एक परीक्षक आणि तिचा संयोजक या नात्याने मी स्पर्धेच्या वेळी हाँगकाँगला जाणं क्रमप्राप्त होतं. प्रत्येक वर्षी मार्चच्या दुसऱ्या आठवड्यात स्पर्धा व्हायची. जेव्हा २००६ सालच्या स्पर्धेच्या तारखा नक्की करण्यात आल्या, त्याचवेळी मी डॉ. जियांग चेंग यांची भेट घ्यायचं ठरवलं. स्पर्धा हाँगकाँग विद्यापीठाच्या कायदाविभागात व्हायची. स्पर्धेचे सहसंयोजक प्रा. जोहानेस चान यांचा आणि माझा चांगला परिचय होता. हाँगकाँगला जाण्यापूर्वी मी प्रा. चान यांना माझी आणि डॉ. जियांग चेंग यांची भेट घडवून आणायची विनंती केली. प्रा. चान त्यांना चांगलेच ओळखायचे.

हाँगकाँग विद्यापीठ डोंगराच्या कुशीत आहे. तसं पाहिलं, तर जवळजवळ सगळं शहर डोंगराच्या भोवती अन् कुशीत पसरलेलं. ते बेट लहान असल्यामुळं त्याच्या विस्तारास डोंगराशिवाय दुसरी जागा नव्हती. त्यामुळं सर्व नव्या इमारती गगनाला भिडतील इतक्या उंच. त्यांची हाँगकाँग बेटाच्या उत्तरेला दाटीवाटी झाली होती. उत्तर किनाऱ्यावरच्या बंदरामध्ये लहानमोठ्या बोटी, फेरी आणि मालवाहू जहाजे यांची सतत वर्दळ असायची. पॉक फु लाम रस्त्यावर असणाऱ्या विद्यापीठाच्या आवारात माझी टॅक्सी शनिवारी सकाळी नऊ वाजता पोचली. शुक्रवारी संध्याकाळी मी कामातून मोकळा झालो होतो. सव्वानऊला मी अन् डॉ. जियांग चेंग यांनी भेटायचं ठरलं होतं. प्रा. चान यांनी दिलेल्या माहितीवरून डॉ. चेंग यांच्या कार्यालयाची इमारत शोधून काढली. आठव्या मजल्यावरच्या त्यांच्या खोलीच्या दारावर टकटक केली. डॉ. चेंग यांनी स्वत:च दार उघडलं.

"प्रा. कदम ना?" त्यांनी स्मितहास्य करत विचारलं.

"हो, मी उमेश कदम."

"या, बसा!'

डॉ. जियांग चेंग यांचं प्रसन्न आणि अभ्यासू व्यक्तिमत्त्व पाहून मी प्रभावित झालो होतो.

"डॉ. चेंग, तुमच्या भेटीनं मला किती आनंद झाला आहे हे मला सांगताच येत नाही. माझी खूप दिवसांची इच्छा आज पुरी होतेय. माझी भेट घेण्यास तुम्ही संमती दिलीत याबद्दल मी खरंच तुमचा ऋणी आहे."

त्यावर डॉ. चेंग म्हणाले,

"प्रा कदम, प्रथम तुम्हाला मी एक सुचवू इच्छितो. तुम्ही मला 'डॉ. चेंग' असे संबोधू नका. तुम्ही माझ्यापेक्षा वयानं खूप मोठे आहात, एका नावाजलेल्या आंतरराष्ट्रीय संघटनेचे वरिष्ठ अधिकारी आहात. मला 'जियांग' असं म्हटलेलं

जास्त आवडेल.''

जियांग यांचे ते प्रेमपूर्वक बोलणं ऐकून मी सुखावलो आणि औपचारिकता पूर्णपणे बाजूला ठेवली आणि जियांगला म्हणालो,

''जियांग, तुमच्यावर आतापर्यंत अभिनंदनाचा वर्षाव झाला आहे. त्यात माझ्या अभिनंदनाची भर घाला. पण मला खात्री आहे, की माझ्या या भेटीचं प्रयोजन तुम्हाला ठाऊक नसावं.''

''तुम्ही माझे अभिनंदन करायला आणि पुस्तकाबद्दल चर्चा करायला येणार, असं प्रा. चान म्हणत होते.''

''तो एक भाग झाला. खरं सांगायचं म्हणजे तुमचं पुस्तक वाचल्यानंतर तुमच्या अनुभवांवर आधारित एक कादंबरी लिहावी, असा माझा विचार आहे.''

''खरंच की काय? तुम्ही कायदा सल्लागार आहात; पण कथा-कादंबऱ्या वगैरे लिहिता की काय?''

''हो. माझी मातृभाषा मराठी. ही भाषा पश्चिम भारतातील महाराष्ट्र राज्यात बोलली जाते. माझ्या अंदाजानुसार भारतात तसंच जगाच्या अनेक भागांत विखुरलेले जवळजवळ दहा कोटी लोक ही भाषा बोलतात. मी स्वत:ला लेखक समजत नाही. कारण माझी नोकरी सांभाळून एक छंद म्हणून मी थोडंफार लेखन केलं आहे. दुसऱ्या महायुद्धाच्या, विशेषत: ऑशवित्झच्या पार्श्वभूमीवरच्या 'संहार', व्हिएतनाम युद्धाच्या पार्श्वभूमीवरील 'उद्ध्वस्त' या कादंबऱ्या; 'दूरची माती, जवळची नाती' आणि 'केवळ मैत्रीसाठी...' हे दोन कथासंग्रह आजवर प्रकाशित झाले आहेत. मी हे जे थोडंफार लिखाण केलंय, ते माझ्या अनुभवांवर किंवा माझ्या कार्यक्षेत्राशी निगडित विषयावर आधारित आहे.''

हे ऐकल्यावर थोडा विचार करून जियांग म्हणाला, ''माझ्या जीवनावर कादंबरी लिहिण्याएवढा मी काही मोठा नाही, प्रा. कदम.''

''जियांग, हा तुमचा नम्रपणा झाला. तुम्ही 'नानकिंगची निर्दयता' लिहिण्यासाठी खूप कष्ट घेतल्याचं तुमच्या पुस्तकातनंच जाणवतंय. तुमचं यश, कष्ट, चिकाटी अन् लिखाणाची शैली अतिशय कौतुकास्पद आहे. माझ्या दोन्ही कादंबऱ्या युद्धांदरम्यान होणाऱ्या अत्याचारांवर आणि त्यांनी होरपळून निघालेल्या निष्पाप लोकांनी अनुभवलेल्या यातनांवर आधारित आहेत. नानकिंगची निर्दयता मराठी वाचकांपर्यंत पोचावी हा माझा नानकिंग आणि तुमच्यावर लिहिण्यामागचा हेतू आहे. केवळ तुम्ही तुमचे अनुभव कथन केलेत तरच हे शक्य होणार आहे, नाहीतर हा विषय मला डोक्यातून काढून टाकावा लागेल.''

हे ऐकल्यावर जियांग उठून खिडकीजवळ गेला. तिथून बंदराकडे जाणाऱ्या

एका वेगवान फेरीवर त्याचे लक्ष केंद्रित झाले होते. त्याच्या डोक्यात विचारांची घालमेल चालू असल्याचं मला जाणवलं. त्याच्या विचारशृंखलेत मी व्यत्यय आणला नाही. काही क्षण स्तब्धतेत गेले. खिडकीजवळूनच माझ्याकडं पाहत जियांग म्हणाला, "ठीक आहे, प्रा. कदम, तुम्हाला कधी वेळ आहे?"

जियांगनं माझी विनंती मान्य केली आहे, हे समजल्यावर मला समाधान वाटलं.

"मी सोमवारी कुआलालंपूरला जाणार आहे. तोपर्यंत तुम्ही सांगाल तिथं, तुम्ही म्हणाल तेव्हा मी तुमचे अनुभव ऐकायला तयार आहे."

"आज माझा सुट्टीचाच दिवस आहे. आपण असं करू, मी पंधरा-वीस मिनिटांत माझं इथलं काम आटोपतो. आपण 'पीक' वर जाऊ. तिथं माझ्या ओळखीच्या एका गृहस्थांचं उपाहारगृह आहे. त्याच्या गच्चीवर तो आपली बसायची सोय करेल. आपल्याला कोणाचाच व्यत्यय येणार नाही. आपण निवान्तपणे बोलत बसू."

"फारच छान!" मी म्हणालो.

हाँगकाँगचं 'द पीक' म्हणजे 'शिखर' हे ठिकाण त्या शहराचं एक प्रमुख आकर्षण आहे. हाँगकाँग बेटाच्या मध्यभागी असलेल्या जवळजवळ चारशे मीटर उंचीच्या डोंगराच्या शिखरावर जायला १८८८ मध्ये ब्रिटिशांनी छोटीशी ट्रॅम सुरू केली. ती आजतागायत कार्यरत आहे. शिखरावर आता गाड्या जायचा रस्ता असला, तरी हौशी लोक ट्रॅमनंच तिथं जायला प्राधान्य देतात. माझ्या आठ-दहा हाँगकाँगभेटींदरम्यान मी प्रत्येक वेळेला शिखरावर जायचो आणि त्याला वळसा घालणाऱ्या छोट्या रस्त्यानं फिरून यायचो. त्या जवळजवळ सहा किलोमीटरच्या फेरफटक्यादरम्यान हाँगकाँगच्या चोहोबाजूंचे दर्शन तर व्हायचेच; पण त्या मार्गावरची घनदाट झाडी, रंगीबेरंगी पक्ष्यांचे निरीक्षण करण्याची संधीही मिळायची.

जियांगनं आपलं काम आटोपल्यावर खोलीची खिडकी बंद केली. एव्हाना दहा वाजले होते. त्यानं निघण्यापूर्वी एक फोन केला आणि चिनी भाषेत काहीतरी बोलून तो लगेच बंद केला.

"चला प्रा कदम, जाऊ या आपण आता."

आम्ही लिफ्टनं तळमजल्यावर गाड्या लावायच्या जागेत पोचलो. जियांगनं आपल्या 'पेजो व्हॅलेंसिया' कारचं दार माझ्यासाठी उघडलं. वळणावळणाच्या रस्त्यानं आम्ही शिखरावर पोचलो. जियांगनं गाडी 'युआंगयांग' या उपाहारगृहाजवळ थांबवली. आम्ही उतरून आत गेलो. जियांगला पाहताच उपाहारगृहाचे मालक त्याच्या स्वागतास

पुढे आले.

"नी हाव प्रा. चेंग, मला कळवलं नाहीत आपण येणार म्हणून."

"नी हाव वू. एक पाहुणे आज अचानक आले. त्यांना घेऊन आलोय."
असं म्हणून त्यानं माझी अन् त्या गृहस्थांशी ओळख करून दिली. मिस्टर वू
आम्हाला आत घेऊन गेले.

"हे पाहा वू, आमची टेरेसवर बसायची सोय करा. आम्हाला जरा निवान्तपणे
बोलायचंय. आमची चर्चा बराच वेळ चालेल, असं वाटतंय."

"काही हरकत नाही. वर कोणाला सोडत नाही. काही हवं असेल तर फक्त
बेल दाबा."

आम्ही छोट्या जिन्यानं टेरेसवर आलो. मिस्टर वूनी एका नोकराकरवी
तेथल्या शेडमध्ये टेबल-खुर्च्यांची सोय करून दिली.

"आता आम्हाला फक्त चहा व बिस्किटं द्या. साडेबाराच्या सुमारास हलकंस
लंच पाठवा."

"शानशी डंपलिंग सूप आणि युनान फ्राइड राइस चालेल?"
जियांगनं मला विचारलं,

"तुम्हाला चालेल प्रा. कदम? तुम्ही मांसाहार घेता ना?"

"हो, मला चालेल."

ते ऐकल्यावर मिस्टर वू निघून गेले. मी उठून तिथून दिसणारं दृश्य न्याहाळू
लागलो. दक्षिण चीनच्या उपसागराचं विहंगम दृश्य तिथून दिसत होते. उंच इमारतींचे
सुळके आणि कौलूनच्या काही इमारतीही दिसत होत्या. उजव्या बाजूला दूरवर
आकाशात झेप घेतलेले एक विमानही नजरेस पडलं. नोकर चहा व बिस्किटं ठेवून
गेला. मार्चमध्ये हाँगकाँगची हवा काही प्रमाणात गरम असली, तरी शिखरावर मात्र
सुखद गारवा होता.

"जियांग, मी सहा महिन्यांपूर्वी नानकिंगला भेट दिली. तुमच्या पुस्तकात
उल्लेख केलेल्या सर्व ठिकाणांना मी भेटी दिल्या."

"अरे वा! छान. तुमच्या लिखाणासाठी त्याचा नक्कीच उपयोग होईल."

"हो. ज्या शहराविषयी लिहायचंय आहे, ते प्रत्यक्ष पाहिल्याशिवाय मी
लिहिण्याचं धाडस करत नाही. बरं, नानकिंगवासीयांनी तुमचा मन:पूर्वक आदर-
सत्कार केल्याचंही मला ठाऊक आहे."

"तुम्हीतर माझ्या बाबतीत बरीच माहिती गोळा केलेली दिसतेय!" जियांग
आश्चर्यानं म्हणाला.

"फारशी नाही. पण आता मला उत्सुकता लागून राहिली आहे, ती तुमच्या

तोंडून सारी हकीकत ऐकण्याची. तुम्ही या खळबळजनक उपक्रमाची सुरुवात कशी केली, तो हाती का घेतला, तो पुरा करताना कोणकोणत्या अडचणी आल्या आणि सर्वात महत्त्वाचं म्हणजे तुम्ही त्यावर मात कशी केली, हे ऐकण्याची ओढ लागलीये.''

जियांगनं आपला रिकामा कप टेबलावर ठेवला. मी पेन आणि पॅड सरसावून बसलो. जियांगनं सुरुवात केली,

''लिस्बन विद्यापीठात मी एम. ए. केल्यानंतर...''

दुपारी जेवणाचा अर्धा तास सोडला, तर आमची चर्चा अखंडपणे संध्याकाळी पाच वाजेपर्यंत चालली.

''मोठी विलक्षण आहे ही कहाणी! जियांग, कधीकधी सत्य हे कल्पितापेक्षाही विस्मयकारक असू शकतं, याचं हे ज्वलंत उदाहरण आहे. या विषयावर कादंबरी लिहिणं एक मोठं आव्हान आहे. मला ते पेलेल की नाही, याची शंका वाटते; पण मी प्रयत्न करणार हे नक्की!''

''प्रा. कदम, तुमच्या एका प्रश्नाचं तुम्हाला मी दिलेलं उत्तर काही अंशी अपुरं आहे. त्याबाबत अजून थोडा खुलासा मी करू इच्छितो.''

''कोणत्या जियांग?'' मी आश्चर्यानं विचारलं.

''या विषयाला मी हात घालण्यास कसा उद्युक्त झालो, या प्रश्नाचा. खरं म्हणजे तुम्ही पहिली व्यक्ती आहात, जिच्याजवळ मी हा खुलासा करतोय. मी कित्येक दिवस तो करावा की न करावा, या द्विधा मन:स्थितीत होतो. पण आता ती गोष्ट जगजाहीर व्हावी, असे मला वाटते.''

मी बंद केलेले पॅड उघडले व त्याला म्हणालो, ''सांगा, जियांग.''

''तुम्हाला मी सकाळी सांगितलं, की माझी आजी नानकिंगहून मोठा धोका पत्करून मजल दरमजल करत मकावला पोचली. जुआन आजीबरोबर तिची मैत्रीण यान झी देखील होती. आजीप्रमाणेच तिलादेखील सफाई कामगार म्हणून काम मिळालं होते. दोघी एका झोपडपट्टीवजा वस्तीत राहायच्या...

जुआन आणि यान झी कामावरून परतल्या, की भात शिजवायच्या. त्याच्याबरोबर कधी एखादी भाजी किंवा सुक्या मासळीचा तुकडा असायचा. जुआन लिनला घेऊनच कामावर जायची. काम करता करता लिनला सांभाळणं तिच्या जिवावर यायचे. नानकिंग सोडून त्यांना तीन महिने उलटून गेले होते. एके दिवस जुआन कामावरून परतली, तर यान झी खोलीत रडत बसलेली. रडूनरडून तिचे डोळे सुजलेले पाहताच जुआन काळजीत पडली. तिनं यान झीला जवळ घेऊन विचारले.

"यान झी, काय झालं? कोणी त्रास दिला तुला?"

"नाही जुआन, एक भयानक गोष्ट घडलीय... जुआन, मला दिवस गेलेत."

"अरे बापरे! यान झी, काय गं ही आपत्ती आली? कोणत्या नराधमाचं बीज तुझ्या पोटात वाढतंय? आता यातून मार्ग काढायला हवा. तू काळजी करू नकोस. आपण चांगल्या डॉक्टरकडून तुझा गर्भपात करून घेऊ. रडू नकोस, शांत हो."

जुआन आणि यान झी यांनी मकावमधले सारे दवाखाने पालथे घातले, पण एकही डॉक्टर गर्भपात करण्यास तयार होईना. मकाववरील कॅथॉलिक ख्रिश्चन धर्माचा प्रभाव आणि पगडा त्याला कारणीभूत होता. शिवाय सारे डॉक्टर कॅथॉलिक ख्रिश्चन. त्या दोघी खूप हवालदिल झाल्या. त्यांच्यापुढे मूल जन्माला घालण्यावाचून पर्याय नव्हता. मिशनरी हॉस्पिटलच्या संचालिका डॉक्टर फॉन्सेका दिब्रेटो यांना विश्वासात घेऊन त्या दोघींनी सारी परिस्थिती समजावून सांगितली. ती ऐकल्यावर त्या म्हणाल्या, "यान झी, तू काळजी करू नकोस. एका दुर्दैवी क्षणी देवानं तुझ्या पदरात फळ टाकलं आहे. त्याला झिडकारू नकोस. देवाचं फळ तुला स्वीकारायलाच हवं. तुझ्या उदरात वाढणारा जीव निरागस आणि निष्पाप आहे. तो जन्मल्यावर त्याच्याकडं कलुषित नजरेनं पाहू नकोस. त्याच्यामध्ये त्याच्या जन्मदात्या पित्याचे पाशवी गुण मुळीच येणार नाहीत. केवळ तुझ्या आधारासाठीच देवाची ही योजना आहे."

जुआन यान झीची समजूत काढत होती. यान झी मात्र त्या धक्क्यातून सावरली नव्हती. उद्या जन्मलेल्या मुलाला आईची माया द्यायची, की एका नराधमाची प्रतिमा त्याच्यामध्ये पाहायची, अशा द्विधा मन:स्थितीने ती पुरती गोंधळून गेली होती.

६ सप्टेंबर १९३८ या दिवशी सकाळी यान झीच्या पोटात कळा येऊ लागल्या. डॉ. फॉन्सेका आणि त्यांच्या साहाय्यकांनी बाळंतपणाची तयारी केली. यान झीला तपासल्यावर डॉ. फॉन्सेकांना कळून चुकलं, की सिझरियन करण्याची आवश्यकता आहे. त्याची त्यांनी तयारी केली. तीन तासांनी ते व्यवस्थित पार पडले. यान झीला मुलगी झाली होती. यान झी अजून शुद्धीवर आली नव्हती. शस्त्रक्रियेदरम्यान बराच रक्तस्राव झाला होता. जुआन सतत तिच्या जवळ होती. संध्याकाळी यान झी शुद्धीवर आली, पण ती खूप क्षीण झाली होती. डॉ. फॉन्सिकांनी तिच्यावर औषधोपचार सुरू केला. पाच-सहा दिवसांनी यान झीच्या प्रकृतीत फरक पडला. डॉक्टरांच्या मते तिला प्रसूतीनंतर औदासीन्याच्या मनोविकाराचा त्रास होत होता. तिला अजूनही परिस्थितीची कल्पना येत नव्हती. जुआन तिच्याशी बोलत बसायची, तिला समजावयाचा प्रयत्न करायची, मुलीला तिच्या जवळ द्यायची, तिला पाजायला लावायची. पण यान झी भावनाशून्य झाली होती. मुलीला जवळ

घेताना तिच्या चेहऱ्यावर फरक पडायचा नाही. तिची परिस्थिती पाहता डॉ. फॉन्सेकांनी तिला अजून आठ-दहा दिवस दवाखान्यातच ठेवून घ्यायचं ठरवलं होतं. जुआन रात्री घरी जायची आणि सकाळी सात वाजता दवाखान्यात यायची.

बाळंतपणाच्या बाराव्या दिवशी जुआन दवाखान्याच्या आवारात आली, तर तिथं बरीच गर्दी जमली होती. पोलिसांची एक गाडीदेखील तिथं उभी होती. जुआनने चौकशी केली तेव्हा हॉस्पिटलचा एक कर्मचारी तिला म्हणाला, ''तिसऱ्या मजल्यावरच्या महिलांच्या वॉर्डमधील एका पेशंटनं पहाटे वॉर्डमधील सिस्टरचा डोळा चुकवून गच्चीतून उडी मारून आत्महत्या केली आहे.'' हे ऐकताच जुआनच्या काळजात चर्र झाले. शेवटी तिची भीती खरी ठरली. यान झीचं मानसिक संतुलन ढासळलं होतं. तिच्या मनावर झालेल्या अत्याचाराच्या जखमा चिघळल्या होत्या. सिझरियनच्या वेळी झालेल्या रक्तस्त्रावानं त्यात भर घातली होती.

जुआनला दोन दिवसांपूर्वी झालेला तिचा आणि यान-झीचा संवाद आठवला. त्या दिवशी जुआन घरी जाण्यापूर्वी यान झी तिला म्हणाली होती,

''जुआन, माझं काही बरंवाईट झाले तर तू बाळाची काळजी घेशील ना?''

''अगं वेडे, तू तसा विचार मनात पण आणू नकोस. आज डॉक्टर म्हणत होत्या, की तुझी प्रकृती आता सुधारतेय. चार-पाच दिवसांत मी तुला घरी घेऊन जाणार आहे. तू कसलीही चिंता करू नकोस. आपण दोघीमिळून बाळाची छान काळजी घेऊ!''

जुआन तान्ह्या बाळाला घेऊन घरी परतली. यान झीच्या जाण्यानं तिच्या समस्यांमध्ये भर पडली होती. पण त्या निष्पाप बालिकेकडे पाहून तिनं त्यांना सामोरं जायचं ठरवलं. ख्रिश्चन मिशनचा तिला आधार होता. जुआनने तारेवरची कसरत करत लिन आणि चुन - यान झीची मुलगी - यांना वाढवायला सुरुवात केली. पाहता पाहता दिवस पुढे सरकत होते. लिन आणि चुन खेळायचे, दंगामस्ती करायचे. लिन आता सात वर्षांचा आणि चुन चार वर्षांची झाली होती. गेली दोन वर्षं लिन मिशनच्याच शाळेत जात होता. शाळेचे मुख्याध्यापक फादर जॉन यांच्याकडे जुआन गेली आणि म्हणाली,

''फादर, आता चुन चार वर्षांची झालीय. तिला शाळेत घालावं म्हणतेय.''

''जुआन, तुला एक गोष्ट सुचवतो. पुढच्या महिन्यापासून मिशन अनाथ मुलींसाठी शाळा आणि वसतिगृह सुरू करणार आहे. सिस्टर लुसिया तिच्या संचालिका आहेत. तूच चुनला तेथेच का ठेवत नाहीस?''

''पण चुन अनाथ नाही. मी आहे ना तिची आई!''

''जुआन, ते म्हणायला सोपं आहे. तुझी काय कमी ओढाताण होतेय?

माझं ऐक, चुनला तिथं ठेव. सारा खर्च मिशन करेल. शिवाय ती मकावमध्येच राहील. तू तिला प्रत्येक रविवारी भेटू शकतेस. तिच्या जेवणाखाण्याची, कपड्यालत्त्यांची आणि शिक्षणाची विनासायास सोय होतेय. तू नाही म्हणू नकोस. मी सिस्टर लुसियाला सांगतो.''

''मी तुम्हाला उद्या सांगते!'' असं म्हणून जुआन घरी गेली. आपण चुनला तिकडं पाठवलं, तर यान झीची इच्छा पुरी होणार नाही. नको, चुनला वसतिगृहात ठेवायला. पण तिचं भलं होणार असेल तर?

जुआननं दुसऱ्या दिवशी फादर जॉनना आपला निर्णय सांगितला. त्यांनी लगेच सिस्टर लुसियांना पत्र लिहून चुनला नव्या वसतिगृहात ठेवून घ्यायची शिफारस केली.

मुलींची शाळा अकरावीपर्यंतच होती. शालान्त परीक्षा उत्तीर्ण झाल्यावर चुन मिशनच्या संस्थांमध्ये लहानसहान कामं करू लागली आणि मिशनच्या आवारातच राहू लागली. जुआन तिला नेहमी भेटायची, घरी घेऊन जायची. लिन आता कॉलेजला जाऊ लागला होता. लहान असताना ते दोघे खेळायचे, बागडायचे. पण आता तारुण्यात पदार्पण केल्यानंतर त्यांच्यात काहीसा संकोच उद्‌भवला होता. एके दिवशी जुआनने लिनला विश्वासात घेऊन चुनविषयी सांगितलं.

''लिन, चुनचं पुढं व्यवस्थित मार्गी लावणे ही माझी जबाबदारी आहे. तू पण आता शिक्षण संपवून नोकरी शोधशील. तुलाही योग्य सहचरी मिळायला हवी. माझ्या दोन्ही चिंता एकाच निर्णयानं मिटतील.''

''कोणत्या आई?''

''तू चुनचा स्वीकार कर. मोठी निरागस आहे ती मुलगी. शिवाय कामसू आणि प्रेमळही आहे. तिची आई हयात नाही आणि वडील कोण नराधम आहे, हे माहीतही नाही. अशा परिस्थितीत तिला कोण स्वीकारेल? आपणच मन मोठं करून तिला आधार देऊ, आपल्या दोघांच्या कुटुंबात सामावून घेऊ!'' जुआन म्हणाली.

लिन खूप समजूतदार होता. त्यानं तिला होकार दिल्यावर जुआनचा जीव भांड्यात पडला.

''तर असे हे माझे आई-वडील चुन आणि लिन! माझं आणि नानकिंगच्या अत्याचाराचं हे नातं कोणालाही माहीत नाही; पण आता ते लपवावं असं मला वाटत नाही.''

''जियांग, तुमचं या अकल्पनीय कहाणीशी अनोखं नातं आहे. त्याच्या पार्श्वभूमीवर तुम्ही मिळवलेलं यश अधिकच उजळून निघतं.'' मी घड्याळाकडं

पाहिलं, सहा वाजत आले होते. मी जियांगला म्हणालो,

"चला, निघायचं आपण?"

"हो, निघू या. तुम्ही कुठं उतरला आहात?"

"मी हॉलिवूड रोडवरच्या सेंट्रल पार्क हॉटेलमध्ये उतरलोय."

"चला, मी तुम्हाला हॉटेलवर सोडूनच घरी जाईन."

"जियांग, तुम्ही कशाला त्रास घेता?"

"त्यात कसला त्रास? माझं घर स्टॅनलेजवळ आहे. तसं तुमचं हॉटेल माझ्या जायच्या रस्त्यापासून फारसं दूर नाही. शिवाय माझी गोष्ट अजून संपली नाही!"

"खरंच की काय?"

"चला, जाता जाता सांगतो तुम्हाला."

आम्ही मिस्टर वूंचा निरोप घेऊन निघालो. जाता जाता जियांग म्हणाला,

"प्रा. कदम, उद्या सकाळी माझ्याकडं लंचला या. माझा पत्ता लिहून देतो. व्हिक्टोरियावरून सुटणारी २७३ क्रमांकाची बस माझ्या अपार्टमेंटसमोर थांबते. माझ्या कहाणीचा उर्वरित भाग तुम्हाला उद्या ऐकायला मिळेल."

मला नकार देणं शक्यच नव्हतं. मी उत्सुकतेपोटी जियांगला विचारलं,

"घरी कोण कोण असतं?"

"मी, माझी बायको आणि आमच्या दोन वर्षांच्या जुळ्या मुली. बस्स, एवढेच! बरे, सकाळी दहाच्या सुमारास तुम्ही माझ्या घरी पोचू शकाल?"

"हो, नक्कीच."

"जेवणापूर्वी आपल्याला थोडावेळ बोलता येईल."

जियांग मला हॉटेलवर सोडून गेला. जाण्यापूर्वी त्यानं आपल्या घराचा पत्ता लिहून दिला. दुसऱ्या दिवशी सकाळी पावणेदहा वाजता जियांगनं सांगितलेल्या बस स्टॉपवर उतरलो. त्याच्या डाव्या बाजूला जवळजवळ तीसमजली 'मरीन पॅराडाइज' ही इमारत होती. तिच्या सव्वीसाव्या मजल्यावरच्या जियांगच्या फ्लॅटची बेल मी दाबली. काही क्षणांतच जियांगनं दार उघडलं.

"या, प्रा. कदम. घर सापडलं ना लगेच?"

"हो, अगदी बसस्टॉपसमोर असल्यानं लगेच सापडलं."

"या, बसा."

मी त्या प्रशस्त दिवाणखान्यात नजर टाकली. एका बाजूला फक्त काचेची दारं असलेली भिंत होती. तिच्यातून पूर्वेकडील दक्षिण चीनच्या उपसागराचं मोहक दृश्य दिसत होतं. एका भिंतीवर जिनलिंग कॉलेजच्या मुख्य इमारतीचा लॅमिनेट

केलेला भलामोठा रंगीत फोटो होता. एका कोपऱ्यात प्रचंड फुलदाणीत रंगीबेरंगी फुलं होती. खोलीत उंची फर्निचर होतं. इतक्यात जियांग त्याची बायको आणि मुलींना घेऊन आला.

"ही माझी बायको, यिदान!"

"यिदान... नानकिंगच्या?"

हसतहसत जियांग म्हणाला,

"हो, तुम्हाला ती कहाणीदेखील नंतर सांगतो."

मी यिदानशी हस्तांदोलन केलं. तिच्यासाठी आणलेला फुलांचा बुके तिला दिला. तिनं स्मितहास्य करत 'थँक्स' म्हटलं.

"आणि या आमच्या मुली!" जियांग म्हणाला. त्या दोघी अतिशय गोड होत्या. दोघींच्या केसांच्या छोट्या वेण्या घातलेल्या. त्यांचे कपडेही एकसारखेच. त्यांना सांभाळणारी एक अठरा-एकोणीस वर्षांची मुलगी यिदानच्या मागं उभी होती. मी त्यांना त्यांच्यासाठी आणलेला डॅनिश कुकीजचा डबा यिदानकडं दिला.

"काय नावं आहेत यांची?" मी यिदानला विचारलं. त्या दोघी माझ्याकडं कुतूहलानं पाहत होत्या.

"वेन यू आणि जुआन!" यिदान म्हणाली.

"अरे वा! जियांग तुम्हा दोघांच्या आयुष्यात महत्त्वपूर्ण भूमिका बजावलेल्या तुमच्या आजींचं सतत स्मरण व्हावं, याची खबरदारी घेतलेली दिसतेय!"

"खरं आहे. त्या दोघींमुळे आज मी हे यश संपादू शकलो."

"तुम्ही काय घेणार? चहा कॉफी की ज्यूस?" यिदाननं विचारलं.

"ज्यूस चालेल."

"चला, आपण माझ्या अभ्यासिकेत बसू बोलत." जियांगनं दिवाणखान्याला लागून असलेल्या खोलीचं दार उघडलं. आम्ही आत गेलो. त्या अभ्यासिकेची एक भिंत पुस्तकांच्या कपाटानं भरली होती. दुसऱ्या बाजूस टेबल, त्यावर संगणक आणि प्रिंटर होता. एका बाजूला चार खुर्च्या, टी पॉय होता. अभ्यासिकादेखील प्रशस्त होती.

"तुमचं घर छान आहे." मी म्हणालो.

"तुम्हाला सांगायला हरकत नाही, प्रा. कदम, माझ्या पुस्तकामुळे माझ्या आर्थिक परिस्थितीत आमूलाग्र बदल घडला. एसीएनं ठरलेलं मानधन तर दिलंच; शिवाय प्रकाशकांकडून पुस्तकाच्या प्रत्येक आवृत्तीचं मानधनही मिळालं. आज मला नोकरी करायची गरज नाही; पण केवळ माझ्या आवडीखातर ती स्वीकारली आहे."

इतक्यात एका नोकरानं ज्यूसचे ग्लास टेबलावर आणून ठेवले.

"घ्या, प्रा. कदम." मी काळ्या द्राक्षांचा ज्यूस घेता घेता जियांगला विचारले,

"तुमचे आई-वडील कोठे असतात?"

"ते मकावमध्येच आहेत. त्यांना आमच्याजवळ राहायचा यिदाननं खूप आग्रह केला, पण मकावमधून त्यांचा पाय निघत नाही. आम्हीच दहा-पंधरा दिवसांतून शनिवार-रविवार तिकडं घालवतो. एका तासाचा प्रवास काहीच वाटत नाही. त्यांना मी मकावच्या 'इल्हा व्हर्दे' या सुंदर वस्तीत एक बंगला घेऊन दिलाय."

"यिदानचे आई-वडील सध्या कुठे असतात?"

"तिच्या वडिलांची सध्या चांगशा इथं नेमणूक झाली आहे. अधूनमधून येत असतात आमच्याकडे. अजून दोन वर्षांनी ते निवृत्त होतील."

"तुम्ही अजून एसीएच्या संपर्कात आहात?"

"अधूनमधून संपर्क होतो. विल्सन वाँग यांचे नियमित ई-मेल येतात. बरं, एसीएवरून आठवलं. तुम्हाला काही गोष्टी सांगायच्या राहून गेल्या आहेत." असं म्हणून जियांगनं ज्यूसचा एक घोट घेतला. तो सांगू लागला-

नानकिंगहून १९९९च्या डिसेंबरमध्ये जियांग मकावला गेला. त्यानं लागलीच विल्सन वाँग यांच्याशी ई-मेलनं संपर्क साधला. आपल्या संशोधनाची प्रगती कळवली. ती समजल्यावर विलीचा जियांगला फोन आला.

"जियांग, तुझा संदेश मिळाला. खूप आनंदाची बातमी तू मला कळवलीस. बरं, आता तुझा काय विचार आहे?"

"पुस्तक लिहायला घेण्यापूर्वी सगळी कागदपत्रं काळजीपूर्वक वाचायला हवीत, त्यांचा अभ्यास करायला हवा, मगच मला लिहायची दिशा मिळेल."

"त्यासाठी तुला किती वेळ लागेल?"

"माझ्या अंदाजानुसार सहा महिने लागतील."

"तू मकावमध्येच राहून ते करशील?"

"आमचं घर खूप छोटं आहे. मला एकही कागद घराबाहेर घेऊन जायचा नाही. शिवाय मी काय लिहितो आहे, याची इतरांना उत्सुकता लागून राहील. जिथं व्यत्यय येणार नाही; तिथं हे काम करायला हवं."

"ठीक आहे. मी त्यावर मार्ग काढतो. मी तुला उद्या फोन करून सांगतो."

दुसऱ्या दिवशी विलीचा पुन्हा फोन आला.

"जियांग, तुला मागं मी सांगितलं होतं, की मिस्टर जॅक ली यांचे आणि दुबईचे पंतप्रधान मक्तुम बीन रशीद अल मक्तुम यांचे खूप घनिष्ट संबंध आहेत. पंतप्रधानांनी मिस्टर ली यांना दुबईच्या जुमैरा या उच्चभ्रूंच्या वस्तीत एक प्रशस्त

बंगला दिलेला आहे. मिस्टर ली तिकडे क्वचितच जातात. तुझी तिथं सहा महिने राहायची सोय केली आहे. बंगल्यात खानसामा, नोकरचाकर आहेत आणि गाडी, ड्रायव्हरही आहे. तुला तिथं कोणाचाच व्यत्यय येणार नाही. तू काय काम करतोस याची कोणीही चौकशी करणार नाही. दुबई अतिशय सुरक्षित ठिकाण आहे. फक्त हवा खूप गरम आहे. पण सर्व जागा वातानुकुलित असल्यानं तुला त्रास होणार नाही. जाशील तू तिकडे?''

"ठीक आहे. चांगली सोय केलीत तुम्ही.''

"छान! तू जेफरी चॅन आहेस हे कायम लक्षात असू दे. अमेरिकन नागरिकांना दुबईला जाण्यासाठी व्हिसा लागत नाही. हाँगकँगवरून 'एमिरेट्स' ची फ्लाइट घे.''

जियांग कोणत्या कामात गुंतला आहे, याची त्याच्या घरच्यांना मुळीच कल्पना नव्हती. सध्या आपण लिस्बनला संशोधनासाठी जायचा बेत पुढे ढकलला आहे, असं त्यानं आई-वडिलांना सांगितलं होतं. तो शेंग कुंग इंटरनॅशनल स्कूलमध्ये नोकरी करतोय, असाच त्यांचा समज होता. आपण सहा महिन्यांचं प्रशिक्षण पुरं करण्यासाठी ऑस्ट्रेलियातल्या ॲडलेडला जात आहोत, असं त्यानं घरी सांगितलं आणि १५ जानेवारीला तो दुबईस पोचला.

जियांगनं सर्वप्रथम जॉन रेब आणि वेन यू यांच्या रोजनिशी काळजीपूर्वक वाचल्या. नंतर त्यानं प्रा. शिगेतो यांनी संकलित केलेले कागदपत्र वाचले. नानकिंगवरच्या त्रोटक लिखाणाच्या प्रती त्यानं मिळवल्या होत्या. त्यांत काही शोधनिबंध होते, पण ते विस्तृत नव्हते. तरीही त्यानं ते वाचून काढले. नंतर त्यानं पुस्तकाचा घटनाक्रम आणि आराखडा लिहून काढला. मगच त्यानं एकेक प्रकरण लिहून काढायला सुरुवात केली. प्रत्येक प्रकरण पुन:पुन्हा वाचून त्यातल्या त्रुटी दूर केल्या.

जियांगची दुबईमध्ये उत्तम बडदास्त ठेवली जात होती. खानसामा विविध प्रकारचं जेवण बनवण्यात तरबेज होता. युरोपियन, भारतीय, अरेबियन आणि मेक्सिकन जेवण बनवण्यात तर त्याचा हातखंडा होताच; पण तो चिनी पदार्थही चांगल्या प्रकारे बनवायचा. कधी जियांगला रुचिपालट हवा असेल, तर ड्रायव्हर त्याला दुबईतल्या वेगवेगळ्या पंचतारांकित हॉटेलमधल्या चिनी उपाहारगृहांत घेऊन जायचा. दुबईला गेल्यानंतर तीन-चार आठवड्यांतच जियांगला त्या झगमगीत संस्कृतीचा आणि विलासी वातावरणाचा कंटाळा येऊ लागला. रोज संध्याकाळी तो जुमैरा बीचवर एक तासभर फिरून यायचा. कधी कधी त्याला आपली साधी राहणी प्रकर्षाने आठवायची. त्या वेळी तो बसनं बर-दुबई इथं जायचा आणि तिथून 'अब्रास' नावानं ओळखल्या जाणाऱ्या छोट्या सार्वजनिक बोटीने खाडीपलीकडील

'डेरा' भागातील नासर चौकाच्या परिसरात फेरफटका मारून एखाद्या साध्या उपाहारगृहात 'शवारमा' खाऊन यायचा.

चौदा जुलै २००० या दिवशी जियांग आणि विली एसीएच्या खास बैठकीसाठी मिस्टर जॅक ली यांच्या कार्यालयात पोहचले. जियांग बैठकीच्या कक्षात गेल्या गेल्या मिस्टर जॅक ली आपल्या जागेवरून उठून त्याच्या स्वागतासाठी पुढे आले. त्याच्याशी हस्तांदोलन करून त्याच्या खांद्यावर हात ठेवून म्हणाले,

"जियांग, तू कमाल केलीस. तुझी चिकाटी आणि धाडस यांचं कौतुक करावं तेवढं थोडंच!"

"सर, तुम्ही सर्वजण खंबीरपणे माझ्या पाठीशी उभे राहिलात, म्हणून हे शक्य झालं."

"हो, पण तुझ्यासारखा अविचल निर्धार आणि जिद्द असलेला संशोधक आम्हाला मिळाला नसता, तर केवळ आमचं पाठबळ असून काय उपयोग झाला असता? बरं, कुठं आहे हस्तलिखित?"

जियांगनं आपल्या ब्रीफकेसमधून व्यवस्थित टाइप केलेल्या ८५५ कागदांची एक भलीमोठी फाईल काढली.

"ही घ्या त्याची टाइप केलेली प्रत. या लिफाफ्यात फोटो आहेत. सी. डी. वर सगळं हस्तलिखित आहे."

मिस्टर लींनी ते आपल्याकडं घेतलं आणि ते म्हणाले,

"जियांग, मी 'पेनग्विन' चा कार्यकारी संचालक मार्क ब्रुनरची परवा भेट घेतली. त्यानं कोठेही वाच्यता न करता पुस्तकाचे मूल्यमापन करून घ्यायचं आश्वासन मला दिलंय. मी त्याला गेली पंधरा वर्षं चांगलाच ओळखतो. पुस्तकाचा मसुदा पेनग्विनच्या पसंतीला उतरला, तरच तुझ्याबरोबर ते करार करतील. तुला पुस्तकाच्या प्रती खपतील तशा छापील किंमतीच्या २० टक्के मानधन ते देतील. शिवाय आमच्याकडून तुला पन्नास हजार डॉलर्सचा चेक आजच दिला जाईल. बरं, आता आम्हा सर्वांना तू पुस्तकाचा सारांश सांग."

"ठीक आहे सर." असं म्हणून जियांगने त्यांना सारांश सांगायला सुरुवात केली. तो जेव्हा थांबला, तेव्हा दुपारचा दीड वाजला होता.

त्यानंतरच्या घटना पटापट घडल्या. पेनग्विनच्या मुख्य संपादकांनी पुस्तकाचा मसुदा वाचल्यावर ते प्रकाशनयोग्य असल्याचा निर्वाळा दिला. पेनग्विनने लगेचच जियांगशी संपर्क साधून त्याच्याशी ऑगस्ट २००० मध्ये करार केला. पेनग्विनचा व्याप एवढा प्रचंड आहे, की पुस्तक तयार होण्यास २००१ सालचा सप्टेंबर

महिना उजाडला. पुस्तकाचं प्रकाशन १५ सप्टेंबरला करायचं ठरलं होतं; पण ११ तारखेला न्यूयॉर्कवरच्या दहशतवादी हल्ल्यानं साऱ्या अमेरिकेचं व जगाचं लक्ष त्या अकल्पित व दुर्दैवी घटनेकडे वेधले गेले. त्यामुळे पेनग्विनच्या प्रसिद्धीविभागानं पुस्तकाचं प्रकाशन वातावरण निवळेपर्यंत पुढे ढकलण्याची सूचना केली. १४ फेब्रुवारी २००२ या दिवशी पुस्तक प्रकाशित झालं आणि साऱ्या जगभर त्याने खळबळ माजवली. पुस्तकाचे पडसाद चीन व जपानच्या राजकीय आणि सामाजिक क्षेत्रांत उमटले. एवढंच नाही, तर संयुक्त राष्ट्रसंघाच्या आमसभेत जपाननं एकेकाळच्या आपल्या वर्तणुकीबद्दल चीनची जाहीर माफी मागावी, अशी मागणी फिलिपीन्स आणि दक्षिण कोरियाच्या प्रतिनिधींनी केली. मात्र राजकीय कारणास्तव चीनच्या सरकारने तो मुद्दा उचलून धरला नाही. पुस्तकाची पहिली आवृत्ती दीड महिन्यात संपली. त्यानंतर जसं पुस्तक खपेल, तसं ते पुनर्मुद्रित केलं गेलं. पुस्तकाची, लेखकाची प्रशंसा करणारी परीक्षणे आघाडीची वृत्तपत्रं, नियतकालिकांमध्ये प्रसिद्ध झाली. जियांगची मुलाखत बी.बी.सी., सी. एन. एन. तसेच अन्य दूरदर्शन वाहिन्यांवर प्रक्षेपित करण्यात आली. 'टाइम' या सुप्रसिद्ध नियतकालिकानं पुस्तकावर विस्तृत लेख लिहिला, तसंच जियांगची मुलाखत छापली. या अंकाच्या मुखपृष्ठावर जियांगचा फोटोही छापला. पुस्तकाच्या प्रस्तावनेत जियांगनं आपल्याला पुस्तक लिहिताना अनंत अडचणी आल्याचं सांगितलं असलं, तरी त्याचा खुलासा केला नाही. मिस्टर जॅक ली यांच्या सल्ल्यावरून त्याने एसीएच्या मदतीचा उल्लेख टाळला. मात्र वेन यू यांच्या कामगिरीचा व यिदानच्या मदतीचा उल्लेख मात्र आवर्जून केला. जियांगनं पुस्तक नानकिंगमध्ये सेवाभावी वृत्तीनं प्रेरित होऊन ज्यांनी मानवतावादी कार्य करताना आपले प्राण गमावले त्यांच्या स्मृतीस अर्पण केले.

"चला, जेवण तयार आहे." यिदाननं अभ्यासिकेत येऊन सांगितलं. मी घड्याळात पाहिलं, साडेबारा वाजले होते. जियांगची कहाणी ऐकता ऐकता वेळ कसा गेला, समजलेच नाही. जियांग मला डायनिंग रूमकडे घेऊन आला. टेबलावर चिनी पदार्थांची रेलचेल होती.

"तुम्ही खूपच त्रास घेतलात आज." मी यिदानला म्हणालो.

"त्यात त्रास कसला? माझ्या मदतीला एक फिलिपीना कुक आहे ना! मी फक्त देखरेख करायचं काम केलं."

कँटोनिज पद्धतीच्या उत्कष्ट चिनी जेवणाचा मी आस्वाद घ्यायला लागलो.

"तुमच्या लग्नाच्या बाबतीत तुम्ही काहीच सांगितलं नाहीत!" मी जियांगला म्हणालो. त्यावर स्मितहास्य करत तो म्हणाला, "ते तुम्ही यिदानलाच विचारा!"

हे ऐकल्यावर यिदान लाजत म्हणाली, "हा पहिल्यांदा नानकिंगला आला तेव्हा तो एक अभ्यासू संशोधक आहे, एवढंच त्याच्या वागण्याबोलण्यावरून मला वाटलं. त्याच्यात काही खट्याळ गुण असावेत, याची अजिबात शंका आली नाही."

पुस्तक प्रकाशित झाल्याची बातमी यिदानच्या कानावर वर्तमानपत्र व दूरदर्शनच्या बातम्यांमुळं आली. जियांगनं प्रकाशनाच्या बाबतीत कमालीची गुप्तता पाळली होती. मार्चमध्ये तो स्वत: पुस्तकाच्या पाच प्रती घेऊन यिदानला देण्यासाठी नानकिंगला गेला. दरम्यानच्या काळात तो तीन-चार वेळा यिदानशी फोनवर बोलला होता, पण त्यांची भेट मात्र झाली नव्हती. डिसेंबर २००१ मध्ये यिदानचा अभ्यासक्रम पुरा झाला होता. ती रू मिंग शिक्षण संस्थेच्या एका शाळेत शिकवण्याचं काम करत होती. तिथंच जियांगने तिची भेट घेतली.

"तुला देण्यासाठी एक अनोखी भेटवस्तू घेऊन आलोय!" जियांग यिदानला भेटल्यावर म्हणाला,

"अभिनंदन, जियांग! तू आजीची इच्छा पुरी केलीस. तुझ्या जिद्दीची कमाल आहे!"

"यिदान, माझ्या यशात तुझा खूप मोठा वाटा आहे. मी प्रस्तावनेत त्याचा उल्लेख केला आहे, हे पाहा!" असं म्हणून जियांगनं तिला पुस्तक उघडून त्याची प्रस्तावना वाचायला सांगितले. यिदाननं ती वाचली. त्यामध्ये जियांगने म्हटले होते–

"हे पुस्तक लिहिण्यासाठी श्रीमती वेन यू यांची नात कुमारी यिदान यांचे जे सहकार्य मला लाभले, त्याबद्दल आभार मानण्यासाठी माझ्याजवळ शब्द नाहीत. केवळ त्यांच्या सहकार्यामुळेच हे पुस्तक आज प्रकाशित होत आहे, याचा मला आवर्जून उल्लेख करावासा वाटतो. हे पुस्तक लिहिण्यामागचा माझा हेतू सफल झाला तर त्यामध्ये कुमारी यिदान यांचा मोठा वाटा असेल, यात तिळमात्र शंका नाही." हे वाचल्यावर यिदान खूप भारावून गेली. जियांगचे आभार कसे मानावेत, हे तिला सुचेना.

"आज संध्याकाळी तुला वेळ आहे? जेवायला जाऊ या कुठंतरी." जियांग म्हणाला.

"हो, चालेल. संध्याकाळी पाच वाजेपर्यंत ये घरी."

जियांग बरोबर पाच वाजता यिदानच्या घरी पोचला. ती त्याच खोलीत राहत होती.

"यिदान, हस्वुआन वू तलावाकडं फिरायला जायचं? तिथूनच कुठंतरी

जेवायला जाऊ या.''

"हो चालेल.'' यिदान म्हणाली. ती दोघं जियांगच्या टॅक्सीनं तलावाजवळ आले. त्या तलावात मधोमध एक मोठं बेट होतं. तिथं छोट्या होडीतून जायची सोय होती.

"यिदान, चल होडीतून तलावात एक चक्कर मारू अन् मग त्या बेटावर जाऊ.''

"तू नानकिंगमधून गेल्यानंतर काय काय झालं, हे सांगशील मला?''

"हो नक्कीच. चल, होडीतून चक्कर मारता मारता तुला सांगतो.''

त्यांनी दोघांसाठी एक होडी ठरवली. शिकाऱ्यासारख्या त्या छोट्या होडीत नावाडी पुढं बसून वल्हवू लागला. त्याच्या मागं होडीच्या दुसऱ्या टोकाला असलेल्या छोट्या कुशनच्या सीटवर ते शेजारी शेजारी बसले. जियांग नंतरच्या घटनांविषयी आणि पुस्तकाच्या प्रकाशनाविषयी यिदानला सांगू लागला. सूर्यास्त होत आला होता. झिजिन पर्वत खरोखरच जांभळा दिसू लागला होता. तलावावर लाल-नारंगी रंगांच्या छटा विखुरल्या होत्या. हलक्या वाऱ्यानं उठलेल्या लाटांवर त्या रंगांची मोहक हालचाल होत होती. जवळजवळ एक तासभर जियांग यिदानला पुस्तकाविषयी सांगत होता. शेवटी तो म्हणाला, "यिदान, या पुस्तकामुळं माझ्या आयुष्यास एक वेगळे वळण लागेल, असं दिसतंय. त्याचं प्रकाशन हा एक महत्त्वाचा टप्पा होता. तो गाठण्यासाठी मला तुझी साथ मिळाली. माझ्या आयुष्याच्या इतर प्रवासातही तुझी साथ मिळावी, अशी माझी इच्छा आहे!''

जियांगच्या या वक्तव्याचा मथितार्थ उमजल्यावर यिदान चमकून गेली. आपण काय ऐकत आहोत, यावर विश्वास न बसल्यानं तिनं खाली बघत जियांगला विचारलं, "तुला काय सुचवायचंय?''

"यिदान, तू वेड पांघरू नकोस. मला काय म्हणायचं आहे, हे तुला समजलंय. मला तुझी प्रतिक्रिया ऐकायची आहे.''

यिदान भांबावून गेली होती. जियांगच्या अभ्यासू, जिद्दी व प्रेमळ व्यक्तिमत्त्वानं ती खूप प्रभावित झाली होती, तो तिला आवडत होता. पण आत्तापर्यंत त्याच्या अंतरंगाचा तिला ठावठिकाणा लागत नव्हता.

"तुला काय वाटतं, माझी प्रतिक्रिया कशी असेल?'' काळपट होत चाललेल्या झिजिन पर्वताकडं पाहत यिदाननं विचारलं.

"मी काहीच अंदाज करू शकत नाही.''

यिदाननं काहीही न बोलता जियांगच्या खांद्यावर आपली मान टेकवली आणि त्याचा हात हातात घेतला. जियांगनं तिच्या खांद्याभोवती हात टाकला आणि तो म्हणाला, "माझी खात्री होती, तू होकार देशील! चला, आता तुझ्यासाठी

आणलेली अनोखी भेटवस्तू द्यायला हरकत नाही!''

''तू सकाळी पुस्तकं दिलीस ना?'' प्रश्नार्थक मुद्रेनं यिदाननं विचारलं.

जियांगनं आपल्या जॅकेटच्या खिशातून एक छोटी डबी बाहेर काढली. ती उघडून त्यातली हिऱ्याची अंगठी हातात घेतली. यिदाननं काहीही न बोलता आपला डावा हात पुढे केला. तिच्या अनामिकेवर जियांगने अंगठी चढवली. मंद वाऱ्यानं हलकेच हेलावणाऱ्या होडीत, रम्य हस्वुआन-वू तलावाच्या मध्यभागी तिन्हीसांजेच्या धूसर आणि मंत्रमुग्ध वातावरणात ती दोघं एकमेकांच्या बाहुपाशात विसावली!

''मी नानकिंगला पहिल्यांदा गेलो, तेव्हा पुस्तकाशिवाय अन्य कोणता विचार माझ्या डोक्यात नव्हता. आम्ही दोघं खूप वेळ एकत्र घालवायचो, पण ती वेळ प्रेमात पडायची नव्हती. एक मात्र कबूल करतो, तेव्हाच यिदान माझ्या मनात भरली होती.'' जियांग म्हणाला.

''पण यानं त्याचा मला सुगावा लागू दिला नाही बरं का, प्रा. कदम.'' यिदान हसत म्हणाली.

''त्या वेळी जियांग तुमच्या मनात भरला नाही, असं तुम्हाला सुचवायचं आहे का?'' मी चेष्टेनं यिदानला विचारलं. यिदान लाजून म्हणाली, ''मी नाही तुमच्या प्रश्नाचं उत्तर देणार!''

हसतखेळत आमचं जेवण सुरू होतं. जियांग म्हणाला, ''आम्ही आमच्या आई-वडिलांना आमचा निर्णय सांगितला. त्यांनी कसलीच आडकाठी आणली नाही. नानकिंगमध्ये त्याच वर्षी जूनमध्ये आम्ही विवाहबद्ध झालो. आमच्या लग्नाला विली मुद्दाम न्यूयॉर्कवरून आला. जाताना मला म्हणाला, 'तुझ्या संशोधनाच्या निमित्तानं तू वधू संशोधनही करणार, अशी मला पहिल्यापासून शंका होती! ती तू खरी केलीस!' खूप मिस्कील स्वभाव आहे त्याचा.''

जेवण झाल्यावर यिदाननं सर्वांसाठी लिची आइस्क्रीम आणले.

''यिदान, सध्या तुम्ही काय करता?'' मी विचारले.

''मला शिक्षणक्षेत्राची खूप आवड आहे. आजीच्या संस्थेमार्फत मी इथून जवळच्याच हाँगकाँग प्रशासनाच्या आधिपत्याखालच्या 'नवी भूमी' या नावाने ओळखल्या जाणाऱ्या भागात गोरगरीब मुलींसाठी एक शाळा सुरू केली आहे. तिचा कारभार मी सांभाळते.'' यिदान म्हणाली.

''पण हाँगकाँगसारख्या समृद्ध प्रदेशात गोरगरीब पाहायलाही मिळत नाहीत.'' मी म्हणालो.

''ते फक्त शहरात! जर तुम्ही चीनच्या मुख्य भू-प्रदेशाजवळ गेलात, तर

तिथं तुम्हाला रोजगारासाठी बेकायदेशीरपणे हाँगकाँगमध्ये आलेल्या गरीब कुटुंबांच्या वस्त्या दिसतील. त्यांच्या हालअपेष्टा इतर देशांतील गोरगरिबांपेक्षा वेगळ्या नाहीत, असं माझ्या लक्षात आलं. त्यांची मुले लहानसहान कामे करताना पाहिल्यानंतर मी मायपो येथे त्यांच्यासाठी शाळा सुरू करायचे ठरवले. त्यासाठी हाँगकाँगच्या बऱ्याच धनिकांनी मला मदत केली.''

''अरे वा! तुम्ही वेन यूंचा वारसा मोठ्या जिद्दीने पुढे चालू ठेवलात, हे मात्र खरंच कौतुकास्पद आहे.'' मी म्हणालो.

''मी जर तसं केलं नसतं, तर आजीच्या ध्येयवादी आणि सेवाभावी विचारसरणीशी व तिच्या आदर्शाशी प्रतारणा केल्याचा अपराध माझ्या हातून घडला असता.''

यिदानच्या उच्च विचारसरणीनं मी भारावून गेलो.

''जियांग, पुढं तुमचा लिस्बन विद्यापीठातले तुमच्या मार्गदर्शक प्राध्यापक मिग्वेल ऑलिव्हेरा यांच्याशी संपर्क साधला गेला का?'' मी विचारले.

''अर्थातच. पुस्तक प्रकाशित झाल्यानंतर त्यांचा मला अभिनंदनाचा फोन आला. मी १९९९च्या सप्टेंबरमध्ये विद्यापीठातील माझी नोंदणी रद्द केल्याची बातमी समजल्यावर ते चक्रावून गेले होते. पुस्तक प्रकाशित झाल्यानंतर त्यांना सारा खुलासा झाला. ते वाचल्यानंतर त्यांनी विद्यापीठाच्या विधिसभेत एक ठराव मांडला. त्यात त्यांनी असा युक्तिवाद केला, की दबावाखाली रद्द केलेली नोंदणी मुळीच रद्द होत नाही; ती विधिग्राह्य मानून माझ्या पुस्तकास पीएच. डी. प्रबंधाचा दर्जा देण्यात यावा.''

''माझी खात्री आहे, की त्यांच्या ठरावास कोणीही विरोध केला नसणार.''

''बरोबर ओळखलंत, प्रा. कदम. तो एकमताने संमत करण्यात आला आणि एका खास पदवीदान समारंभात मला डॉक्टरेट पदवी बहाल करण्यात आली. मी त्या आदरसत्काराने भारावून गेलो. त्या वेळी प्रा. ऑलिव्हेरा आपले आनंदाश्रू आवरू शकले नाहीत. त्या पदवीदान समारंभाचे प्रमुख पाहुणे कोण होते, याचा तुम्ही अंदाज करू शकाल, प्रा. कदम?''

मी थोडावेळ विचार केला. मला काही अंदाज करता येईना ते पाहून जियांग म्हणाला, ''हार्वर्डचे प्रा. मायकेल ग्रीनवुड.''

''अरे वा! त्यांनाही आनंद झाला असेल!''

''खूपच! त्यांनीच मला जपान आंतरराष्ट्रीय विकास संस्थेच्या दबावतंत्राची माहिती दिली. त्या संस्थेने नोव्हेंबर १९९९ मध्ये कसल्यातरी सबबीवरून त्यांनी केलेला प्रस्ताव मागे घेतला.''

“हे जपानी दबावतंत्राचं प्रकरण खूपच गूढ असावं.”

“प्रा. कदम, तेच तर तुम्हाला सांगायचंय. या, आपण अभ्यासिकेत बसू थोडावेळ!” जियांग म्हणाला. आम्ही तिथं बसल्यावर त्यानं विचारलं,

“तुमच्या कादंबरीची सुरुवात तुम्ही कशी कराल?”

“कालपासून कादंबरीचा आराखडा माझ्या मनात घोळत आहे; पण तिचा शेवट कसा करावा, हे अजून सुचत नाही.” मी म्हणालो.

“कदाचित मी तुम्हाला आता जे सांगणार आहे, त्याचा कादंबरीचा शेवट करायला उपयोग होईल.” जियांग गूढपणे म्हणाला.

जियांगनं पुस्तकात जपानी दबावतंत्राचा पुसटसादेखील उल्लेख केला नव्हता. या बाबतीत तो मला काय सागंणार आहे, याची उत्कंठा शिगेला पोचली होती. त्यानं मला विचारलं, “तुमचं कधी जपानला जाणं होतं का?”

“हो. कामानिमित्त मला वर्षातून तीन-चार वेळा टोकियोला किंवा इतर काही ठिकाणी जावं लागतं. येत्या मे महिन्याच्या पहिल्या आठवड्यात मी टोकियो, क्योटो, साप्पोरो आणि हिरोशिमाला दहा-बारा दिवसांसाठी जाणार आहे.”

“प्रा. कदम, माझं पुस्तक प्रकाशित झाल्यानंतर चार-पाच महिन्यांनी मला नागोयाच्या मिसेस कावामुरा नावाच्या एका जपानी बाईंची ई-मेल आली. त्यांनी माझ्या पुस्तकाची खूप प्रशंसा केली. त्यांच्याकडून मला एक खळबळजनक बातमी कळली.

“माझ्या पुस्तकाच्या प्रस्तावनेत पुस्तक लिहिताना मला बऱ्याच अडचणी आल्या, असा मी उल्लेख केला आहे. त्याचा संदर्भ देऊन त्यांनी आपल्या संदेशात म्हटले की, ‘तुमच्या उपक्रमात काही जपानी व्यक्तींनी अडथळा आणण्याचा किंवा तो तुम्ही पुरा करू नये यासाठी तुमच्यावर दबाब आणण्याचा प्रयत्न केला असल्याची मला शंका येते. असे हीन कृत्य करणाऱ्या काही तथाकथित उच्चभ्रू जपानी व्यक्तींच्या एका समूहाविषयी माझ्याजवळ ठोस पुरावे आहेत, पण मी ते ई-मेल संदेशाद्वारे आपल्याला कळवू शकत नाही.’ माझी व त्यांची आजतागायत भेट झाली नाही आणि ती होईल की नाही, याची मला शंका वाटते.”

“तुमचा पुढेमागे कधी जपानला जायचा विचार नाही?”

“मला गेल्या वर्षी ओसाका विद्यापीठाचे आमंत्रण आले होते पण..” जियांग बोलायचा थांबला. काही क्षण विचार करून तो पुढे म्हणाला, “पण यिदानच्या हट्टाखातर ते मला नाकारावे लागले. मी जर जपानला गेलो, तर माझं पुस्तक वाचून संतप्त झालेला एखादा माथेफिरू माझ्यावर खुनी हल्ला करायला मागंपुढं पाहणार नाही, अशी तिला भीती वाटते.”

“जियांग, तो धोका तुम्ही पत्करू नये, असं मलाही वाटतं.”

“हो, पण आता तुम्हाला सांगायला हरकत नाही. ‘पेनग्विन’नं माझ्यामागं पुस्तकाची सुधारित आवृत्ती काढायचा तगादा लावला आहे. मी त्या बाबतीत गंभीरपणे विचार करतोय. तसे जर करायचे झाले, तर मिसेस कावामुरा यांना ठाऊक असलेल्या माहितीचा मला खूप उपयोग होईल. मी तुम्हाला एक विनंती करू?”

“अगदी विनासंकोच करा, जियांग.” मी उत्सुकतेनं म्हणालो.

“तुम्ही माझ्या वतीने मिसेस कावामुरांची भेट घ्या. मी तुमच्याविषयी त्यांना कळवतो. त्यांना तुमचा ई-मेलचा पत्ता देतो. त्यांच्याकडं असलेली माहिती तुम्हाला द्यायला सांगतो. ती नंतर तुम्ही मला कळवा.”

“अगदी आनंदानं, जियांग! तुमच्या उपक्रमास माझा हातभार लागला, तर मला आनंद वाटेल!”

दुपारी दोनच्या सुमारास यिदान-जियांग यांचे मन:पूर्वक आभार मानून मी त्यांचा निरोप घेतला. व्हिक्टोरियाकडं जाणारी बस पाच-सहा मिनिटांनी आली. दुमजली बसच्या वरच्या मजल्यावर खिडकीजवळ मला जागा मिळाली. तिथून ‘रिपल्स बे’चा रम्य परिसर दृष्टिक्षेपात येत होता. पण माझं तिकडं लक्ष नव्हतं. आता मला ध्यास लागला होता, नागोयाला जाऊन मिसेस कावामुरांची भेट घ्यायचा!

नागोया, १४ मे २००६

नागोयाकडे जाणारी ‘शिंकानसेन’ ही बुलेट ट्रेन टोकियोहून सकाळी ७ वाजून ३४ मिनिटांनी सुटली. जवळजवळ सव्वातीनशे किलोमीटर अंतरावरील नागोयाला पोचायला तिला फक्त एक तास आणि चाळीस मिनिटं लागणार होती. माझ्या टोकियोतील भेटीगाठी आणि इतर कामं १३ तारखेला संपली होती. मी मुद्दाम श्रीमती कावामुरा यांची भेट घेण्यासाठी १४ तारखेला टोकियोमध्ये राहायचं ठरवलं होतं. मी जपानला जाण्यापूर्वी जियांगनं मिसेस कावामुरांना ई-मेल पाठवून माझ्याबद्दल आणि माझ्या त्यांच्या भेटीचं प्रयोजन काय आहे, हे कळवलं होतं. त्या नागोयाच्या ‘जिमोकुजी कार्पोरेशन’ या विद्युत् उपकरणं तयार करण्याच्या कंपनीत मार्केटिंग मॅनेजरचं काम करत होत्या. आमची भेट त्यांच्या घरी होणार होती. रेल्वे ठरल्याप्रमाणे बरोबर ९ वाजून १४ मिनिटांनी नागोया रेल्वे स्टेशनवर पोचली. तिथून टॅक्सीनं ‘मैतो कु’ या भागातील त्यांच्या घरी पोचायला फक्त पंधरा मिनिटं लागली. त्यांच्या घराची बेल दाबल्यावर पंचावन्न-छपन्न वयाच्या बाईंनी दार उघडलं.

“मिसेस कावामुरा?” मी अंदाजाने विचारले.

“हो. या प्रा. कदम. तुमचीच वाट पाहत होते. बसा.”

मी छोट्या दिवाणखान्यातील एका खुर्चीवर बसलो. घरात मोजकंच पण उंची फर्निचर होतं. कोपऱ्यातील टेबलावर त्यांच्या कुटुंबाचा बँकॉकच्या शाही राजवाड्याच्या आवारात घेतलेला रंगीत फोटो होता. थोड्याच वेळात त्या जपानी पद्धतीचा हिरवा चहा असलेली किटली, दोन कप आणि काळे तीळ लावलेला केकसारखा एक पदार्थ घेऊन आल्या.

“घ्या, प्रा. कदम.”

“थँक्स!” म्हणून मी चहा घेतला. त्या वेगळ्या पदार्थाची चवही घेतली. सोयाबीनच्या पिठापासून केलेला तो गोड पदार्थ चविष्ट होता.

“सर्वप्रथम तुम्ही माझी भेट घ्यायला संमती दिलीत, याबद्दल थँक्स.” मी म्हणालो.

“मला प्रा. जियांग चेंग यांची ई-मेल आल्यानंतर तुमची भेट नाकारणे शक्यच नव्हतं. शिवाय तुम्ही त्यांच्या अनुभवांवर कादंबरी लिहिणार आहात, हे देखील त्यांनी मला कळवलं. दुर्दैवानं त्यांची माझी भेट होईल की नाही याची शाश्वती नाही. मी देखील त्यांनी जपानला यावं असं सुचवणार नाही. बरं, तुम्हाला आज परत टोकियोला जायचंय, तेव्हा वेळ वाया घालवायला नको. आपण इथंच घरी बोलत बसू. माझे पती सर्जन आहेत. ते हॉस्पिटलमधून संध्याकाळीच घरी परतात. मुलं टोकियोमध्ये शिकायला असतात. घरी आपल्याला व्यत्यय येणार नाही. आज शनिवार असल्यानं मीही मोकळीच आहे.”

“अगदी बेलाशक, मिसेस कावामुरा. आपल्याशी चर्चा करणं हे माझ्या आणि प्रा. जियांग चेंग यांच्या दृष्टीनं महत्त्वाचं आहे.”

“प्रा. कदम, तुम्हाला प्रा. जियांग यांनी टोकियोतल्या इतिहासाचे प्राध्यापक इयेनागा शिगेतो यांच्याबद्दल सांगितलंय?”

“हो. त्यांनी एकत्रित केलेली कागदपत्रं, पुरावे आणि फोटो, तसंच त्यांची आणि वेन यू यांची सेऊलमध्ये १९७६ च्या सुमारास झालेली भेट आणि घरावर पडलेल्या दरोड्यादरम्यान झालेल्या खुनी हल्ल्यात झालेला त्यांचा दुर्दैवी मृत्यू, याची मला कल्पना आहे.”

“मी त्यांची मुलगी!”

“असं? मला याची कल्पना नव्हती! प्रा. जियांगनादेखील हे ठाऊक नाही.” मला ते ऐकून आश्चर्य वाटलं.

“मी या गोष्टीची वाच्यता फारशी कोणाजवळ करत नाही.”

“प्रा. शिगेतो यांची इच्छा अपुरी राहिली, हे मात्र खूप वाईट झालं. त्यांनी

केलेलं संशोधन अतिशय अभ्यासपूर्ण नि सखोल होतं, असं प्रा. जियांगनी मला सांगितलं.''

''डॅडी वेळोवेळी मला त्यांच्या संशोधनाबाबत सांगत. त्यांची हत्या व्हायच्या आधी काही दिवस ते खूप अस्वस्थ होते. त्यांनी शिक्षण मंत्रालयाला एक पत्र पाठवलं होतं.''

मिसेस कावामुरांनी मला इतिहासाच्या पाठ्यपुस्तकाबाबत झालेल्या वादाबद्दल सांगितलं.

''डॅडींनी नानकिंगसंबंधी अतिशय काळजीपूर्वक जमा केलेल्या कागदपत्रांची एक बॅग घरात ठेवली होती. दरोडेखोरांनी ती उघडून आतील सर्व कागद लंपास केले. आता तुम्ही मला सांगा, कोणता दरोडेखोर किंमती ऐवज चोरण्याऐवजी ऐतिहासिक कागदपत्रं किंवा रोजनिशी चोरेल?''

''खरंय, तुमचं म्हणणं. सारे प्रकरण गूढ आणि संशयास्पद वाटतं.''

''डॅडी गेल्यानंतर त्यांच्या मृत्यूला कोण जबाबदार आहे, त्याचं खरं कारण काय आहे, याचा शोध घ्यायची मी पोलिसांना विनंती केली. प्रत्येक वेळी ते 'तपास चालू आहे, अजून काही ठोस पुरावे हाती आले नाहीत. ते आल्यानंतर तुमच्याशी संपर्क साधू,' अशी ठरावीक साच्याची उत्तरे देऊन त्यांनी माझी बोळवण केली. या साऱ्या प्रकरणामागं कोणातरी वजनदार असामीचा हात असावा, अशी मला शंका आली. पण मला गप्प बसवत नव्हतं. शेवटी मी एक धाडसी पण धोकादायक पाऊल उचलायचं ठरवलं.''

आशी कावामुराने आपल्या वडिलांच्या हत्येच्या प्रकरणाचा तपास समाधानकारक होत नाही याची खात्री झाल्यानंतर, टोकियोतील वार्ताहर असलेला आपला चुलत भाऊ युजी याच्याशी संपर्क साधला. युजी जपानच्या 'सांकेई' या प्रसिद्ध वृत्तसमूहासाठी 'गुन्हे-वार्ताहर' म्हणून काम करत होता. दैनंदिन गुन्ह्यांविषयी पोलिसांकडून किंवा अन्य सूत्रांकडून माहिती संकलित करून त्यांच्या बातम्या तयार करायचं त्याचं काम होतं. आशीचं आणि युजीचं खूप जिव्हाळ्याचं नातं होतं. युजीच्या आई-वडिलांचे तो दहा वर्षांचा असताना कारच्या अपघातात निधन झालेलं. त्याचं पालनपोषण करायची जबाबदारी प्रा. शिगेतोंनी उचलली. त्याचं शिक्षण पुरं होईपर्यंत तो प्रा.शिगेतांच्या घरी राहिला होता. आशीला सख्खा भाऊ नव्हता. ती दोघं सख्खे भाऊ बहीण असल्याप्रमाणेच वाढली. प्रा. शिगेतोंच्या दुर्दैवी हत्येनं युजीदेखील अस्वस्थ झाला होता.

''युजी, डॅडींच्या हत्येच्या प्रकरणास पोलीस जाणूनबुजून दडपून टाकताहेत

अशी मला शंका वाटते. काय बरं करायचं?''

''माझ्या परिचयाचे काही पोलीसअधिकारी टोकियोत चांगल्या हुद्द्यावर आहेत. मी पाहतो प्रयत्न करून.''

तीन आठवड्यांनी युजी आशीला भेटला.

''आशी, प्रकरण खरंच गूढ आहे. कुठंतरी पाणी मुरतंय, एवढं नक्की. कोणीही मोकळेपणानं बोलायला तयार नाही. पण तरीही मी चिकाटी सोडणार नाही.''

''युजीनं सांगितल्याप्रमाणं त्यानं त्या प्रकरणाचा ध्यास सोडला नाही, पण काही ठोस पुरावे हाती येत नव्हते. त्या दुर्घटनेला जेमतेम दोन वर्षे पुरी झाली असतील, सासाके नावाच्या युजीच्या एका वर्गमित्राने नानकिंगमध्ये रस घ्यायला सुरुवात केली. त्याला शोधक पत्रकारितेची खूप आवड. दोघंही टोकियोतल्या वासेडा विद्यापीठाच्या वृत्तविद्या विभागात पत्रकारिता शिकले. मला वाटतं, १९८० च्या डिसेंबरमध्ये सासाकेचा गूढ रीतीने मृत्यू झाला. त्याच्या गाडीचे ब्रेक निकामी झाल्यामुळं झालेल्या अपघातात तो दगावला. युजीला त्याच्या मृत्यूबाबतही शंका आली. त्यानं आपला हेतू गुप्त ठेवून बराच तपास केला. त्याला जी माहिती मिळाली, ती धक्कादायक होती. पुढंदेखील अशा शंकास्पद प्रकरणांचा त्यानं शोध घेतला. बरीच माहिती संकलित केली, पण त्या साऱ्या प्रकरणास वाचा फोडण्याइतपत ठोस पुरावे हाती येत नव्हते.

''सध्या कोठे असतात ते?''

''युजी सध्या 'माईनिची' वृत्तसंस्थेसाठी काम करतोय. पण त्याचा या विषयातील रस मुळीच कमी झालेला नाही. त्याच्या हाती आलेल्या माहितीच्या आधारे विविध क्षेत्रांतील प्रसिद्ध आणि वजनदार जपानी व्यक्तींचा एक भूमिगत कंपू अस्तित्वात आहे आणि तो नानकिंगला प्रसिद्धी मिळायचे प्रयत्न कोणत्याही थरावर जाऊन हाणून पाडतो, हे सिद्ध झाले. पण त्या वजनदार व्यक्तींच्या बाबतीत काही ठोस पुरावे हाती यायला १९९९ साल उजाडावं लागलं.''

''काय झालं बरं त्या वर्षी?'

''जानेवारी महिन्यात रोनाल्ड हॉकर नावाचे एक ऑस्ट्रेलियन पत्रकार नानकिंगसंदर्भात संशोधन करण्यासाठी टोकियोला आले. ते त्यांच्या हॉटेलमधून एका संध्याकाळी गायब झाले. दोन दिवसांनी त्यांचा मृतदेह टोकियोच्या खाडीत तरंगताना आढळला. ते नानकिंगवर संशोधन करत होते, हे कोणाला ठाऊक नव्हते. त्याच सुमारास युजीच्या वाचनात ऑस्ट्रेलियाहून प्रकाशित होणाऱ्या 'द सिडनी मॉर्निंग हेराल्ड' या वृत्तपत्रातील एक बातमी आली. तिच्यामध्ये रोनाल्ड

हॉकर यांच्या मृत्यूबद्दल त्यांच्या पत्नीनं शंका व्यक्त केली होती. तिच्या मते त्यांची नानकिंगवर संशोधन करत असल्याच्या कारणास्तव हत्या करण्यात आली होती. टोकियोला येण्यापूर्वी ते नानकिंगला गेले होते.''

''पण त्यातून पुढं काय निष्पन्न झालं?''

''सांगते ना!'' असे म्हणून मिसेस कावामुरांनी घड्याळाकडं पाहिलं, आणि त्या म्हणाल्या, ''प्रा. कदम, साडे-बारा वाजलेत. मी आपल्यासाठी सँडविचेस केली आहेत. थोडं खाऊन घेऊ आणि नंतर बोलू.''

''थँक्स, मिसेस कावामुरा.''

अर्ध्या तासानं आमची चर्चा पुढं सुरू झाली.

''युजीनं त्या प्रकरणाचा शोध घ्यायचा ठरवलं. त्याने टोकियो खाडीच्या आसपास वावरणाऱ्या लोकांचा कसोशीनं शोध घेऊन त्यांच्याजवळ चौकशी करायला सुरुवात केली. खाडीच्या जवळील हमारिक्यु पॅलेस गार्डनच्या परिसरात शुतो द्रुतगती मार्गावर ज्या दिवशी रोनाल्ड हॉकर हॉटेलमधून गायब झाले, त्या रात्री फिकट सोनेरी छटा असलेली इसुझु ट्रुपर गाडी संशयास्पद स्थितीत दोन-तीन वेळा चकरा मारताना पाहिल्याचं त्या गार्डनच्या रात्रपाळीवरील सुरक्षा कर्मचाऱ्यानं युजीला ठामपणे सांगितले. युजीनं इसुझु कंपनीच्या मदतीने टोकियोतील सर्व इसुझु ट्रुपर गाड्यांच्या मालकीची यादी मिळवली. इंटरनेटच्या आधारे त्या यादीतील नावांचा गुन्हेगारी जगताशी काही संबंध आहे का, याचा शोध त्यानं घेतला. तेव्हा हुबेहूब तसलीच गाडी त्याला योशीहिरो ताकायामा या गुन्हेगारी जगताशी संबंध असलेल्या व्यक्तीकडे आहे, अशी माहिती मिळाली. त्याला असंही समजलं, की १९९० मध्ये योशीहिरोवर खुनाच्या आरोपाखाली खटला चालवला गेला होता. भरभक्कम पुरावा असूनदेखील न्यायालयाने त्याची निर्दोष मुक्तता केली होती. युजीनं त्याचा सध्याचा पत्ता शोधून काढला आणि त्याच्यावर पाळत ठेवली. त्याचं 'गिंझा' मध्ये उपाहारगृह आहे, असं त्याला समजलं. युजीचे वृत्तव्यवसायात सात-आठ समवयस्क आणि समविचारी घनिष्ट मित्र होते. त्यानं त्या सर्वांना विश्वासात घेऊन एक योजना आखली...

''हिरोमी, तू उद्या टोकियो विद्यापीठाचं ग्रंथालय, संसदेचं राष्ट्रीय ग्रंथालय, राष्ट्रीय पुराभिलेख कार्यालय व राष्ट्रीय ग्रंथसंग्रहालयाचे संशोधन आणि माहिती केंद्र येथे जाऊन बतावणी करायची, की तू नागासाकीहून नानकिंगप्रकरणावर संशोधन करण्यासाठी टोकियोमध्ये आला आहेस. नानकिंगप्रकरण दडपण्यासठी कार्यरत व्यक्तींकडे ती बातमी जाईल. जर योशीहिरो ताकायामा खरोखरच अशा व्यक्तींसाठी

काम करत असेल, तर लगेचच त्याच्या हालचाली सुरू होतील. आम्ही त्याच्या उपाहारगृहावर रात्रंदिवस लक्ष ठेवू व पुढे काही धागेदोरे मिळतात का हे पाहू.''

युजी, हिरोमी आणि त्यांच्या इतर साथीदारांनी त्या योजनेबाबत सखोल चर्चा केली. दुसऱ्या दिवशी सकाळपासून हिरोमी मोहिमेवर निघाला. टोकियो विद्यापीठातून तो पुराभिलेख कार्यालयात पोचला. तिथल्या व्यवस्थापकांची भेट घेऊन तो त्यांना म्हणाला,

''नमस्कार साहेब, मी नागानो इवासावा. नागासाकीवरून आलोय. माझ्या आंतरराष्ट्रीय कायद्याच्या पदव्युत्तर अभ्यासक्रमात एक प्रदीर्घ शोधनिबंध लिहायची अट आहे. त्यासाठी 'नानकिंग इथल्या १९३७-३८ दरम्यानच्या आंतरराष्ट्रीय युद्धविषयक कायद्यांचे उल्लंघन' हा विषय मी निवडला आहे. मला त्या संदर्भात तुमच्याकडच्या काही ऐतिहासिक दाखल्यांचा अभ्यास करायचा आहे. त्यासाठी मला आपली परवानगी हवी.'' 'हा घ्या माझा अर्ज', असं म्हणून हिरोमीनं एक लेखी अर्ज त्यांना दिला. त्याकडं पाहत ते म्हणाले,

''इथं आम्ही आमच्या संदर्भग्रंथांची सूची आणि ग्रंथ यांची पडताळणी करण्याच्या कामात मग्न आहोत. तुम्ही चार-पाच दिवसांनंतर इकडं संशोधनासाठी येऊ शकता? तुम्ही नागासाकीचे ना? सध्या कुठं राहता टोकियोत?''

''साहेब, मी सध्या मात्सुझाकी या उपनगरात राहतो. तिथल्या एका साध्या गेस्ट हाउसमध्ये मी एक छोटी खोली भाड्यानं घेतली आहे. टोकियो शहरात राहणं माझ्या खिशाला परवडणार नाही. सध्याचा पत्ता मी माझ्या अर्जात दिला आहेच.''

तो वाचत ते गृहस्थ म्हणाले, ''ठीक आहे, नागानो. तू पुढच्या मंगळवारपासून इकडं यायला सुरुवात कर.''

''धन्यवाद साहेब!''

मात्सुझाकीतील 'शिमोदा' गेस्ट हाउसमध्ये 'नागानो इवासावा' या नावानं तीन दिवसांपासून युजीचा दुसराच एक मित्र राहत होता. ज्या दिवशी हिरोमीनं ग्रंथालयामध्ये जाऊन आपला संशोधनाचा मनसुबा जाहीर केला, त्याच संध्याकाळी त्यानं गेस्ट हाउसच्या व्यवस्थापकास सांगितलं, की आपले वडील खूप आजारी असल्यानं आपण तातडीनं नागासाकीस जात आहोत. त्या दिवशी दुपारपासून युजीचे साथीदार योशीच्या 'तायकुकू' उपाहारगृहाच्या मुख्य तसंच प्रवेशद्वारावर लक्ष ठेवून होते. त्यांनी त्याच्या जवळच्या दोन इमारतींमध्ये खोट्या सबबींवर दोन खोल्या मिळवल्या होत्या. त्या सर्वांनी योशीचा पाठलाग करायचं ठरवलं होतं. त्यांच्या अंदाजानुसार योशीला सतर्क करण्यात आल्यानंतर तो 'नागानो इवासावा'चा

शोध घ्यायला बाहेर पडेल. त्यांच्याकडं शक्तिशाली दुर्बिणी आणि अंधारात फोटो काढता येईल, असे अत्याधुनिक 'इन्फ्रा रेड' कॅमेरे होते. त्यांच्यापैकी दोघे 'शिमोदा' गेस्ट हाउसवर लक्ष ठेवून होते.

संध्याकाळ उलटून गेली, तरी योशीची काहीही हालचाल दिसून येत नव्हती.

"युजी, आपला अंदाज चुकला तर नसावा?" युजीचा मित्र तादाओ म्हणाला.

"काही समजायला मार्ग नाही. आपण अंधारात चाचपडत आहोत. मला वाटतं, आजची रात्र आपण आळीपाळीनं 'तायकूकू' वर लक्ष ठेवूया. कदाचित तो रात्री एखाद्या मोहिमेवर निघाला तर?"

"ठीक आहे."

'तायकुकू'च्या पाळतीवरील युजीच्या मित्रांनी आणि स्वत: युजीनं आशा सोडली नव्हती. मागच्या दारावर युजी अन् तादाओ लक्ष ठेवून होते. रात्री अकरा वाजून वीस मिनिटांनंतर 'इन्काय' चे सदस्य 'तायकुकू'मध्ये जाण्यासाठी तिथं पोचले, तेव्हा आकिरा निशिमुरा, इतर पाच सुप्रसिद्ध व्यक्ती यांना पाहून युजी व तादाओ यांना आश्चर्याचा धक्का बसला. ते दोघेही वृत्तव्यवसायात काम करत असल्यानं त्या सर्वांना चांगलेच ओळखत होते. आत जाताना आणि जवळजवळ अर्ध्या तासाने बाहेर पडताना त्यांनी त्या सर्वांचे पटापट फोटो घेतले. दुसऱ्या दिवशी युजीच्या विश्वासातील एका मित्राच्या मदतीनं त्यानं फोटो तयार करून घेतले.

"आशी, हे प्रकरण फार गुंतागुंतीचं आहे! हे फोटो पाहा." युजीनं त्यांची पार्श्वभूमी तिला सांगितली.

"पण युजी, ही मंडळी 'गिंझा' मध्ये का बरं भेटत असावीत? त्यांना दुसरी निर्धोक जागा मिळाली नसावी?"

"मी आज सकाळपासून तोच विचार करत होतो. त्यांच्यापैकी एखाद्याच्या घरी किंवा कार्यालयात भेटलं, तर इतरांचे लगेचच त्याकडं लक्ष वेधलं जाणार; तेच एखाद्या पंचतारांकित हॉटेलच्या बाबतीत होणार. 'गिंझा'सारख्या गजबजलेल्या भागातल्या एखाद्या अंधाऱ्या गल्लीत समजा चुकून त्यांना कोणी पाहिलं, तर त्याला किंचितशीदेखील शंका येणार नाही, की ती एक सुप्रसिद्ध व्यक्ती आहे. त्याला वाटेल की, आपल्याला अंधारात तसा भास झाला असावा. शिवाय रात्री दहानंतर 'गिंझा' मध्ये 'साके' न प्राशन केलेली व्यक्ती आढळणं अतिशय दुर्मीळ!"

"तर ही सारी मंडळी किंवा त्यांच्यासारखी इतर डॅडींच्या हत्येला जबाबदार आहेत तर..." आशी उद्विग्नतेनं उदगारली.

"आशी, आपल्याजवळील अपुऱ्या पुराव्याच्या आधारे त्या समूहाचा बुरखा फाडणे आपल्याला शक्य होणार नाही. त्यांच्या कृष्णकृत्यांचा गौप्यस्फोट करण्यासाठी आपल्याला भरभक्कम पुरावे लागतील."

"जियांग चेंग यांचं पुस्तक प्रकाशित झाल्यामुळे या साऱ्या प्रकरणाला वेगळंच वळण मिळालं असेल!" मी मिसेस कावामुरांना म्हणालो.

"अर्थातच. त्या साऱ्या समूहाचा हेतू त्यामुळे निष्फळ ठरला, हे उघडच आहे. पण त्यामुळे त्यांच्या निंदनीय आणि घृणास्पद गुन्हेगारी स्वरूपाच्या कारवायांची गंभीरता मुळीच कमी होत नाही. त्या तथाकथित उच्चभ्रू व्यक्तींच्या कृष्णकृत्यांवर प्रकाश पाडल्याशिवाय माझ्या डॅडींच्या आत्म्याला शांती लाभणार नाही. पण एक गोष्ट मात्र खरी प्रा. कदम, प्रा. चेंग यांच्या पुस्तकानं जपानमध्ये एक खळबळ उडवून दिली..."

मिसेस कावामुरांनी मला जपानमध्ये पुस्तक प्रकाशित झाल्यानंतर निर्माण झालेल्या वादळाविषयी बरीच माहिती सांगितली. मी घड्याळात पाहिले, सव्वा-पाच वाजत आले होते.

"मी पाच-छपन्नच्या 'शिंकानसेन'चं तिकीट काढलंय. मला वाटतं, मला आता निघायला हवं!"

"थांबा, मी तुम्हाला स्टेशनवर सोडते. पण त्यापूर्वी तुम्हाला काही द्यायचंय." मिसेस कावामुरांनी आत जाऊन एक फाईल आणली.

"कृपा करून ही फाईल प्रा. जियांग चेंग यांना द्यायची व्यवस्था करा. मी तुम्हाला सांगितलेल्या साऱ्या घडामोडींचे पुरावे यात आहेत. काही फोटोदेखील आहेत. तुम्हीही ती फाईल वाचा. त्यातल्या माहितीचा उपयोग कसा करून घ्यायचा, ते तुम्ही आणि प्रा. चेंग यांनी ठरवा. पण त्या समूहाच्या कृष्णकृत्यांना प्रसिद्धी मिळावी, एवढीच माझी इच्छा आहे."

"मिसेस कावामुरा, मला खात्री आहे प्रा. चेंग तिचा उत्तम तऱ्हेने उपयोग करतील. मीदेखील ती वाचल्यानंतर तिचा कसा उपयोग करायचा, हे ठरवेन. तुमचे शतशः आभार!"

"एका अर्थी डॅडींची इच्छा पुरी होत आहे, ही माझ्या दृष्टीनं समाधानाची गोष्ट आहे. दुर्दैवानं ती त्यांच्या हयातीत पुरी होऊ शकली नाही, याला आता इलाज नाही. असो. चला, आपल्याला निघायला हवं." मिसेस कावामुरा घड्याळाकडं पाहत म्हणाल्या.

मिसेस कावामुरांनी दिलेली फाईल मी माझ्या ब्रीफकेसमध्ये ठेवली. नागोया

स्टेशनवर त्यांचा निरोप घेताना. त्यांचे पुन्हा एकदा आभार मानले. टोकियोला जाणाऱ्या रेल्वेत स्थानापन्न झालो. ती फाईल वाचायची आणि त्यातील फोटो पाहायची मला खूप उत्सुकता होती. पण माझ्या शेजारी साठीचे एक गृहस्थ बसले होते. त्या फाईलमधील कागद त्यांच्या नजरेस पडू नयेत, म्हणून मी ती उघडायचा धोका पत्करला नाही. रात्री हॉटेलवर पोचल्यावर ती वाचायची असं मी ठरवलं. रेल्वे साडेआठच्या आधीच टोकियो रेल्वेस्टेशनवर पोचली. स्टेशनवरील एका स्टॉलमधून चार सामन सुशी आणि एक 'बेंटो बॉक्स' रात्रीच्या जेवणासाठी पॅक करून घेतलं. स्टेशनबाहेर येऊन ओकुरा हॉटेलकडे जायला टॅक्सी केली. जवळजवळ वीस मिनिटांनी हॉटेलवर पोचलो. खोलीवर जाऊन पटापट वॉश घेतला, कपडे बदलले. सुशीचा बॉक्स उघडला. खोलीतील मिनीबारमधल्या जपानी संतोरी माल्ट व्हिस्कीचा पेग भरला आणि मिसेस कावामुरांनी दिलेली फाईल उघडली....

त्या रात्री मला झोपायला पहाटेचे तीन वाजले. माझी फ्लाइट दुपारची असल्यानं मला लवकर उठायची घाई नव्हती. पण झोपेतदेखील डोळ्यांसमोर त्या फाईलमध्ये लिहिलेल्या गोष्टींची दृश्यं तरळत होती. मिसेस कावामुरांनी त्या फाईलच्या शेवटी 'असाही शिंबून' मधल्या तीन बातम्यांची कात्रणं लावली होती. ती वारंवार माझ्या डोळ्यांसमोर येत होती. त्यातलं पहिलं होतं, १५ फेब्रुवारी २००२ या दिवशीच्या वर्तमानपत्रात प्रसिद्ध झालेल्या बातमीचं.

'नानकिंगची निर्दयता' पुस्तकाचं न्यूयॉर्कमध्ये प्रकाशन

टोकियो, ता. १४ फेब्रुवारी : 'नानकिंगची निर्दयता' हे जियांग चेंगलिखित पुस्तक 'पेनग्विन' प्रकाशन संस्थेमार्फत आज न्यूयॉर्कमध्ये प्रकाशित होत आहे. 'पेनग्विन' च्या टोकियो इथल्या कार्यालयाने प्रसृत केलेल्या प्रसिद्धिपत्रकात म्हटले आहे, की जपानी सैन्याने चीनमध्ये १९३७-३८ च्या सुमारास निर्दयपणे जो हिंसाचार आणि अत्याचार केला, त्याच्या विस्तृत कथा या पुस्तकात वाचकांना वाचावयास मिळतील. पुस्तकाचे लेखक जियांग चेंग यांनी जवळजवळ दोन वर्षं अथक् संशोधन करून संपादन केलेल्या महत्त्वपूर्ण ऐतिहासिक कागदपत्रांच्या आणि रोजनिश्यांच्या आधारे हे पुस्तक लिहिलं आहे. या पुस्तकात १९३७-३८ च्या सुमारास नानकिंगमध्ये घेतलेले फोटोही वाचकांना पाहावयास मिळतील. जियांग चेंग हे मूळचे मकावचे असून लिस्बन विद्यापीठात त्यांनी आंतरराष्ट्रीय संबंध या विषयातील पदव्युत्तर अभ्यासक्रम पुरा केला आहे. हे पुस्तक लिहिताना आपल्याला अनेक अडचणींना तोंड द्यावे लागले; तरीही आपण पुस्तक लिहायच्या निश्चयापासून

ढळलो नाही, असे त्यांनी प्रस्तावनेत म्हटले आहे.

या पुस्तकाच्या प्रकाशनानं जपानच्या राजकीय आणि सामाजिक क्षेत्रात खळबळ उडेल, असे जपानच्या माहिती आणि प्रसारण विभागाचे सचिव तेत्सुया आशिमोती यांनी आमच्या प्रतिनिधीने संपर्क साधला असता सांगितले. या पुस्तकावर जपानमध्ये बंदी घालण्याचा सरकारचा विचार आहे का, या प्रश्नाला त्यांनी उत्तर द्यायचे टाळले. पुस्तकाचा बारकाईने अभ्यास केल्यानंतर सरकारतर्फे आपली प्रतिक्रिया जाहीर केली जाईल, असेही ते म्हणाले. टोकियो विद्यापीठाचे इतिहास विभागप्रमुख प्रा. ओसामु एंडो आपली प्रतिक्रिया व्यक्त करताना म्हणाले, की पुस्तक जर अधिप्रमाणित, निर्विवाद व संशयातीत पुराव्यांवर आधारित असेल आणि त्यातील निष्कर्ष वस्तुनिष्ठ असतील, तर तो आपल्या देशाच्या इतिहासातील एक कटू अध्याय आहे, असे मानून त्याचा स्वीकार करणे आवश्यक आहे.

जपानच्या आंतरराष्ट्रीय संबंधांवर, विशेषत: जपान-चीन संबंधांवर या पुस्तकाचा परिणाम होण्याची शक्यता नाकारता येत नाही, अशी प्रतिक्रिया जपानचे आघाडीचे आंतरराष्ट्रीय राजनीतितज्ज्ञ डॉ. कोईची फुतूडा यांनी व्यक्त केली. सैन्यातील वरिष्ठ अधिकाऱ्यांनी आपली प्रतिक्रिया व्यक्त करायला नकार दिला. विविध क्षेत्रांतील तज्ज्ञ व्यक्ती आणि सरकारी अधिकारी पुस्तकाचे अध्ययन करण्यास उत्सुक असल्याचे आमच्या वार्ताहराने कळवले आहे. हे पुस्तक एका आठवड्यानंतर जपानमधील सर्व प्रमुख पुस्तकांच्या दुकानांत उपलब्ध होऊ शकेल, असे पेनग्विनच्या प्रसिद्धि पत्रकात म्हटले आहे.''

इतर दोन बातम्या होत्या दुसऱ्या दिवशीच्या, म्हणजे १६ फेब्रुवारीच्या वर्तमानपत्रातील—

'निप्पॉन' चे आकिरा निशिमुरा यांचे दु:खद निधन

टोकियो, ता. १५ फेब्रुवारी :'निप्पॉन न्यूज कार्पोरेशनचे मुख्य कार्यकारी संचालक मिस्टर आकिरा निशिमुरा यांचे आज काळी नऊच्या सुमारास संशयास्पद परिस्थितीत दु:खद निधन झाले. याबाबत आमच्या वार्ताहराने कळवलेली माहिती याप्रमाणे : मिस्टर आकिरा निशिमुरा आपल्या नेहमीच्या सवयीनुसार आज सकाळी साडेआठ वाजता रोप्पोंगी हिलवरील निप्पॉन टॉवर्सच्या अठ्ठेचाळिसाव्या मजल्यावरच्या कार्यालयात पोचले. कार्यालयात आल्यानंतर ते सर्वप्रथम प्रमुख वर्तमानपत्रांतील ठळक बातम्या वाचत असत. साडेनऊ वाजेपर्यंत त्यांच्या या दिनक्रमात कोणीही व्यत्यय आणू नये, अशी सूचना त्यांनी त्यांच्या सेक्रेटरीला कित्येक वर्षांपूर्वी देऊन

ठेवली होती. सकाळी नऊच्या सुमारास निप्पौन टॉवर्सच्या सुरक्षा कर्मचाऱ्यांना इमारतीच्या पश्चिमेकडील मोकळ्या जागेत मिस्टर निशिमुरा यांचा रक्ताच्या थारोळ्यात पडलेला मृतदेह आढळून आल्यावर त्यांनी लागलीच पोलिसांशी संपर्क साधला. तिथं पोलिसांसमवेत पोचलेल्या वैद्यकीय पथकाने मृतदेहाची प्राथमिक तपासणी केल्यावर सांगितले, की उंचावरून पडल्यामुळे डोक्याला झालेल्या जखमांमुळे त्यांचा तात्काळ मृत्यू झाला असावा. त्यांच्या कार्यालयाची तपासणी केल्यानंतर पोलिसांना त्यांच्या टेबलावर त्या दिवशीच्या वर्तमानपत्रांखेरीज इतर काहीही आढळले नाही. मात्र त्यांच्या कार्यालयाची पश्चिमेकडची खिडकी उघडी असल्याचं दिसून आलं. त्यांचा मृत्यू अपघाती आहे की त्यांनी आत्महत्या केली, आहे याचा पोलीस कसोशीने तपास करत आहेत. मृत्युसमयी छपन्न वर्षांचे वय असलेले मिस्टर निशिमुरा गेली पंधरा वर्षे 'निप्पॉन' मध्ये काम करत होते. 'एक समर्पित वृत्तीचा सहकारी आपण गमावला आहे', अशी प्रतिक्रिया 'निप्पॉन' चे अध्यक्ष मिस्टर आत्सुशी आकामात्सु यांनी व्यक्त केली. त्यांच्या कार्यालयातील कर्मचारी त्यांच्या दुःखद निधनाच्या धक्क्यातून सावरलेले नाहीत. मिसेस निशिमुरा या दुघर्टनेबाबत आपली प्रतिक्रिया व्यक्त करण्याच्या मनःस्थितीत नव्हत्या. मिस्टर निशिमुरा यांच्या पश्चात पत्नी, अठ्ठावीस वर्षांचे अविवाहित चिरंजीव व एकतीस वर्षांची विवाहित कन्या, जावई व चार वर्षाची नात असा परिवार आहे. त्यांच्या निधनामुळे 'निप्पॉन' वर शोककळा पसरली आहे.

ही बातमी मिस्टर निशिमुरा यांच्या फोटोसहित १६ तारखेच्या 'असाही शिंबून' च्या पहिल्या पानावर प्रसिद्ध झाली होती. त्याच अंकाच्या सहाव्या पानावर खालील बातमी छापली होती.

यासुकुनी स्मारकाच्या परिसरात खळबळजनक घटना

टोकियो, ता १५ फेब्रुवारीः यासुकुनी स्मारकाच्या मुख्य देव्हाऱ्यासमोर आज सकाळी नऊच्या सुमारास पन्नाशीच्या अज्ञात व्यक्तीने आपल्या छातीत धारदार खंजीर खुपसून आत्महत्या केली. याबाबत आमच्या वार्ताहराने कळवले आहे, की ही अज्ञात व्यक्ती गेली कित्येक वर्षे नित्यनियमाने स्मारकाच्या मुख्य देव्हाऱ्यासमोर सकाळी नऊ वाजता प्रार्थना करत असे. आज सकाळी नेहमीप्रमाणे या व्यक्तीला स्मारकाच्या आणि त्याच्या परिसरातल्या दुकानांच्या कर्मचाऱ्यांनी मुख्य देव्हाऱ्याकडे जाताना पाहिलं. मुख्य देव्हाऱ्याचा परिसर स्वच्छ करणाऱ्या एका कर्मचाऱ्यानं सांगितलं, की त्या गृहस्थाने प्रार्थना झाल्या झाल्या आपल्या जॅकेटच्या

खिशातून एक धारदार खंजीर काढला आणि 'कोको नी नेमुरु सुबेतो नो तामाशी वा सिनारू मोनो देसू' (येथील चिरनिद्रिस्त सर्व आत्मे अतिशय पवित्र आहेत) असं मोठ्यानं म्हणून आपल्या छातीत तो खुपसला. हे पाहिल्यावर तेथल्या कर्मचाऱ्यांनी त्याला जखमी अवस्थेत आईकु हॉस्पिटलमध्ये दाखल केलं. दाखल केल्यानंतर पंधरा मिनिटांत ती व्यक्ती मृत्यू पावली. हृदयाला झालेल्या खोल जखमेमुळे त्या व्यक्तीला वाचवणं अशक्य होतं, असं आईकु हॉस्पिटलचे प्रमुख सर्जन डॉ. मासाझुमी इनोगुची यांनी आमच्या प्रतिनिधीला सांगितले. या अज्ञात व्यक्तीची ओळख पटेल, असे कोणतेही कागद, वाहनपरवाना किंवा वस्तू मिळाली नसल्याचं या प्रकरणाचा तपास करणाऱ्या योन-बान-चो पोलीसठाण्यातील अधिकाऱ्यांनी सांगितलं. त्यामुळे ही अज्ञात व्यक्ती कोण होती किंवा तिच्या आत्महत्येचे कारण काय असावं, हे समजेल की नाही, याविषयी पोलिसांनी शंका व्यक्त केली.

या साऱ्या शंकांचे निरसन जियांगच्या पुस्तकाची सुधारित आवृत्ती प्रकाशित झाल्यानंतर नक्कीच होणार, असा विचार करत मी मिसेस कावामुरांनी दिलेली फाईल बंद केली होती!

♦ ♦ ♦

लेखकाविषयी

उमेश कदम यांचे शालेय शिक्षण जयसिंगपूर, गडहिंग्लज व बार्शी येथे, तर उच्चशिक्षण कोल्हापूर, इंग्लंड (लंडन विद्यापीठ), ग्रीस, हॉलंड व स्वीत्झर्लंड येथे झाले. १९८० पासून १९९८ पर्यंत त्यांनी आंतरराष्ट्रीय कायद्याचे अध्यापन केले. १९९८ पासून ते आंतरराष्ट्रीय रेड क्रॉसचे युद्ध विषयक कायद्यांचे सल्लागार म्हणून काम करत आहेत. आत्तापर्यंत त्यांनी दक्षिण, दक्षिण-पूर्व व पूर्व अशिया, पूर्व आफ्रिका या विभागात काम केले आहे. सध्या त्यांची नेमणूक नैरोबी, केनिया येथे झाली आहे. आपले वडिल सुप्रसिद्ध कादंबरीकार कै. बाबा कदम यांच्याकडून त्यांनी लिखाणाची प्रेरणा घेतली. आजपर्यंत त्यांच्या 'संहार' व 'उद्ध्वस्त' या कादंबऱ्या तसेच 'दूरची माती, जवळची नाती' व 'केवळ मैत्रीसाठी...' हे कथासंग्रह प्रकाशित झाले आहेत, तर 'अमानुष' ही कादंबरी व 'एक होता मित्र' हा कथासंग्रह प्रकाशनाच्या मार्गावर आहेत. लिखाणा व्यतिरिक्त त्यांना चित्रकला, शिल्पकला व पाककला या मध्येही रस आहे.

www.ingramcontent.com/pod-product-compliance
Lightning Source LLC
Chambersburg PA
CBHW030548030726
47495CB00004B/1178
* 9 7 8 8 1 7 2 9 4 8 9 8 6 *